# Kufadhili Afrika

Attiya Waris

Langaa

*Langaa Research & Publishing CIG*
*Mankon, Bamenda*

***Publisher:***
*Langaa* RPCIG
Langaa Research & Publishing Common Initiative Group
P.O. Box 902 Mankon
Bamenda
North West Region
Cameroon
Langaagrp@gmail.com
www.langaa-rpcig.net

Distributed in and outside N. America by African Books Collective
orders@africanbookscollective.com
www.africanbookscollective.com

*ISBN-10: 9956-0-0410-3*

*ISBN-13: 978-9956-0-0410-2*

**Sifa kwa Kitabu**

"Kazi ya Profesa Waris kuhusu masuala ya fedha na kodi barani Afrika ni mchango mzito na wa msaada mkubwa. Mada hii ni changamano, lakini kitabu hiki kimefanikiwa kuwasilisha uchanganuzi ulio wazi, wa kueleweka na wa kuvutia."

**Mohammed "Mo" Ibrahim,**
Mwanzilishi, Mo Ibrahim Foundation

"Kama mwandishi wa habari, mara kwa mara huchunguza masuala ya ukwepaji wa kodi na mtiririko haramu wa fedha. Maarifa ya wazi ya Profesa Waris ni zawadi kubwa. Sisi wasio wataalamu hatuwezi tena kusema, 'Hili ni gumu sana' au 'Sijui pa kuanzia.' Kitabu hiki kinatoa nyenzo kwa waandishi wa habari kusaidia kuweka masuala ya maslahi ya umma katika ukurasa wa mbele."

**Will Fitzgibbon,**
Konsortium ya Kimataifa ya Waandishi wa Habari Wapelelezi

"Hiki ni kitabu muhimu sana kutoka kwa mmoja wa waandishi wakuu kuhusu Afrika na masuala ya kodi. Kikiwa na uchambuzi wa kina na wa busara kuhusu nchi 54 za Afrika, kitabu hiki ni lazima kisomwe na yeyote anayevutiwa na masuala ya kodi na maendeleo endelevu. Ni mchango mzuri na unashauriwa kwa nguvu."
Prof. Ann Mumford,
Shule ya Sheria ya Dickson Poon, Chuo cha King's London

"Hiki ndicho kitabu cha kusoma ili kuelewa mifumo ya kifedha na maendeleo. Kinashughulikia bara zima la Afrika. Waris amechanganya data za kiuchumi na sheria ili kufanya masuala ya kodi na athari zake kwa maendeleo ya kijamii na kiuchumi yaeleweke. Sera za kodi zisizoundwa vizuri husababisha mapato duni ya kodi, huvuruga masoko, na kuathiri tabia za matumizi kwa njia isiyotakikana. Uchanganuzi wa kina kama huu unapaswa kuongoza muundo wa sera za kodi, uchaguzi wa vyombo vya kodi, na marekebisho ya viwango."

**Prof. Njuguna N'dungu,**
Mkurugenzi Mtendaji, Konsortium ya Utafiti wa Uchumi wa Afrika

"Kwa kutumia ujuzi wake mpana wa sheria, falsafa, na historia, pamoja na rasilimali za data za Chuo Kikuu cha Nairobi, Attiya Waris anatoa uchanganuzi uliofafanuliwa kwa kina na unaoonyeshwa kwa mifano mingi kuhusu masuala ya fedha na kodi yanayoikumba Afrika. Kazi hii muhimu inaweka wazi chaguzi za sera na fursa zinazopatikana kwa viongozi na watendaji katika kusukuma mbele ustawi wa kiuchumi na kisiasa wa bara hili. Ni lazima isomwe."

**Raymond Baker,**
Mwanzilishi na Rais, Global Financial Integrity

"*Financing Africa*" inachunguza bara hili na kuchunguza uhusiano kati ya usimamizi wa sera za kifedha na utawala bora. Inatoa mwangaza katika maneno ambayo mara nyingi huonekana kuwa ya kiufundi na magumu kueleweka, huku ikitumia mifano halisi na inayohusiana na muktadha wa Afrika. Kitabu hiki kitawawezesha Waafrika sio tu kuelewana vizuri zaidi bali pia kushirikiana vyema na kuimarisha mahusiano yao ya kifedha."

**Akere Muna,**
Mjumbe, Jopo la Ngazi ya Juu kuhusu Mtiririko Haramu wa Fedha kutoka Afrika

"Ni mchango wa kipekee na wa thamani kwa taaluma ya masuala ya kodi barani Afrika. Waris anaeleza kwa ufasaha jinsi mahitaji ya kifedha ya serikali yanavyohusiana na haki, usimamizi, na ukuaji wa uchumi katika mifumo ya kodi ya Afrika ya kisasa. Anatumia mbinu za kihistoria na za taaluma mbalimbali kuonyesha umuhimu wa uhalali, utawala wa sheria, na haki za walipa kodi ili kufanikisha utiifu wa kodi na ukusanyaji mzuri."

**Miranda Stewart,**
Profesa wa Sheria, Chuo Kikuu cha Melbourne

"Kwenye bara linalojitahidi kila mara kufafanua nafasi yake kimataifa, hasa katika nyanja za Uchumi wa Maendeleo, Profesa Waris anakuja na uchambuzi wa kina na wa mbele ambao unafichua ugumu wa mfumo wa sheria za fedha na kodi barani Afrika, na kuufanya kuwa zana ya maana kwa marekebisho ya bajeti na haki za kijamii. Uchunguzi wake wa kulinganisha wa mifumo ya kifedha ya Afrika na mifumo ya kisheria unahoji kwa busara mapungufu katika data za kijinsia na hivyo kuchochea mjadala kuhusu nafasi za wanawake ndani ya sheria za kodi za Afrika. Uchambuzi wake unajumuisha rejea za kina na maarifa kutoka tamaduni za Kiafrika. Kitabu hiki kitatusaidia kuelekeza njia ya kodi ya Afrika na, kwa upanuzi, kupunguza ukosefu wa usawa barani. Kwa hakika, ni zana ya kufikiria ambayo Afrika inaihitaji sana."

**Memory Kachambwa,**
Mkurugenzi Mtendaji, Mtandao wa Maendeleo na Mawasiliano wa Wanawake wa Afrika (FEMNET)

"**Financing Africa**" inachunguza mifumo ya kifedha ya nchi mbalimbali za Afrika na kutambua mifumo, mawazo, na mbinu zinazokuza malengo ya serikali huku zikihakikisha ushiriki wa umma na haki za raia kupata taarifa. Mtazamo huu wa bara zima, unaochanganya ufasaha na ucheshi katika mada ngumu za kiufundi, unatoa maarifa mapya kuhusu kufadhili maendeleo ya Afrika na unapatikana kwa wataalamu na wasio wataalamu pia. Profesa Waris anaonyesha njia ya kusonga mbele kwa mtazamo wa kifedha wa muungano wa Afrika. Anachukua mtazamo unaoweka watu katikati ya mijadala ya kodi, akitukumbusha sote kwamba serikali inafadhiliwa kwa jasho la raia wake, na kwa hivyo, serikali zinapaswa kuhakikisha kuwa rasilimali hii chache inatumika kwa busara kila wakati. Kitabu hiki chenye fikra nzito bila shaka kitakuwa rejea muhimu katika mijadala yote kuhusu kufadhili maendeleo ya Afrika."

**Joseph K. Kinyua,**
Mkuu wa Utumishi wa Umma wa Kenya

"Taasisi nyingi za kimataifa, za Kiafrika na zisizo za Kiafrika, za kiserikali na zisizo za kiserikali, zimeonyesha nia ya kuendeleza sera za kodi barani Afrika. Katika kitabu hiki, Profesa Attiya Waris anatumia misingi, dhana na maelezo mbalimbali yanayomsaidia msomaji kuunda mtazamo wa uwiano kuhusu maendeleo ya sera za kodi barani Afrika na kuelewa kuwa bado kuna mengi ya kusoma na mengi ya kufanywa."

**Jos Beerepoot,**
Mkurugenzi wa Kimataifa wa Kodi, Benki ya ABN AMRO

**Wakfu**

Kwa
**Watu Wangu Wote**
**Watu wa Dunia**

na
kwa juhudi zao
kwa pamoja na binafsi

kwa
viwango bora vya maisha

kwa
**WOTE**

**Shukrani**

Msaada kutoka kwa watu kutoka pande zote za dunia na wa rika zote, baadhi yao sasa wakiwa wameaga dunia, umekuwa wa kutia moyo. Imeleta furaha kubwa kufanya kazi na watu wanaojitahidi kuelewa vyema dunia tunayoishi. Kitabu hiki kisingewezekana bila walimu wa kipekee ambao nimepitia mikononi mwao. Vilevile, wazazi wangu wapole na wenye upendo walinipa nafasi ya kulizingatia.

Vyanzo vyangu vya msukumo: **Khalajaan Noori**, aliyekuwa na ushawishi mkubwa nje ya wazazi wangu, na **Prof. Sol Picciotto**, ambaye anaendelea kunipa msukumo na kunisaidia kukuza taaluma yangu kama mtafiti na mwalimu.

Maprofesa kadhaa wamenisaidia katika safari yangu: **Len Seabrook, Ann Mumford, Kathleen Lahey**, na **Gorik Ooms**. Pia dada yangu **Annet Oguttu** amenisapoti sana.

Kundi langu la karibu: **Lyla**, anayenipa changamoto. **Milhia**, anayenihamasisha kufika mbali zaidi. **Sameena**, anayenituliza. **Sharon**, anayeniangalia (na, inapobidi, kunirudisha kwenye mstari). **Maureen**, anayenifanya nicheke kila wakati. **Shabnam**, anayesherehekea pamoja nami, na **Shazeela**, ambaye daima ana mgongo wangu!

Wenzangu, watafiti, na wanafunzi: Walimu wenzangu, watafiti, na wanafunzi katika **Chuo Kikuu cha Nairobi, KU Leuven, Pretoria, na Rwanda**. Wahadhiri na watafiti walinisikiliza, wakachambua mawazo yangu, na kunihamasisha kuendelea na safari hii ngumu. Wanafunzi wangu wa ajabu walitoa maoni makini. Asanteni sana!

Timu yangu katika **Kamati ya Masomo ya Fedha** katika **Chuo Kikuu cha Nairobi: Bosire, Mary, Manuela, Bena, Mokeira, Stella, Nick, Dick, Jack, Maina, Elvis, Everlyn, Michelle, Moses, Vallarrie, Andrew, Joan, Waridah, Lesikel, Warren, na Rushda**. Nimejifunza mengi kutoka kwenu nyote na kupitia ari yenu. Tamaa yenu ya maarifa inaendelea kunihamasisha katika utafiti wangu.

Wakaguzi na wahariri wangu: Safari hii ya uchapishaji na juhudi za kupata mchapishaji wa Kiafrika zilikuwa changamoto. Siwezi kuwashukuru **timu ya Langaa** vya kutosha kwa kufanya safari hii ngumu kuwa ya kufana mwishowe.

Kuna wengine wengi: wale walioko katika mashirika ya kimataifa kama **UN, OECD, IMF, WB, AU, na ATAF**; watafiti wengi; wafanyakazi wa wizara zinazohusiana na fedha na maendeleo; makamishna wa mapato na wafanyakazi wao; na wanafunzi kutoka kote ulimwenguni. Wote walinisaidia kwa hiari kupata data za thamani kubwa, baadhi yake sasa zikiwa zinapatikana kwa mara ya kwanza mtandaoni kupitia tovuti ya **Chuo Kikuu cha Nairobi**.

Ninajivunia msaada wenu na imani yenu kwangu, na siwezi kuwashukuru vya kutosha.

## Dibaji

*Mvua hainyeshi kwenye paa moja pekee.*
**Methali kutoka Kamerun**

Kusoma kitabu cha Attiya kulinikumbusha methali hii maarufu ya Kamerun kuhusu mvua isiyonyesha paa moja tu. Katika miongo yangu mitano ya kazi, nimeona bara langu likisonga mbele kwa vipindi vya msukosuko. Nchi zingine zinapiga hatua, huku nyingine zikionekana kuelekea upande usiofaa. Ninapozingatia hali zinazotishia kuvuruga mshikamano wa mataifa yetu, mzigo wa uwajibikaji unajitokeza moyoni mwangu. Sisi kama Waafrika tunapaswa kutumia maarifa na uzoefu wetu kwa manufaa ya watu wetu na kufuatilia mizizi ya changamoto - mfumo wenyewe. Mvua inatunyeshea sote.

Tunapaswa kubuni mifumo mizuri ya utawala. Ni muhimu kufanya mageuzi ili mtu anayesimamia mchakato asiwe pia mchezaji ndani yake. Katika mataifa mengi ya Afrika, wale wanaotawala mara nyingi hawazingatii kabisa misingi ya mgongano wa maslahi. Madhara ya mfumo usio sawa hujitokeza mara nyingi baada ya miongo mingi, hivyo ni lazima tujifunze kuelewa mifumo kabla ya kuibadilisha na kuijenga upya. Tukishindwa kusawazisha uwanja wa kuchezea, bara na mataifa yake binafsi yatakumbwa na mzunguko usioisha wa sera zinazowafaidi wachache pekee. Watu hawatavumilia hali kama hii milele.

Kitabu cha kwanza cha Attiya, *Tax and Development*, kilikuwa cha kipekee duniani kote kwa kuunganisha fedha na maendeleo. Kitabu hiki, *Financing Africa*, ni mafanikio makubwa hata zaidi. Kinaangazia bara la Afrika kwa kina, kikitoa ufafanuzi wa istilahi ambazo watu wengi huziona kuwa za kiufundi na ngumu kuelewa, kwa kutumia mifano halisi na yenye muktadha. Kitabu hiki si mwongozo tu kwa wataalamu wa sheria kama mimi, bali pia kwa maafisa wa serikali, wanasiasa, waandishi wa habari, na wananchi wanaotaka kuelewa jinsi nchi zinavyofadhiliwa.

*Financing Africa* ni uchambuzi wa kuvutia unaoelezea mifumo ya kifedha ya Afrika kwa njia ya jedwali na michoro. Kitabu hiki kimewasili wakati mwafaka. Tumepitisha Mkataba wa Biashara Huria wa Afrika

(AfCFTA) na tunatafuta kuvunja vikwazo vya biashara barani. Nchi za Afrika Magharibi, zinazojumuisha zile zinazozungumza Kiingereza na Kifaransa, zote zikiwa wanachama wa Jumuiya ya Kiuchumi ya Afrika Magharibi (ECOWAS) na zenye jumla ya watu milioni 385, zinapanga kuwa na sarafu moja kufikia 2020. Mafanikio ya mradi kama huu yatategemea pakubwa mfumo wa kifedha na sera za fedha za nchi husika ambazo lazima zilingane.

Nilikutana na Attiya Waris zaidi ya miaka mitano iliyopita, na mara moja nilivutiwa na mawazo yake kuhusu uhusiano kati ya usimamizi wa sera za kifedha na utawala bora. Kama anavyosema, ni muhimu kuwe na "mkataba wa kijamii wa kifedha unaopitiwa upya mara kwa mara kati ya wananchi na serikali yao."

Katika nchi nyingi za Afrika, sera za kifedha huchukuliwa kama suala la serikali pekee na mapato yake. Uangalizi wa bunge katika masuala haya mara nyingi hauonekani sana. Wabunge watafaidika sana na kitabu hiki wanapojitahidi kuhakikisha wanapata uwezo wa kujadiliana kuhusu sera yoyote ya kifedha kwa niaba ya wale waliowachagua. Kama mwandishi wa Kimarekani Robert Heinlein alivyosema kwa usahihi, *"Hakuna udikteta mbaya zaidi kuliko kumlazimisha mtu kulipia jambo asilolitaka kwa sababu tu unadhani litamfaa."*

Attiya ameonesha hazina kubwa ya maarifa na uelewa wa mifumo ya Afrika katika kitabu hiki. Muda alioutumia kukamilisha kazi hii ya kipekee umetumika vyema. Ametumia mbinu ya vitendo kwa mada ambayo hapo awali ilionekana kuwa ngumu kwa wasomaji wengi. Kitabu hiki kitawawezesha Waafrika sio tu kuelewana vizuri zaidi bali pia kuimarisha uhusiano wao wa kifedha.

**Akere Muna**
*Mwanachama, Jopo la Ngazi ya Juu la Uvujaji wa Fedha Afrika*

## Dibaji ya Pili

Profesa Attiya Waris ni miongoni mwa wanafikra na waandishi wakuu kuhusu masuala ya ufadhili wa maendeleo na ujenzi wa mataifa katika nchi zinazoendelea. Mchango wake katika kuendeleza mijadala kuhusu uhusiano kati ya sheria na sera za kifedha kwa upande mmoja, na wajibu wa serikali katika kupunguza umaskini, haki za binadamu, na mgawanyo wa haki wa faida za maendeleo kwa upande mwingine, umekuwa mkubwa.

Kitabu hiki, *Financing Africa*, kinaendeleza mijadala hiyo kwa kuchambua mifumo ya kifedha ya nchi mbalimbali za Afrika na kubainisha mifumo, mawazo, na mbinu zinazokuza malengo ya serikali huku zikihakikisha ushiriki wa umma na haki ya wananchi kupata taarifa. Mtazamo huu wa bara zima, ulioandikwa kwa mtindo wa kipekee wa Profesa Waris wa kuchanganya ufasaha na ucheshi kwenye masuala magumu ya kitaalamu, unaleta maarifa mapya kuhusu mada hii muhimu ya kufadhili maendeleo ya Afrika kwa njia inayoweza kueleweka na wataalamu wa sekta hii na pia watu wa kawaida.

Nilipokuwa nikisoma kitabu hiki, niliguswa sana na jinsi hoja ya kuunganisha Afrika kupitia mbinu za kifedha za pamoja ilivyowasilishwa kwa ustadi. Waandishi wengi huandika kuhusu kodi kwa mtazamo wa nadharia pekee, lakini Profesa Waris anachukua mtazamo unaozingatia watu. Anatukumbusha kuwa serikali zinafadhiliwa na jasho la wananchi, na kwa hivyo, ni lazima serikali zihakikishe kuwa rasilimali hii adimu inatumika kwa busara. Hili linatofautisha kazi zake na za wengine na kuzifanya kuwa muhimu kwa hadhira pana zaidi.

Kitabu hiki chenye mawazo makini bila shaka kitakuwa rejeleo kuu katika mijadala yote kuhusu ufadhili wa maendeleo ya Afrika.

**Joseph K. Kinyua**
*Mshiriki wa Nishani ya Order of the Golden Heart of Kenya na Mkuu wa Utumishi wa Umma*

## Utangulizi

Baada ya safari ya miaka 14 ya kuandika kitabu hiki na kuunda tovuti inayoambatana nacho, shairi lilijitunga lenyewe. Ninalishiriki hapa.

Ninapotafakari juu ya upeo na ukubwa wa Afrika, ardhi yake pana na urithi wake tajiri, nchi zake 54, maelfu ya jamii, na mamilioni ya watu wenye vipaji vya kipekee na changamoto zao, najawa na heshima kubwa kuwa sehemu ya bara hili la kale, lenye nguvu na ujana wa milele. Tunajenga simulizi za kuliongoza bara letu mbele–jukumu lililo mikononi mwetu.

Kitabu hiki ni mchango wangu kuelewa watu, rasilimali zao za kifedha, na usimamizi wa mifumo ya kifedha na kodi katika bara la Afrika. Nilisafiri hadi Misri, Morocco, Senegal, Rwanda, Uganda, Tanzania, Zambia, Afrika Kusini, Ghana, Nigeria, na Shelisheli. Nilipambana na changamoto za kupata taarifa na takwimu za kisasa, jambo lililofanya tathmini kuwa ngumu. Matokeo yake ni kwamba kitabu hiki hakilengi kuwa rejeleo kamili bali ni hatua ya kusaidia kuchora mustakabali wa bara letu. **Ngoma zapigwa!**

Urithi wetu imara wa simulizi za mdomo uliniongoza kutumia methali na misemo ili kutoa mtazamo wa Kiafrika kuhusu fedha na kodi–mada ambazo kwa wengi huonekana kuwa ngumu na za kiufundi. Nilikusanya methali na misemo kutoka vyanzo mbalimbali, ikiwemo mazungumzo na watu kutoka pembe zote za bara. Nimeziunganisha katika maandishi haya kama tunavyofanya katika mifumo rasmi ya maisha yetu ya kila siku. **Nyimbo zinarindima!**

Ni muhimu kuhakikisha sauti zetu zinasikika, na hili linahitaji kurekodi kwa maandishi kile tunachofanya, jinsi tunavyokifanya, lini, wapi, na kwa nani, pamoja na sababu zake. Hili linachangia sayansi na kujifunza jinsi ya kurekebisha jamii na mifumo yetu. Nilipokuwa nikichunguza hati na kuzungumza na watu, niliweza kutumia Kiingereza, Kiswahili, na Kifaransa. Ilikuwa changamoto kuwa katika mazingira ambako Kiarabu, Kihispania, au lugha za kienyeji zilikuwa ndizo lugha kuu.

Nilipokuwa nikifanya kazi na wanafunzi wangu, nilitambua ugumu wanaokumbana nao watu wenye ulemavu wanapojaribu kupata baadhi ya aina za maandishi. Kwa roho ya kujumuisha kila mtu, ninafurahi kujua kuwa, shukrani kwa maendeleo ya teknolojia, kitabu hiki kitapatikana katika sauti pamoja na maandishi. **Sauti zinasikika!**

Bara la Afrika linajielekeza katika mshikamano. Mawazo na mitindo ya uongozi yanaenea. Tunatumai kuwa uchoraji wa mifumo katika kitabu hiki, pamoja na tovuti inayoandamana nacho iliyo katika Chuo Kikuu cha Nairobi, utatusaidia kuongoza na kutawala mataifa yetu kwa ujasiri na hekima. **Wacheza wanatetemeka!**

Ni muhimu kuangalia si tu nguvu zetu bali pia udhaifu wetu. Je, tunataka kubadilisha nini? Tunaweza kuboresha nini? Tusifiche mapungufu yetu. Kitabu hiki kinachunguza matokeo chanya na hasi katika kufafanua bara letu. **Ukungu unaficha!**

Licha ya yote tunayoyafanya kwa bara letu adimu, linaendelea kutubeba. Natumai kitabu hiki kitatusaidia kuelewa maneno na matendo yetu, na athari zake si tu kwa bara letu bali kwa dunia nzima. Dunia inameza!

Natumai kuwa kitabu hiki kitawapa wasomaji uelewa wa msingi na wa kina wa usanifu wa mifumo ya kifedha ya Afrika. Pia kinaonyesha jinsi sheria, kanuni, na sera zinavyotumiwa kwa ubunifu katika ngazi za mitaa, kitaifa, kikanda, na bara zima. Hakika, hii siyo tathmini kamilifu ya bara hili kubwa, bali ni muhtasari wa utofauti wake katika kubuni mifumo ya kifedha.

Makosa yoyote katika kazi hii ni yangu pekee. Ninafahamu udhaifu wake na mapungufu fulani ya taarifa. Nitafurahi kupokea maoni au marekebisho yoyote yatakayoweza kuboresha kazi hii kwa matoleo yajayo.

Ninafurahia kuwasilisha kazi hii pamoja na tovuti inayoandamana nayo (angalia Kiambatisho A) inayohifadhi takwimu nilizokusanya katika safari yangu.

**Ngoma zapigwa!**
**Nyimbo zinarindima!**
**Sauti zinasikika!**
**Wacheza wanatetemeka!**

**Ukungu unaficha!**
**Dunia inameza!**
**Furaha inapanda mbinguni!**
**Moyo uko na amani!**

# Utangulizi: Kuelewa Sheria ya Fedha na Sera

*Unafikiria kuhusu maji wakati kisima kimekauka.*

Methali kutoka Uhabeshi

Kufikia Julai 2019, mataifa 54 ya Afrika yalikuwa yametia saini Mkataba wa Biashara Huria wa Bara la Afrika (AfCFTA) na mkataba huu kwa sasa umefikia awamu ya utekelezaji. Umoja wa Afrika chini ya uongozi wa Rwanda na Rais Kagame na asasi anuwai za Umoja wa Mataifa (UM) ikiwa ni pamoja na Tume ya Umoja wa Mataifa ya Kiuchumi kwa Afrika (UNECEA) na Kongamano la Umoja wa Mataifa kuhusu Biashara na Maendeleo (UNCTAD) umekuwa ukisukuma mbele ajenda ya mabadiliko kwa mandhari ya kifedha ya bara la Afrika

Hata ingawa ndani ya Afrika ni takribani 5% ya biashara yote ya Afrika, ilinuiwa kwamba mkataba huu pamoja na utekelezwaji wake utabadilisha mandhari.[1] Kuna Juhudi nyingi ambazo zilitangulia AfCFTA: Shirika la kidunia linaloongozwa na Umoja wa Mataifa la Michakato ya Ufadhili wa Maendeleo (FfD), Malengo ya Maendeleo ya Milenia (MDGs), Malengo ya Maendeleo Endelevu (SDGs) na Mpango wa Ushuru wa Addis[2]. Na data na mijadala kuhusu masuala kutoka kwa mitiririko haramu ya kifedha[3], kazi ya utunzaji ambayo haijalipwa, uchumi usio rasmi, na athari za udijitari[4] kwa mustakabali wa kazi na mapato ya serikali yamepelekea kutambua kwamba nchi za Afrika si maskini kama inavyochukuliwa mara kwa mara.

Hivi karibuni, dunia imekumbwa na unyogovu wa kiuchumi wa kitaifa, kieneo, kibara na kidunia haswa wa mwaka wa 2009 na 2016.[5]

---

[1] Umoja wa Afrika Kitenga cha Takwimu (2018). Data hii ya biashara imechanganuliwa na iko kwa tovuti ya companion kwa kitabu hiki kilicho chini ya Kamati ya Masomo ya Fedha, Shule ya Sheria, Chuo Kikuu cha Nairobi, kwenye www.cfs.uonbi.ac.ke, na itarejelewa kama AUSO, Waris and Magara (2019)

[2] Angalia www.addistaxinitiative.net

[3] Angalia kwa jumla AU na UNECA (2015) na Waris (2017c)

[4] Mwencha (2019) na Elmi (2019)

[5] Ni vyema kutambua kwamba, kwa kawaida msukosuko huu wa kifedha unapotokea katika dunia ya kaskazini, athari zake halisi huja kuathiri Afrika mara

Misukosuko hii ya kiuchumi duniani ikiwa ni pamoja na usimamizi mbaya na ulio na upendeleo wa mifumo ya fedha za ndani umeathiri uwezo wa serikali na bara la Afrika kujitosheleza kifedha.

Methali iliyo katika mwanzo wa Utangulizi wa Kufadhili Afrika inapendekezakile kinachoweza kutokea iwapo hatutakuwa waangalifu katika kushughulikia fedha na rasilimali zingine katika bara hili. Na tusubiri kisima kikauke.

Kwa ugavi wa mapato ya serikali ni lazima kwanza yatwaliwe. Kwa hakika, 'kutoa' na 'kutwaa' kunahitaji seti kamili ya sheria za fedha, kanuni na sera katika viwango vya nchi-dogo, nchi, eneo na bara na hata ndani ya taasisi ya usimamizi au halmashauri. Hata hivyo, katika jamii za Afrika, hatuna ufahamu wa mchakato wa utozwaji ushuru. Kitabu hiki kinasonga mbele kwa dhana kuwa ni sharti tuonyeshe jinsi matumizi ya serikali yanafanyika ili kuwa na uhalali wa kile serikali inataka kutwaa. Usawasizaji huu dhaifu ndio bembea kati ya uwezo wa watu wa kulipa na haki ya kupokea huduma katika kuhimili viwango bora vya maisha na maendeleo.

Rasilimali zinazotwaliwa na kutolewa zinaongozwa na sheria ya fedha na sera. Sheria za fedha katika kiwango cha ndani zinahusu matumizi, mapato, deni na ushuru wa serikali. Nchi zote duniani zikiwemo zile zinazoendelea, kila mwaka zina ongezeko la baadhi ya vyanzo vya mapato na vilevile upungufu wa vingine.[6] Sera za nchi zilizobainishwa kisiasa, pale ambapo kuna utawala mpya unao ingia mamlakani, sio tu kwamba zinaweka kipaumbele pale aina fulani ya mapato inakusanywa, bali pia huchangia pakubwa kubainisha jinsi mapato haya yanatumika, kwa mfano ni vipaumbele vipi. Sheria ya fedha inajiweka miongoni mwa ukusanyaji na mgao wa ushuru wa nchi ambao unabadilikabadilika na wakati mwingine usio dhabiti, ikiwa ni changamoto ya kila mara kwa wale wote wanaohusika na mchakato huu, zikiwemo nchi, taasisi na mashirika.

Popote duniani, fujo, migogoro, rasilimali isiyotosha, usimamizi mbaya na ufisadi zinaweza kusababisha kushindwa kwa serikali kukusanya mapato au kuutumia vyema. Matokeo yake yakiwa ni

---

nyingi miaka mitatu hadi mitano baadaye; msukosuko wa 2009 kwa hakika ulliathiri nchi za Afrika mnamo mwaka wa 2012-2015. Kwa kutetea, Afrika huenda ikawa haijahisi kikamilifu athari mbaya za msukosuko wa fedha wa 2016.

[6] Bird na Zolt (2003)

uhalali dhaifu wa fedha wa serikali. Iwapo utavunjwa, mfumo wa fedha katika viwango vya ndani au dunia, unaweza kusababisha udhaifu kwa uwazi, uhusika, uwajibikaji, ufanisi, ufaavu, usawa na haki.[7] Kanuni hizi ni muhimu iwapo tutahakikisha kisima hakikauki.

Usawazishaji kati ya ukusanyaji wa mapato na rasilimali kwa upande mmoja na ugavi wa mapato na rasilimali kwa upande mwingine unadumishwa na, uko chini ya vipengele vya sheria ya fedha vilivyomo kwa katiba ya nchi au taasisi, sheria, na sera pamoja na makubaliano mengine yoyote ya kimataifa inayoingia kwayo ikiwa ni pamoja na bila kuwekea mipaka, mikataba, na kandarasi za sekta ya kibinafsi.

Katiba inapaswa kuakisi uwezo wa fedha wa serikali.[8] Sheria zinazounga mkono zinapaswa kuwepo, kufafanua kuhusu matumizi ya katiba na zina uwezekano wa marekebisho kuakisi mabadiliko hitajika. Kanuni inaambatanishwa kwa vipengele vya sheria ili kuwafafanulia vyema kwa kusudi la utawala ulio ndani ya utumishi wa umma. Sera inaratibiwa na kutekelezwa na kurekebishwa mara kwa mara kulingana na mahitaji ya fikra za kisiasa za serikali inayotawala, mara nyingi ikiwa ni kwa kuambatana na manifesto au jukwaa. Mikataba na ahadi za kimataifa pamoja na maafikiano yanahitaji kuakisiwa kwa katiba, sheria, kanuni na sera za nchi. Matendo mema, viwango na mapendekezo huibuka kutoka kwa weledi ili kufafanua, kurahisisha na kuweka wazi mchakato na kueleza masuala ibuka.

Haswa ni nini kinapaswa kuwa kwa katiba? Kunapaswa kuwa na kutajwa haswa kwa haki za ushuru au nguvu? Kunapaswa kuwa na kiwango cha juu cha deni kisichopitwa? Je, wiano wa bajeti unapaswa kuwa imewekwa kabla? Hadi wa leo, hakuna hata nchi moja ya Afrika imewekea mpaka kikatiba kiwango cha juu cha deni. Misaada haizungumziwi hata kidogo katika mikutano yote ya umma na vilevile biashara ya serikali haifafanuliwi na wakati mwingi ikiwa haieleweki.

Ushuru ukiwa na unashughulikiwa kwa njia nyingi.[9] Nchini Namibia, mfumo wa serikali umeundwa kwa vipengele viwili ndani ya katiba, pakiwa hapana kutajwa kokote kwa neno 'ushuru' au 'utozwaji ushuru' hata ingawa kuna sheria inayohusiana na utozwaji

---

[7] Waris (2013a)
[8] Waris (2015)
[9] Waris (2015)

ushuru.[10] Katika katiba ya Senegal, kuna kurejelea kwa ushuru lakini hakuna dalili wazi ya jukumu la mlipa ushuru au haki ya serikali kwa ushuru. Katiba ya Senegal pia inasema, katika anwani yake ya pili kwamba, ubaguzi wowote kati ya wanawake na wanaume katika ajira, mshahara na utozwaji ushuru umepigwa marufuku.[11] Pia kuna kurejelea kwa ushuru wakati wa kuweka mahusiano kati ya nguvu za serikali kuu na nguvu za bunge. Inafafanua kati ya sheria na namna za ukusanyaji wa ushuru wa aina yoyote na kutoa miongozo ya sarafu.[12]

Kimsingi sheria zinapaswa kushikiliwa na vipengele vya katiba, lakini tayari tunaona kwamba hii sio hali ilivyo katika nchi za Afrika.[13] Hata hivyo, sheria inaweza kuwa na sera na fafanuzi za udhibiti. Hata hivyo hakuna wizani halisi kwa hili katika nchi za Afrika. Sera na kanuni wakati mwingine huonekana kuwa ziko kwa msingi wa fikra za wakati huo chini ya vishawishi vya aina nyingi.

Mkakati wa maendeleo wa Senegal's wa 2014-2035 umehimiliwa na nguzo tatu: (1) Mabadiliko ya kimfumo wa uchumi kwa kujali viendesha ukuaji vilivyopo, ubuniaji wa sekta mpya, kuboresha mauzonje na kuvutia uwekezaji; (2) Kuboresha ustawi wa watu, kupigana na ukosefu wa usawa wa jamii na kuunga mkono maeneo mapya yaliyo na uwezo na (3) Uimarishaji wa usalama, udhabiti, haki na uhuru na uzatiti wa utawala wa sheria ili kubuni hali bora kwa amani ya jamii.[14] Hata ingawa ni wa kusifiwa, mkakati huu haujaungwa mkono na sheria na kanuni, ikiwa vigumu sana kuona iwapo ugavi wa fedha ndani ya bajeti unaakisi malengo yaliyowekwa.

Mjadala huu mfupi wa katiba, sheria na sera na jinsi zinvyohusiana tayari unadhihirisha tatizo lililopo katika ung'amuaji na muwala wa sheri ya fedha na sera. Nchi hazifuati misingi ya sheria. Kuna wiano mdogo sana. Sheria na sera huonekana kuwa kana kwamba ni ajali ya majaliwa au historia na haitoshei kwa mchezo-

---

10 Taifa la Namibia (2018)

11 Taifa la Senegal (2001) art 25. Pia tazama Waris (2019)

12 Taifa la Senegal (2001) art 67 na Taifa la Guinea (2010) katika ibara 22 ya Katiba kwamba, "*Chaque citoyen doit contribuer, dans la mesure de ses moyens, à l'impôt et doit remplir ses obligations sociales pour le bien commun dans les conditions que la loi détermine.*" (Vivyohivyo, kila raia anapaswa kutoa ushuru kulingana na uwezo wao ili kutimiza wajibu wa kijamii kwa mujibu wa sheria).

13 Waris (2015)

14 Taifa la Senegal (2010) uk. 6

fumbo wa kile kinachopaswa kuwa mfumo wa kanuni za nchi. Sheria na sera ambazo zimekatika kutoka kwa katiba, huonekana kwamba zinaakisi shinikizo kutoka kwa urithi wa kikoloni, wafadhili na washauri, mara nyingi zikikosa falsafa ya uelekezaji.[15]

Dhana jumla ni kwamba, mapato na matumizi huwa ni ulimwengu wa misimbo na nambari za kiajabu na za kuchokesha, na kwamba ni suala la wataalamu ambao inatuhumiwa hawapo barani Afrika. Nia inayoongoza kitabu hiki ni kwanza, kuweka wazi jinsi sheria za fedha, kanuni na sera zinapaswa, zingekuwa au zingestahili kufanya kazi; pili, kuonyesha mbinu anuwai ambazo nchi za Afrika zimechukua katika mifumo yake ya fedha; na tatu, kutoa baadhi ya mapendekezo ya jinsi nchi inaweza kuwa na mfumo bora wa fedha, kuhakikisha kwamba mapato yote ambayo serikali inastahili kupata yanakusanywa na matumizi kupewa kipaumbele, kujenga usanifu wa fedha katika viwango vya ndani ya taifa, kitaifa, kieneo, kibara na kidunia, na kuwa na ufahamu wa ahadi za kibara na kieneo.

Kitabu hiki hakitachunguza kwa kina mifumo ya kieneo na kibara iliyopo, lakini kitairejelea mara kwa mara itakapohusika kwa kuzingatia mtazamo wa kinyumbani. Kwa kutumia data zinazopatikana wazi, kinatoa muhtasari wa uanuwai wa mitazamo ya fedha inayosakwa kama shinikizo za kuelekea za kuzidisha nguvu za upatanifu na ukamilifu.

Sura hii ya utangulizi itaeleza changamoto za kidunia zinazoikumba mifumo ya fedha. Kisha itatoa ramani ya hali ya mifumo ya fedha ndani ya Afrika kwa msingi wa data iliyopo na kutoa muhtasari wa changamoto zinazozikumba nchi za Afrika. Kwa kuchambua hali mifumo ya fedha ya kinyumbani bara, inatumainika kwamba, msomaji atapata nafasi nzuri ya kutathmini iwapo kisima kimekauka au la na iwapo hakijakauka, maji kisimani yamo kwa kiwango kipi cha chini.

---

[15] Waris (2019)

## 1.1. Kuchambua rasilimali za serikali na usawa wazo kwa matumizi[16]

Wakati data kuhusu mifumo isiyo halali ya fedha (IFF) na ushuru usioafikiana zilipoanza kutokea kwa vyombo vya habari mapema miaka ya 2000s, mpaka kati ya nchi ambazo zilionekana kuwa na usimamizi hafifu[17] na zile zilikuwa na usimamizi imara ulianza kujitokeza wazi. Tofauti kati ya mataifa yaliyo na ufisadi na yale yasiyo na ufisadi wa kiwango kikubwa vivyo hivyo zikaonekana kuwa wazi.[18] Tangu mapema miaka ya 2000, kwa kutolewa kwa Kielelezo Siri cha Kifedha (FSI)[19] na kufichuliwa kwingi kwa siri na kashfa kama vile fichuzi za LuxLeaks[20], Wikileaks[21], SwissLeaks[22], Panama papers[23] na hivi karibuni fichuzi za Paradise papers[24] na Mauritius Leaks[25], imekuwa wazi kabisa kwamba wasiwasi kuhusu mataifa yaliyo na usimamizi dhaifu ni ya kidunia na kwamba hakuna nchi ambayo imeepuka matatizo ya kuwa timilifu kifedha na ya ufisadi.

Matatizo haya yanalemaza uwezo wa mataifa wa kufadhili malengo ya maendeleo endelevu (SDGs), kupunguza umaskini, maendeleo na kutimiza na kudumisha ujitosheleshaji wa kifedha. Ukosefu wa kujifadhili kwa mataifa unazidishwa zaidi na nafasi za teknolojia ambazo hazijadhibitiwa na vilevile uwezo wa watu binafsi na makampuni wa kutumia teknolojia kwa shughuli zao za kifedha na hivyo kuzificha, hili likisababisha ongezeko la ukubwa wa uchumi kivuli.[26] Kashfa hizi za kidunia na maendeleo ya kiteknolojia zinajitokeza katika ulimwengu pale ambapo baadhi ya nchi zina

---

[16] Vipande vya sehemu hii awali vilichapishwa huko Ujerumani katika Waris (2018b)
[17] Wakfu wa Mo Ibrahim (2017)
[18] Transparency International (2017)
[19] Tax Justice Network (2018)
[20] ICIJ (2014)
[21] WikiLeaks (2015)
[22] ICIJ (2016)
[23] ICIJ (2018)
[24] ICIJ (2017)
[25] ICIJ (2019)
[26] UNCTAD (2019a)

mapato ya kifedha ya kiwango cha juu na thabiti na zingine zikiwa na uthabiti mdogo sana wa kifedha.[27]

Zaidi ya ushuru, mataifa kutoka kitambo yanategemea mapato ya nchi kutoka kwa biashara za serikali, mikopo, msaada na kodi kutoka kwa rasilimali asili. Kanuni zilizomo kwenye kitabu hiki na ambazo zitajadiliwa zinaweza kutumika kwa rasilimali au matumizi ya taifa, lolote sio tu kwa ukusanyaji wa ushuru na ugavi wake. Tofauti kati ya aina hizi za mapato ni kwamba, wakati kiwango cha mapato kinachopatikana kutokana na mikopo, msaada na biashara ya serikali kinaweza kubainika kupitia kwa mashauriano ya mikataba, mara nyingi katika sheria au kati ya wahusika katika mashauriano, hili halitumiki kwa ushuru na matumizi ya serikali.

Kutokuwepo na maafikiano ya fedha za kijamii inayoshaurianwa tena mara kwa mara kati ya wananchi na serikali yao, ni pengo la sera, linalotoa nafasi kwa utawala mbaya na kusababisha mapungufu kwa mlipa ushuru na mtoza ushuru na vilevile walio serikalini wanaogawa au kutumia.

Changamoto inayoendelea kwa serikali nyingi duniani ni kwamba, mataifa machache yana mpaka wa kiwango cha juu cha ushuru kinachoweza kukusanywa au hata mpaka wa kiwango cha juu cha deni unaoelezwa kikatiba au kisheria. Maafikiano ya fedha za kijamii ndiyo ya karibu sana unaweza kupata kwa hili. Dhana hii sio lazima iwe hai kwa fikra za watu isipokuwa iwe ndani ya mchakato wa uundaji wa katiba ambao uliwekwa ndani yake. Kwa mfano, mchakato katika nchi ya Eritrea kutoka mwaka wa 1997 umebaki kutokamilika hadi leo .[28] Hata wakati mchakato huu unakamilika, ufafanuzi na utekelezi wa sheria kwa kawaida unaachiwa serikali kuu nalo bunge likitarajiwa kuufafanua kwenye kanuni na sera. Katika mfano wa Eritrea, kukosa kwa rais kutia kuidhinisha katiba kunamaanisha kuwa hakukuwa na utekelezaji wa sauti ya watu.

Kufasili upeo wa mapato ya fedha na jinsi yanavyotumika ni changamoto kweli. Hatua ya kipekee na ambayo ni ya mfumo wa fedha ambapo kwa pakubwa ni ya ukandamizaji, ni kutoridhika kwa

---

[27] Leo, intaneti inadhibitiwa kwa kiwango kikubwa na makampuni manne (Google, Amazon, Facebook na Apple), makao makuu ya makampuni haya yote yakiwa Marekani (USA) na matokeo yake yakiwa ni kwamba, kiwango kikubwa cha mapato ya kifedha kinakusanywa kule.

[28] Mekonnen (2015)

wananchi, kilio na kitisho cha, au uasi halisi kutoka kwa watu.[29] Japo kuna njia za kutathmini hiari ya watu ya kutozwa ushuru na kuchangia, watu na jamii huweka msingi wa hiari yao kwa jinsi rasilimali za taifa zinatumiwa. Hoja muhimu ni kwamba mapato yanapaswa kuwekwa kwa kiwango cha chini kabisa , na wengi huwa wanasema: hakuna ushuru ulio ushuru bora. Licha ya haya, kuna sababu za ukusanyaji wa rasilimali, lakini kile kinasalia kuwa muhimu ni ukamilifu wa mfumo wa fedha ambao mapato na matumizi ya taifa yamebuniwa na kusawazishwa. Taifa linaweza kuwa na ukusanyaji wa mapato wa juu lakini iwapo tu matumizi yake ni kwa watu pekee na kwa uridhikaji wao kwa jumla.

Sabine[30] ana hoji kwamba, tunaweza kuwa na utozwaji ushuru bila kuwepo na serikali lakini hatuwezi kuwa na serikali bila utozwaji ushuru. Hoja hii hivi karibuni imethibitishwa na ukweli kwamba Ubelgiji kwa miaka mingi iliendesha taifa bila kutoza ushuru lakini bila serikali. Hoja hii inaweza kupanuliwa kwa kusema kwamba serikali inaweza kuendeshwa bila hata uwepo wa rais. Nchini Cameroon, ni ukweli unaojulikana wazi kwamba Rais Biya mara nyingi huishi Geneva, Uswisi. Nchi za Sudan Kusini na Somalia zilipokuwa kwenye hali za mizozo, wabunge wote kama sio baraza lote la mawaziri walikuwa wakiishi Nairobi. Rasilimali ikiwa ni pamoja na ushuru, fedha na uchumijamii na maendeleo ya kisiasa ya jamii. Utozaji Ushuru ni kazi kuu ya serikali.

Ulipaji ushuru huwaumiza walipaji unapoonekana kana kwamba ni wa kulazimishwa kulipa pesa ambazo walipa ushuru wanahisi wamefanyia kazi kwa bidii ambazo zinatozwa kwa wingi kupitia njia rasmi na isiyo rasmi (kama vile kutozwa na serikali na vilevile majambazi wa mtaani) au kutotumiwa vyema. Kuna tetezi kwamba ushuru haupaswi kamwe kutuacha na hisi kimsingi ambayo haiwezi kuepukika ya ukosefu wa haki ambayo tunahisi wakati tunalazimishwa kuipa serikali pesa iwe ni kwa hiari au la. Zaidi, taifa pamoja na vitengo vyake vya kutekeleza sheria linapaswa kuwa na busara, ustahiki na haki linapofikia uamuzi wake wa kotoza ushuru. Watu binafsi wangeitaka serikali kutekeleza kwa niaba yao, utozwaji wa ushuru wa athari za kiwango cha juu kabisa kwa mipango ya

---

[29] Burg (2004)
[30] Sabine (1991)

matumizi katika maisha ya umma ambayo inaonekana kutekelezwa kwa ufanisi na kuendeshwa kiuchumi na mfuko wa hazina, sawa na usawazishaji wa bajeti ya nyumbani.

Usawa na haki katika ukusanyaji wa ushuru pamoja na matumizi yake ni mojawapo wa uthibitisho wa mfumo wa fedha na uwezo wake wa kuendelea kufanya kazi. Ili kufikia usawa huu na haki, ni lazima watu wawe na wajibu ulio wazi na unaowahusisha katika maamuzi ya viwango vya ukusanyaji wa mapato na ugavi wake. Watu hushuhudia ugavi wa bajeti yote ya kitaifa na matumizi ya rasilimali yote iwe ni kutokana na ushuru, mikopo misaada au biashra ya serikali. Serikali ambayo ndiyo mwakilishi wa kweli wa walipa ushuru, inathamini imani na uelewa wa watu na idhini yao ya kutumia pesa zilizokusanywa kwa busara kwa niaba ya jamii nzima na kwa kuzingatia kanuni za haki na wema stahiki.[31]

Ushuru usio wa haki hatimaye haukusanyiki. Kwa hali bora zaidi, hakuna yeyote anaweza kutarajia ushuru hata uwe wa haki kukubalika na umma, isipokuwa kwa kinyongo. Sio kila mtu ataridhika na ushuru kila wakati kwa sababu, kwa ubora wake, ni makubaliano ya kufaa kati ya nia zinazoshindana na mahitaji ya rasilimali ya taifa. Maandamano tayari yashatokea kule Afrika Kusini kupinga utekelezwaji wa ada ya barabarani, na nchini Kenya dhidi ya utekelezwaji wa ada za petroli na bei ya nguvu umeme. Umma ni muhimu sana iwapo taifa litadumisha jamii amabapo kuna: amani, na mfumo wa haki usio na mapendeleo, mfumo bora wa elimu, utunzwaji wa afya kwa wote, makazi kwa walio na mapato ya chini, utoshelevu wa chakula, haki ya kupiga kura kwa wote, mikakati thabiti na inayoangaza mbele ya kupunguza umaskini, uzalishaji wa mali, kuinua viwango vya maisha, na maendeleo.

Wajibu wa serikali sio tu kuongeza ushuru ambao unahitajika ili kuzuia maofu ya kijamii, ambayo yanajidhihirisha kuwa hayakubaliki na ya kutenganisha, ila pia kutumia mikakati ya karibu ya rasimali ya fedha ili kuhakikisha kwamba wanajamii wote wanaendelea na kustawi. Hata mtu awe na mtazamo upi, taifa linahitaji rasilimali.[32]

Kwa mujibu wa methali kutoka Nigeria, "Farasi ana miguu minne, ila kila mara huanguka." Vivyo hivyo, japo tunaelewa kwamba

---

[31] Waris (2013a) Sura 1 na 2 na Alt (2019)
[32] Waris (2018b)

taifa linahitaji rasilimali na lina haki ya kuipata, mpango wa jinsi ya kupata maendeleo na ustawi wa jamii nzima umebakia kuwa changamaoto. Huenda ikawa huu ndio mguu dhaifu zaidi wa farasi.

Wengi wa wasomi wana tetezi kwamba, sharti kwanza tutazame ukusanyaji kabla ya kufanya maamuzi ya matumizi nao wengine wanaamini kinyume chake. Kuamua ni mguu upi wa kusimama nao kwa wakati fulani huwa ni suala la maoni. Kitabu hiki kitasonga mbele kwa kauli kwamba lazima kwanza tuhoji njia ambazo tunakusanya ushuru na kutumia mapato yaliyopo kabla ya kujaribu kuongeza mapato kwa mifumo mipya, iwe ni kutoka kwa biashara ya serikali, mikopo, misaada, ukusanyaji wa mapato au kuongeza viwango vya ushuru. Matumizi mazuri na fanisi ya fedha zilizopo tayari ndiyo yatamfanya mlipa ushuru kutii na hivyo kuwepo na jamii yenye amani.

Baadhi ya wengine huuliza iwapo mapato ya serikali na utozwaji ushuru utaendeshwa kwa ufanisi zaidi iwapo serikali haitahusika lakini kutekelezwe na watu binafsi au katika vikundi vidogo, hata hivyo, data zinaonyesha kwamba kile tu ambacho kinabadilika ni wanufaikaji.[33] Unahitaji uhusishwaji wa kifedha ili kufadhili maendeleo kwa njia thabiti, lakini kufanya hivyo, unahitaji muktadha wa taifa ambapo mfumo wa fedha unabuniwa na vilevile kuhakikisha kwamba mfumo wake wa manunuzi na zabuni unaakisi ukweli.[34]

## 1.2 Kuzielewa Nchi 54 Zinazobuni Bara la Afrika

Huku tukielekea kwa mfumo wa fedha sahili, ulio na usawa zaidi, wazi na anuwai ambao umekuwa wasiwasi wa mataifa yanayoendelea kwa miongo, hata kwa uelewa wa kiwango cha chini wa mfumo fulani unaweza kuwa wa kuchokesha wakati mwingine. Sio tu kwamba kuna vigezo vya kidunia, pia kuna misimamo ya kibara ya Afrika ambayo mataifa haya yameikubali ila hayajaitimiza.

Zaidi, hati kama vile Sheria ya Afrika pamoja na matamko anuwai yaliyofuata, imetoa ramani ya mahitaji msingi ambayo kila nchi binafsi ya Afrika inapaswa kufikia. Mikataba ambayo inaunda msingi wa mfumo wa fedha katika kiwango cha kibara ni pamoja na Sheria Jenzi ya Umoja wa Afrika; Sheria ya Afrika ya Haki za Binadamu na Watu

---

[33] Akech (2006)
[34] Thiankolu (2019)

(ACHPR) (1981); Tamko la Abuja Kuhusu Matumizi kwa Afya (ADHS) (2001); Mapatano ya Afrika kuhusu Uzuiaji na Upiganaji na Ufisadi (ACPCC) (2003); Tamko la Maputo kuhusu Kilimo na Usalama wa Chakula (MDAFS) (2003); Sheria ya Afrika kuhusu Uchaguzi wa Demokrasia na Utawala (2007); Sheria ya Afrika kuhusu Takwimu (ACS) (2009); Sheria ya Afrika kuhusu Maadili na Kanuni za Utumishi wa Umma na Utawala (ACVPPSA) (2011); na Sheria ya Afrika kuhusu Maadili, na Kanuni za Ugatuzi, Utawala wa Mitaa na Maendeleo ya Mitaa (ACVPDLGLD) (2014).

Kwa pamoja, mikataba hii hutoa maelekezo kuhusu ubora wa habari inayokusanywa, namna ambavyo watu wanapaswa kuchukuliwa na dhibiti kuhusu ni nini serikali imekubaliwa kufanya - dhibiti kuhusu wajibu wa serikali na vilevile dhibiti za watumishi wa umma. Mikataba hii ni msaada kwa njia za mataifa za kufikia ugatuzi, ikiyahitaji mataifa kuhamisha nguvu na majukumu, uwezo na rasilimali kwa gatuzi ndogo za taifa. Zinaweka wazi kwamba kila nchi sharti itumie kiwango cha chini cha 15% ya bajeti yake ya kitaifa kwa afya na 10% kwa kilimo na usalama wa chakula na kwamba, ada ya maduhuli ya 0.2% itatozwa kwa bidhaa zote zinazoingizwa nchini (maduhuli) zinazostahili kutozwa ili kufadhili Umoja wa Afrika. Kupitia kwa mikataba na sheria hizi, serikali ya Afrika inayotii imejiwekea mipaka ya nguvu zake kwa kutaja matumizi yaliyopewa kipaumbele. Katika Jedwali 1 ni muundo wa bajeti ya kitaifa kwa bara la Afrika.

**Jedwali 1. Muundo Tarajiwa wa Bajeti ya Taifa la Kiafrika kwa Msingi wa Makubaliano ya Kibara**

| **Mapato** | | **Matumizi** | |
|---|---|---|---|
| Ushuru | ? | Afya | 15% ya bajeti |
| Deni/Mikopo | ? | Kilimo na usalama wa chakula | 10% ya bajeti |
| Msaada | ? | Elimu | ? |
| Mapato yasiyo ya Ushuru | ? | Ustawi wa Jamii | ? |
| Biashara ya Serikali | ? | Muundomsingi | ? |
| Mirahaba | ? | Usalama | ? |
| | | Utafiti | 1% ya Pato la Nchi |
| | | Malipo ya Uanachama: Umoja wa Afrika | 0.2% ya forodha |
| | | Ulipaji wa deni | ? |
| | | Matumizi yaliyogatuliwa | ? |
| | | Matumizi ya serikali kuu | ? |
| Jumla | 100% | | 100% |

Chanzo Mwandishi

Bara linaweza tu kueleweka kwa uanuwai huu. Sehemu hii inanuia kuakisi misimamo anuwai ya mataifa binafsi ya Afrika licha ya mapatano ya kibara na kidunia. Inaangalia ushikiriki katika mchakato wa uandalizi wa bajeti, ushuru, deni na matumizi ya taifa. Kulikuwa na tatizo la utambuzi wa hakika wa msaada na biashara ya serikali na vilevile sera ya matumizi.

### 1.2.1. Ushiriki, maandalizi ya bajeti na kupatikana kwa habari

Ushiriki vilevile haujafunguka kwa wanachama wote wa taifa au jamii. Karibu kila nchi kote duniani ina sheria za fedha, kanuni na sera na kwamba kuna uwanja mpana wa maslahi ya kipekee.[35] Vikundi vya kutetea maslahi ya umma ambavyo vimefadhiliwa vyema na vilivyo na mtandao mzuri na/au vilivyo na uelewa mkubwa, hutetea kuwepo na misamaha na kutumia mianya ya kupunguza mzigo wa ushuru kwa wale waliopo, ikipelekea kuwepo na kuchukuliwa

[35] Waris (2017b)

kispesheli kwa masuala ya ukwepaji, ukosaji na upangaji wa ushuru.[36] Mkingamo huu wa kusudi wa ushiriki wa umma umefungua mijadala kuhusu maadili na uadilifu wa ushuru.

Nchini Tanzania na kwa kuzingatia ACVPDLGLD, kipengele 146 cha katiba kinasema:

> Kusudi la kuwepo na mamlaka za serikali ya mtaa ni kuhamisha mamlaka kwenda kwa watu. Mamlaka za serikali ya Mtaa zitakuwa na haki [...] kuhusisha watu katika upangaji na utekelezwaji wa programu za maendeleo [...][37]

Nchi zingine zilizo na mahitaji ya ushirikishaji katika katiba zao mnamo mwaka wa 2016 ni pamoja na: Kenya, Afrika Kusini, Tanzania, Tunisia, na Zimbabwe.[38] Guinea ina mfumo wa urais ulio na ukatikati wa nguvu sana. Hata hivyo, bajeti ni mchakato shirikishi wa kila mwaka unaohusisha utawala wa ngazi zote, wabia wa maendeleo, Bunge, Sekta ya kibinafsi na mashirika ya kutetea jamii katika viwango mbalimbali.[39] Raia wanapaswa kuwa na:

- Msaada kuhusu bajeti au kuwafuata katika viwango vya kitaifa na mtaani;
- Kushiriki katika shughuli zote ili kutimiza wajibu wao wakati wa kazi ya jamii;
- Kuzuru ofisi za huduma za utawala na kukutana na viongozi ili kupata habari kuhusu rasilimali ya umma inayowaathiri na hivyo kujadili wasiwasi wao; na
- Kuweza kupata gazeti au kupitia mtandaoni kupata maagizo ya bajeti au bajeti ya taifa.

**Jedwali 1. Ramani ya Nchi za Afrika zikiwa na Ushirikishi wa Mchakato wa Bajeti Mnamo 2016**

[36] Tutt (1985)
[37] Crawford na Hartmann (2008) u. 164
[38] Fuo (2015) p. 169
[39] Taifa la Guinea (2017) p. 21

Chanzo Mwandishi

Nchi ambazo zimeangaziwa katika Jedwali 1 ni zile ambazo kwa namna fulani zina sheria za ushiriki katika mchakato wa bajeti. Kufikia mwaka wa 2016, ushiriki wa umma ulikuwa unawezekana tu kwa mataifa 15 kati ya 54 ya Afrika. **Senegal**, Gambia, Guinea Bissau, Mali, **Burkina Faso**, Benin, Cameroon, Ethiopia, Kenya, Uganda, Tanzania, Mozambique, Zambia, Zimbabwe na Madagascar.

Haki ya kupata habari kwa jumla pamoja na kupata habari za bajeti inawawezesha wananchi kushiriki kwa mchakato wa bajeti. Sera mpya ya waziri wa Bajeti wa Guinea ni kuwezesha matumizi ya haki hiyo kwa hoja ya kuimarisha uwazi katika uandalizi wa bajeti na kutekeleza utashi wa kisiasa wa Raisi wa Taifa wa kuweka bajeti ya kitaifa kwa huduma ya wananchi. Mwongozo wa bajeti wa Guinea kwa mara ya kwanza ulichapishwa mwaka wa 2017.

Licha ya picha hii inayoonekana kuwa chanya, kupata habari na ushirikishwaji, mataifa hayatekelezi sheria haswa katika muktadha wa habari ya fedha. Kwa mfano nchini Kenya, licha ya kuwa na ushiriki ulio na mamlaka kikatiba, mkataba ulikamilishwa na kisha ukapingwa mahakamani; shirika la kutetea binadamu lililowasilisha kesi hiyo mahakamani lilishinda, hata hivyo mkataba mwingine umekamilika, tena ukikosa ushirikishwaji wa jamii.[40]

---

[40] Picciotto (2019)

**Jedwali 2. Ramani ya Mataifa ya Afrika yaliyo na Uhuru wa Sheria za Habari mnamo 2016**

Chanzo Mwandishi

Kinachoangaziwa katika Jedwali la 2 ni nchi 11 za Afrika ambazo kufikia mwaka wa 2016, zilikuwa zimepitisha sheria za kitaifa za uhuru wa habari: Guinea, Sierra Leone, Liberia, **Nigeria, Niger**, Ethiopia, Uganda, Rwanda, Angola, Zimbabwe, na Afrika Kusini. Hizi sio nchi zote zinazokubalisha ushiriki katika uandalizi wa bajeti. Nchi zingine kama Angola zina sheria za uhuru wa habari lakini si ushiriki katika uandalizi wa bajeti, na nchini Madagascar, kuna vipengele vya ushauri lakini hakuna vya uhuru wa habari.

Hata iwapo kuna uhuru wa habari, hili huenda likakosa kuhusisha upatikanaji wa data za kifedha, mikataba ya kibiashara ya taifa, zabuni au mchakato wa manunuzi. Hili linaibua swali: Je kunawezaje kuwepo na ushirikishwaji wa umma iwapo haki za upatikanaji wa habari hazipo au kinyume chake. Taratibu za usahihi zilizo zaidi ya uundaji wa bajeti huwa changamoto kubwa.

### 1.2.2. Ukuaji kiuchumi kwa Afrika

Hatua ya mwanzo ya nchi zilizoendelea inaweza kuwa tofauti na ile ya nchi zinazoendelea. Nigeria na Afrika Kusini zinashikilia karibu 50% ya Pato la bara - GDP (kwa 29.3% na 19.1% mtawalia). Hata hivyo, katika kiwango cha kieneo, mgawo wa ukuaji una kingama kwa kupendelea Mashariki mwa Afrika kama ilivyoonyeshwa katika Majedwali ya 3 na 4.

**Jedwali 3. Ukuaji wa Jumla ya Pato la Taifa (GDP ) kwa Kieneo katika Bara la Afrika mnamo Mwaka wa 2016**

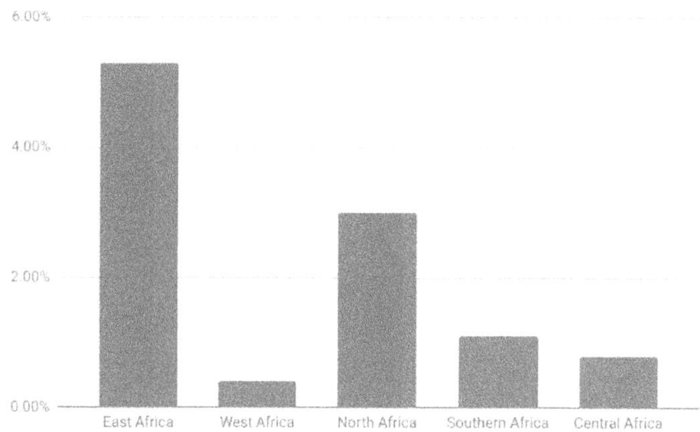


Chanzo: UNECA (2016)

**Jedwali la 4: Mgawo wa Ukuaji wa Jumla ya Pato la Kitaifa (GDP) kwa Eneo Mwaka wa 2016**

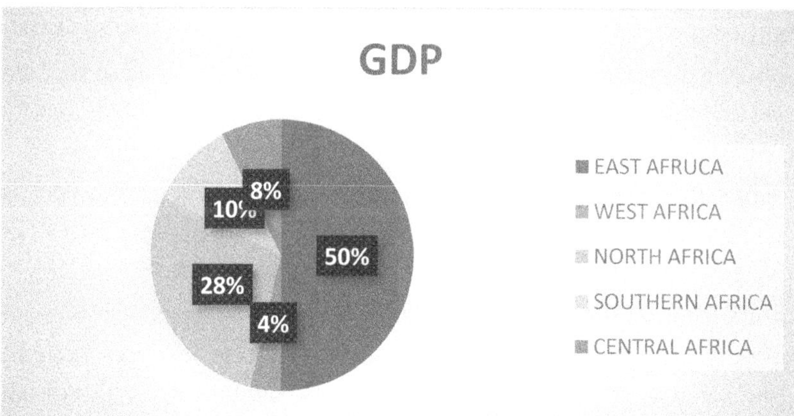


Chanzo: UNECA 2016

Inakisiwa kwamba uchumi wa Afrika Mashariki ulikua kwa 5.3% mwaka wa 2016 ukiwakilisha 50% ya ukuaji kiuchumi wa bara. Hata ingawa ukuaji huu ni wa polepole ikilinganishwa na kiwango cha 6.5%

cha mwaka wa awali, bado kwa mbali ni eneo linalokuwa kwa haraka sana barani Afrika. Ethiopia, ambayo ilikua kwa 8%, ndiyo iliyoongoza katika eneo; nchi za Kenya, Rwanda, Tanzania na Djibouti zote zikifanikiwa kupata ukuaji wa viwango vya zaidi ya 6% mnamo mwaka wa 2016.

Eneo la Afrika Kaskazini ndilo lilikuwa la pili kwa ukuaji wa haraka (kwa 3%), likifuatwa na la Kusini mwa Afrika (1.1%), na kisha la Kati mwa Afrika (0.8%). Ukuaji wa Jumla ya Pato la Taifa (GDP) la Magharibi mwa Afrika ulifikia 0.4% tu kutokana na mwanguko wa uchumi nchini Nigeria pale ambapo Jumla ya Pato la Taifa (GDP) lilishuka kwa 1.5% (kutoka 2.8% mwaka wa 2015).

Botswana na Eswatini (Swaziland) ndizo nchi mbili pekee barani Afrika ambazo hazikurekodi upungufu katika masalio ya hesabu zao za fedha za 2016. Zingine ni waagizaji nje halisi wa bidhaa na huduma. Makadirio yanaonyesha kwamba nchi 20 kati ya 54 zilikuwa na upungufu wa tarakimu mbili katika akaunti ya hundi mwaka 2016, upungufu wa juu zaidi ukiwa wa nchi ya Libya (37.8%) ya Jumla ya Mapato ta Taifa (GDP) na Mozambique (31.1%) ya Jumla ya Mapato ya Taifa (GDP).

Ukuaji kwa kusudi la kufadhili taifa, mara nyingi hutokea kuwa ni kiwango kipi ambacho taifa linapaswa kukusanya kutokana na uchumi unaokua. Iwapo ukuaji wa Afrika Magharibi ulifika 0.4% wakati wa mwanguko wa uchumi, hili linamaanisha kwamba, bila kuongezeka kokote kwa ushuru, serikali za Afrika Magharibi kimsingi zinapaswa kukusanya 0.3% ya mapato zaidi kwa mwako unaofuata.

Mnamo mwaka wa 2018, 92% ya Uwekezaji wa Kigeni wa Moja kwa Moja (FDI) uliotangazwa katika miradi mipya ulienda kwa nchi 10 za Afrika. Nchi hizi zilikuwa ni, Misri, Morocco, Angola, Ghana, Mozambique, Ethiopia, Afrika Kusini, Nigeria, Tanzania na Kenya. Morocco ndiyo inayoongoza uwekezaji wa kiwango kikubwa wa nchi majirani za bara la Afrika kukiwa na karibu $8bn uliotangazwa mwaka wa 2015-2016. Ethiopia ilipokea zaidi ya $3bn kwa ajili ya kiwanda cha kutengeneza mbolea. Kutoka Morocco, nchi ya pili kupokea Uwekezaji wa Kigeni wa moja kwa moja wa kiwango cha juu kabisa ilikuwa ni Cote d'Ivoire wa bn $2.7 mnamo mwaka wa 2015-2016.

Mtiririko wa FDI wa Afrika kwa mataifa hayo mengine ya dunia ulishuka mnamo mwaka wa 2016, ukirudisha nyuma mwenendo uliokuwa umeshuhudiwa kwa miaka michache iliyopita na hili lilikuwa ni licha ya msukumo wa Kenya mnamo mwaka 2012 wa kuundwa kwa Kituo cha Kimataifa cha Fedha (IFC).[41] Mwekezaja mkubwa zaidi wa bara Afrika kwa mataifa ya kigeni ni Afrika Kusini iliyoshuhudia kushuka kwa mtiririkonje wake kwa 30% na 58% mwaka wa 2015 na 2016 mtawalia. Uwekezaji wa Nigeria nje ya ya bara pia umekuwa ukishuka tangu 2015.[42] Kwa hakika inamaanisha kwamba mitiririkonje ya kifedha inapaswa vilevile ikishuka au kutiririka zaidi kwa mataifa mengine ndani ya bara la Afrika.

**Jedwali 2. Uwekezaji Mkuu wa Afrika Mwaka wa 2016**

| Inchi Inayowekeza | Nchi za Kufanya Uwekezaji | Viwanda | Kiwango mnamo 2016 |
|---|---|---|---|
| Morocco | Ethiopia<br>Cote d'Ivoire | Mbolea | Dola za Marekani (USD) bilioni 8<br>Dola za Marekani (USD) bilioni 2.7 |
| China | | Ardhi | Dola za Marekani (USD) bilioni 38.4 |
| United Arab Emirates (UAE) | | Al Habtoor | Dola za Marekani (USD) bilioni 14.9 |
| Italia | | Mafuta na gesi | Dola za Marekani (USD) bilioni 11.6 |

Chanzo Mwandishi

Katika kipindi cha mwaka wa 2015 - 2016, mwekezaji mkubwa zaidi barani Afrika ilikuwa ni kampuni ya Fortune Land Develeopment ikifuatiwa na Al Habtoor Group ambalo ni shirikisho la makampuni lililo UAE, na Eni SpA ambalo ni shirika la kimataifa la mafuta na gesi la Italia (MNC). Kwa jumla, mashirika ya kutoka China yalichangia Dola za Marekani bn38.4 katika kipindi hicho. Makampuni yaliyomo UAE, yaliwekeza kiasi cha Dola za Marekani $14.9bn, nayo makampuni ya Italia yakaakaahidi $11.6bn kwa jumla.

41 Waris (2014c)
42 AU (2019)

Tazama Jedwali 2. Kwa nafasi ya nne, yalikuwa ni makampuni kutoka Marekani (USA) yakiwekeza karibu $10.4bn.

Kwa kuelewa ni nini nchi inawekeza, ndicho kinachosaidia nchi kuwa na mikakati kuhusu mahusiano ya kibiashara. Nchi zilizo jirani na nchi zinazowekeza, zinapaswa kujiuliza ni kwa nini hazipokei ufadhili kama huo.

Upatikanaji wa data kuhusu uwekezaji ulikuwa mgumu sana na mara nyingi data zenyewe zikiwa zimepitwa na wakati. Hili linaweza kuakisi ukweli kwamba, data inayohusiana na mwekezaji wa kibinafsi huenda ikawa haikusanywi mara kwa mara au kwa namna iliyo na mpangilio, na iwapo marupurupu au misamaha ilitolewa huenda isifuatiliwe kutokana na haya.

Bara la Afrika lina mgao mkubwa zaidi wa watu wazima ambao wanaazisha au kuendesha biashara mpya. Kupungua kwa rasilimali ya kusindika kama chanzo cha ukuaji kunaonekana kwa wingi barani Afrika. Mnamo mwaka wa 2015, chumi tano zilizokuwa zinakua kwa haraka sana hazikuwa na ukwasi wa rasilimali, zikiwa ni Ethiopia, Cote d'Ivoire na Rwanda kwa 10.2%, 8.8% na 7.1%, mtawalia. Kwa sasa, mafuta yanachangia 10% ya Jumla ya Mapato ya Nchi (GDP) ya Nigeria, ikiwa ni kushuka kutoka 25.6% mwaka wa 2000 (hata ingawa bado yanachangia zaidi ya 90% ya mapato ya fedha za kigeni). Nchini Nigeria, kwa sasa mapato kutokana na mafuta yameshuka hadi kiwango cha 50% ya jumla ya mapato ya taifa, na 50% ya mapato yalitokana na ushuru kufikia mwaka wa 2018. Hata hivyo, ukweli wa habari hii unabakia kutoeleweka kwa vile data kutokana na misaada na mikopo haiwezi kuthibitishwa.

### 1.2.3. Ushuru katika Bara la Afrika

Kati ya Januari na December 2018, data iliyokusanywa moja kwa moja na mwandishi kutoka kwa vyanzo vya serikali pamoja na mamlaka za mapato na taasisi za fedha za bara, ilionyesha tofauti kubwa sana hata katika utambulisho wa lipa ushuru. Changamoto za kupata data hii na ukosefu ajabu wa habari za kina unaonyesha changamoto nyingi ambazo kwa haraka zinazikumba nchi za Afrika, serikali na watu wake kwa kujaribu kuhakikisha kuwepo na utawala bora na kushinikiza uhalali bora wa fedha.

Data ya nchi kuhusu watu walio na umri wa miaka zaidi ya 18 haikupatikana; kutokana na hilo, data ya wapiga kura ndiyo iliyokusanywa. Uchaguzi katika nchi tofauti katika bara hufanyika nyakati tofautitofauti na kwa hivyo data hiyo si ya ulinganifu wa kutegemewa sana. Hata hivyo, hii ndiyo habari ya umma inayopatikana. Kwa nchi 22 ambapo data ilipatikana, ulinganifu ulifanyika kwa idadi ya walipa ushuru waliosajiliwa, watu binafsi na mashirika kwa pamoja. Hii ni kwa sababu nchi nyingi ispokuwa Kenya, hazikuwa na data ya kuonyesha ni idadi ya taarifa rasmi za mapato ya mashirika na mapato ya walipa ushuru binafsi zilikuwa zimerudishwa mwaka wa 2018 au ni walipa ushuru binafsi wangapi waliokuwa wamesajiliwa kinyume na makampuni na taasisi zingine zinazopaswa kutozwa ushuru.[43] Asilimia zimeonyeshwa katika Jedwali la 3 na Mchoro wa 5.

**Jedwali 3. Walipa Ushuru kwa Asilimia ya Jumla ya Wapiga Kura walio na Umri wa zaidi ya Miaka 18 kwa kila Nchi kufikia Disemba 2018.**

| Nchi | % ya Wapiga Kura wa Umri zaidi ya Miaka 18 Waliosajiliwa Kulipa Ushuru | Nchi | % ya Wapiga Kura wa Umri zaidi ya Miaka 18 Waliosajiliwa kulipa Ushuru |
|---|---|---|---|
| Angola | 39% | Namibia | 55% |
| Cameroon | 7% | Nigeria | 4% |
| Misri | 14% | Senegal | 1% |
| Gambia | 17% | Seychelles | 35% |
| Ghana | 10% | Afrika Kusini | 99% |
| Kenya | 39% | Swaziland (Eswatini) | 8% |
| Liberia | 2% | Tanzania | 11% |
| Madagascar | 3% | Togo | 2% |
| Malawi | 0.2% | Uganda | 7% |
| Mauritius | 63% | Zambia | 4% |

Chanzo Mwandishi

[43] ATAF, Waris na Magara (2019)

**Jedwali 5. Asilimia ya Walipa Ushuru dhidi ya Wapiga Kura wa Umri zaidi ya Miaka 18**

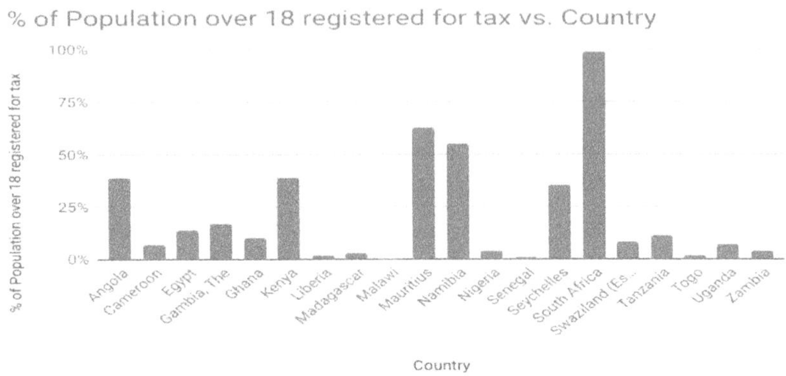


Chanzo Mwandishi

Data hii, licha ya udhaifu wake, inaonyesha hatua za kuchukua. Umri wa wastani wa Afrika hii leo ni miaka 19 na nchi nyingi za Afrika zikiwa hazina ustawi wa jamii kama vile ruzuku ya kutoajiriwa au hata ya baada ya kustaafu ambayo inaweza kuitwa malipo ya kuishi, hivyo basi matokeo yake yakiwa kuwa mzigo wa kifedha wa wafanyakazi una uwezekano wa kuwa mkubwa sana. Data hii pia inaangazia ukweli unaojulikana kwamba, kuna sekta kubwa sana isiyo rasmi ambayo imeundwa na bishara ambazo hazijasajiliwa na zinazoendeshwa kama biashara zilizosajiliwa. Hata ingawa katika mabara mengine kunaweza kuwa na biashara ndogo sana na za vipimo vidogo, katika mataifa ya Afrika huwa ni biashara za vipimo vidogo na vya wastani zikiendeshwa bila kusajiliwa ili kukwepa kanuni za serikali.

Idadi ya walipa ushuru waliosajiliwa (watu binafsi au mashirika) inaonekana kutofautiana kutoka 0.2% ya idadi ya watu nchini Malawi na 1% nchini Senegal, hadi 11% nchini Tanzania na 14% nchini Misri, na hadi 35% nchini Seychelles, 55% nchini Namibia, na 99% nchini Afrika Kusini. Kwa hakika tofauti hii inaonyesha msingi wa ushuru umefinyika sana katika nchi nyingi za Afrika na kwamba ni sehemu teuliwa tu ya idadi ya watu ambayo hulipa ushuru wa kishirika au wa mapato ya kibinafsi. Ni nchi chache ambazo zilikuwa na data ya shirika iliyopatikana lakini data hii ilikuwa na badiliko dogo au hata bila kubadili chochote katika uchanganuzi uliowasilishwa kwenye Jedwali la 3 na Mchoro wa 5. Hata hivyo, wale wote wanofanya ununuzi wa moja kwa moja huwa wanalipa ushuru usio dhahiri kama vile ushuru wa nyongeza ya thamani (VAT).

Data hii inaibua swali ni kwa nini watu wengi na mashirika hawaongezwi kwa kundi la wale wanaotozwa ushuru wa mapato. Inaonekana kuna ukosefu wa ajira ni wa kiwango cha juu sana, hata hivyo kuna uwezekano mkubwa sana kuwa wengi wa watoa ushuru ambao hawajasajiliwa wako kwa sekta isiyo rasmi na wengine ni wanafunzi au waliostaafu lakini bado hili halielezi tofauti kubwa iliyo kwa takwimu.

**Jedwali 6. Kuweka Ramani ya Walipaushuru Waliosajiliwa kama Asilimia ya Wapigakura kufikia Desemba 2018**

Chanzo Mwandishi

Kama ilivyo kwenye ramani ya Jedwali 6, tunashuhudia kwamba idadi ya walipaushuru ni ya chini sana (10% au chini ya wapiga kura) katika Magharibi na Kati ya Afrika, na vilevile baadhi ya nchi za Mashariki na Kusini Afrika. Kupatikana kwa data ni muhimu sana ili kuelewa walipaushuru na ukubwa wa mfuko wa fedha.

Kupatikana kwa habari za mashirika ya nchini na ya kigeni vilevile ni muhimu, hata hivyo, nchi nyingi za Afrika zilishindwa kutoa au hazijawahi kuweka wazi data kuhusu mashirika yanayomilikiwa na taifa na hata ni chache mno ambazo zina data kuhusu mashirika ya nchini na ya kigeni.

**Jedwali 4. Idadi ya Mashirika ya Kigeni katika Nchi (9) za Afrika kufikia Desemba 2018**

| Nchi | Idadi ya Mashirika ya Kigeni | Nchi | Idadi ya Mashirika ya Kigeni |
|---|---|---|---|
| Burundi | 31 | Malawi | 34 |
| Chad | 8 | Mozambique | 9 |
| Gambia | 6,471 | Rwanda | 150 |
| Ghana | 568 | Swaziland (Eswatini) | 23 |
| Liberia | 79 | | |

Chanzo Mwandishi

**Jedwali 7. Grafu ya idadi ya mashirika ya kigeni katika nchi (9) za Afrika kufikia Desemba 2018**

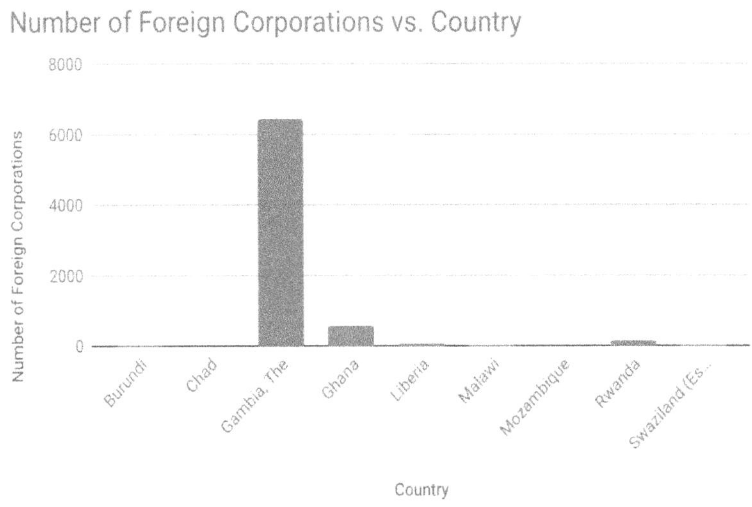


Chanzo Mwandishi

**Jedwali la 8: Kuweka Ramani ya Idadi ya Mashirika ya Kigeni katika Nchi (9) za Afrika kufikia Desemba 2018**

Chanzo Mwandishi

Jedwali 4 na Michoro 7 na 8 linaonyesha kwamba, kati ya nchi tisa za Afrika ambako data ilipatikana, idadi ya mashirika ya kigeni ni kati ya 8 nchini Chad hadi 6,500 nchini Gambia. Hata hivyo, hili haliakisi michango ya mashirika kwa mkusanyiko wa rasilimali ya taifa. Kinyume na nchi zilizoendelea, baadhi ya nchi maskini sana hutegemea kwa ukubwa zaidi rasilimali ya ushuru wa mashirika kutoka kwa MNCs. Hivyo basi ni muhimu sana kwamba, mataifa yanayoendelea yanaweza kutoza ushuru kwa mapato kamili (ya watu binafsi na mashirika) ambayo yanapatikana kwenye tawala zao. Hata hivyo, iwapo data hii haipatikani kutoka kwa mashirika mengi na mapato yao, ni vipi tunaweza kuandaa muundo wa fedha ipasavyo kwa mfumo ambao unaostahiki pakubwa kwa taifa?

Uchanganuzi zaidi unaonyesha kwamba ushuru usiodhihirika umekuwa na ushawishi mkubwa kwa ukusanyaji. Kwa mfano, nchini Namibia, mapato ya ushuru ni makubwa zaidi; yakichangia zaidi ya 90% ya bajeti. Lakini iwapo mapato ya Muungano wa Idara ya Forodha wa Afrika Kusini (SACU) yataachwa nje, mgao wake ni takribani 65% ya bajeti.[44] Mwaka wa 2014, Namibia ilibuni sheria ya mshahara wa chini kabisa kuwa (Dola za Marekani) $888 kila mwezi

[44] Taifa la Namibia (2017)

(+/- $26 kwa siku). Nchi hii pia ina msamaha wa ushuru kwa mapato ya kila mwaka ya yaliyo chini ya dola 50,000 za Namibia.[45]

Mnamo mwaka wa 2007, tayari nchi ya Namibia ilikuwa na mpango wa ruzuku kwa pembejeo za uzalishaji na huduma kwa wakulima wa pamoja katika uzalishaji wa mazao kwenye nchi kavu. Zaidi, Namibia inazo biashara zinazomilikiwa na serikali, (SOEs) kama vile mabanki, viwanja vya ndege na makampuni ya maji pamoja na ustawi wa jamii na tume ya mawasiliano.[46] Data kutokana na Biashara zinazomilikiwa na Serikali, SOEs ikiwa ni pamoja na kiwango cha mapato kinachozalishwa na serikali na ambayo inawekwa kwa bajeti, bado inasalia kutoeleweka.

Data iliyokusanywa japo mara nyingi kwa ugumu, na ambayo imewasilishwa katika kiambatisho C, inaonyesha kwamba nchi zote za Afrika aghalabu zinamiliki biashara moja kwa ukamilifu wake na huelekea kuwa wanahisa wa makampuni mengine mengi. Tasnia zingine ambako nchi hizi huwekeza ni pamoja na mawasiliano, kusindika na huduma na vilevile kilimo na hata ujenzi. Data kuhusu uchimbaji madini katika sekta ya usindikaji, misaada, mikopo na upatikanaji tena wa mali iliyoibwa, vilevile ni vigumu sana kuikusanya na hili lilidhihirisha ukosefu wa uwazi. Kwenye habari za magazetini data ilikuwa adimu na haikuonyesha uakisi wa kuboreshwa kwa uandalizi wa bajeti au upungufu wa mapato ya mamlaka lengwa. Jedwali katika kiambatisho D inaonyesha data ambayo ilipatikana hadharani kwa nchi za Afrika. Kile ambacho hakingethibitishwa ni idadi kamili ya jumla ya faida ambayo mataifa yanapata kutokana na uwekezaji wa biashara na vilevile kiwango jumla cha msaada ambayo mataifa haya yanapokea.

### 1.2.4. Deni la Afrika

Data ya 2018 inaonyesha kwamba nchi nyingi za Afrika ikiwa ni pamoja na Jamhuri ya Congo, Mozambique, Eritrea, Somalia, South Sudan, Sudan na Zimbabwe, zimo kwenye dhiki ya deni. Zambia na Jamhuri ya Afrika ya Kati zilikuwa kwa hatari kubwa katika miaka ya 2000 wakati deni la Afrika kwa kiwango kikubwa lilikuwa ni kutokana na mikopo ya mapatano ya nchi mbili au mapatano ya nchi nyingi.

---

[45] Taifa la Namibia (2016)

[46] Sornarajah (2010) p. 40

Mnamo mwaka 2005, deni la Tanzania lilikuwa linaongezeka ilhali ukusanyaji wa mapato ya ushuru ulibaki kuwa wa chini kwa 10.8% ya Jumla ya Mapato ya Taifa (GDP). Ili kushughulikia hili, serikali kwa msaada wa Banki ya Dunia ilianzisha mradi wa kuifanya Mamlaka ya Mapato ya Tanzania kuwa fanisi na ya yenye nguvu katika usimamizi wa ushuru.[47] Mradi huu uliojulikana kama Mradi wa Usasishaji Ushuru uliboresha muundomsingi wa ushuru wa nchi. Ukusanyaji wa mapato halisi uliimarika kwa kiwango wastani cha kila mwaka cha 21% kutoka mwaka wa 2007 hadi 2011. Uwasilishaji kielektroniki wa ripoti za Ushuru wa Nyongeza ya Thamani (VAT) uliongezeka kutoka chini ya 500 mwaka wa 2009 hadi zaidi ya 4,000 mwaka wa 2011. Jumla ya walipa ushuru 376,666 walijsajili kwa mfumo mpya ulioanzishwa wa ulipaji ushuru wa mali kwa kutumia simu za mkononi.

Chad ilirekodi upungufu wa mapato ya mafuta na vilevile kuwepo na mzigo mzito sana wa ulipaji wa madeni kwa deni la kibiashara la kigeni, hili likipelekea upunguzwaji wa matumizi na kusimamishwa kwa muda msamaha wa ushuru. Rasilimali zisizotokana na mafuta za Chad kwa sasa ni 5% ya Jumla ya Pato la Taifa (GDP). Ili kuwa na mwitiko wa majukumu ya uandalizi wa bajeti na ushuru, Chad ilianzisha marekebisho katika ushuru wa mapato ya rasilimali isiyo ya mafuta kama ifuatavyo:

- Kuimarisha shughuli muhimu za usimamizi wa ushuru kama vile usajili na utambuzi wa walipaushuru wapya; kama mojawapo wa marekebisho haya, mfumo wa kiotomatiki wa usimamizi wa ushuru ulianzishwa mnamo 2014.
- Usasishaji na kurahisisha taratibu za kuwasilisha ripoti za malipo ya ushuru; na
- Ukusanyaji bora na ulioongezeka wa mapato ya ushuru.

Nchi nyingi za Afrika (ikiwa ni pamoja na Chad, Sudan, Mozambique, Benin, Kenya na Zimbabwe) zinakumbwa na wiano kati ya deni - na Jumla ya Pato la Taifa (GDP) ambao uko juu ya alama ya 50%. Katika nchi ya Benin, deni la ndani ya nchi na la kama magao wa Jumla ya pato la Taifa, (GDP) ulifikia kiwango cha 47.6% mwaka wa 2016 na 54.6% mwaka wa 2017, ambayo ni nyongeza ya 7% kwa kipindi cha mwaka mmoja. Nchi nyingi pia zimenza kutoa

[47] ICR (2012)

dhamana za serikali ili kuongeza mapato. Mgao wa dhamana ya serikali kwa deni la nje la umma na lililodhaminiwa hadharani uliongezeka kutoka 9% mwaka wa 2007 hadi 19% mwaka wa 2016 katika nchi za Afrika (bila kuhesabu za Afrika Kaskazini ).

Ongezeko la kiwango cha deni ni tisho la hatari kubwa kwa maendeleo endelevu. Linaweka shinikizo kwa mamlaka za mapato ya kitaifa kukusanya ushuru zaidi ili kufadhili ulipaji wa deni na limesababisha serikali kupunguza ufadhili wa juhudi za maendeleo endelevu. Zaidi ya hayo, kushindwa kukusanya mapato ya kutosha kupitia kwa ushuru, matokeo yake huwa ni mapungufu katika bajeti ambayo yanailazimisha serikali kuchukua hatua za kurudi nyuma za kuongeza mapato ambayo yanahitajika kutimiza wajibu wa kulipa deni. Kwa mfano nchini Kenya, ongezeko la deni lilipelekea serikali kuanzisha mabadiliko hima ya ushuru mnamo mwaka wa 2018, yakinuia kuongeza mapato ili kutimiza wajibu wa kulipa deni ambalo wakati wake ukiwadia. Mabadiliko haya yalikuwa ni pamoja na kutozwa Ushuru wa Nyongeza ya Thamani (VAT) kwa petroli kwa kiwango cha 18%.

Serikali ya Ghana iliongeza kujitolea kwake kuhamasisha kuhusu rasilimali za umma za nyumbani, miongoni mwa hatua zingine, kushughulikia motisha wa ushuru uliopindukia haswa katika sekta pendelewa. Inakisiwa kwamba ruzuku za ushuru zilighariumu uchumi takribani 4% hadi 5% ya Jumla ya Pato la Taifa (GDP) kati ya mwaka wa 2016 na 2017.[48] Ina maana kwamba Ghana inapoteza kiwango kikubwa cha ushuru unaoweza kutozwa kwa utawala wa msamaha na ruzuku ya ushuru. Ongezeko la 8% la ushuru kwa huduma za mawasiliano, shughuli za fedha katika simu za mkononi na vilevile huduma za kifedha zinazotolewa na mabanki pia limeingizwa. Licha ya kuboresha taratibu za usimamizi wa deni katika nchi nyingi, kufikia sasa hili halijachochea ukuaji, uboreshaji wa viwango vya maisha au kupunguza umaskini katika nchi kama vile, Mozambique, Angola au Zambia pale viwango vya deni bado vimesalia kuwa juu sana.[49]

Kwa kuendelea kuongezeka kwa viwango vya riba duniani, hali za ufadhili wa kutoka nje kwa nchi nyingi Afrika unatarajiwa kuwa changamoto na mtiririko wa mtaji ukitarajiwa kupungua. Ongezeko

---

[48] Mensah (2015)
[49] UNDESA (2018)

la riba huongeza gharama za huduma na ambazo tayari ziko juu kwa baadhi ya nchi. Nchi za Afrika zinahitajika kuimarisha uthabiti kwa mkusanyiko stahili wa fedha, sera ya fedha, kiwango cha ubadilishaji wa fedha, pamoja na sera bara za kupunguza madhara kutokana na kukazwa kawa hali za kifedha duniani, kupanda na kushuka kwa sarafu na mtiririko nje wa mtaji. Ufuatiliaji wa karibu kwa athari za mienendo ya dunia kwa maeneo kama mizania ya sekta za umma na za kibinafsi na mfumuko wa bei wa ndani ni muhimu sana.

Ufuatiliaji kama huo unapaswa kuwa ni pamoja na uchanganuzi wa uendelevu wa fedha na deni na athari za usimamizi wa deni kwa ukuaji na uwekezaji. Serikali ya Angola ilianzisha mipango ya uimarishaji wa uchumi mkuu kwa lengo la kuboresha mazingira ya biashara kwa kupunguza hasara na kujumlisha deni na kuwepo na kiwango cha ubadilishanaji wa fedha kilicho na uwezo mkubwa wa kubadilika. Nchi za Angola na Afrika Kusini, ambazo ni chumi mbili kubwa zaidi kusini mwa Afrika, zilitarajiwa kukua kwa 2% na 1.4%, mtawalia, mwaka wa 2018. Mnamo mwaka wa 2018, utendaji wa ukuaji katika eneo ndogo hili uliendelea kuendeshwa na chumi kama vile, Botswana, Malawi, Mauritius na Zambia, ukukua kwa 4.4%, 4.4%, 3.7% na 4.1%, mtawalia.

Kujitolea kwa nchi za Afrika kutimiza Ruwaza ya 2063 ya Umoja wa Afrika pamoja na Malengo Endelevu ya Maendeleo (SDGs) inaonekana kulisaidia katika hatua yazo ya kupunguza hasara ya muundomsingi barani, ikipelekea kuwepo na ongezeko la ukopaji haswa katika maeneo ya Afrika Kaskazini na Mashariki. Hili kwa jumla lilipelekea kuwepo na ongezeko la jumla ya mgao wa deni katika Jumla ya Pato la Taifa (GDP) la bara kuongezeka kutoka kwa kadirio la 5.5% mwaka 2017 hadi 37.6% mwaka wa 2018. Hili lilichangia kwa pakubwa viwango vya juu vya deni la umma barani (kwa 51% ya GDP mwaka wa 2018), haswa kwa nchi zinazoagiza mafuta kutoka nje ambapo ilikuwa zaidi ya 60% Jumla ya Pato la Taifa (GDP) kwa hali zingine. Jumla ya deni kwa waagiza mafuta kutoka nje lilikuwa zaidi ya maradufu kama mgao wa Jumla ya Pato la Taifa (GDP), likiongezeka kutoka chini ya 13.1% mwaka wa 2015 hadi 28.3% mwaka wa 2018. Hili linazidisha picha ya bara hata wakati jumla ya deni la nje kwa nchi zinazoagiza mafuta kutoka nje imesalia imara kwa upana, japo kwa viwango vya juu ikiwa ni tu chini ya 45% Jumla ya Pato la Taifa (GDP).

### 1.2.5. Matumizi ya Taifa

Data inaonyesha kwamba nusu ya nchi za Afrika bado hupata chini ya 15% ya Jumla ya Pato la Taifa (GDP) kutoka kwa mapato ya ushuru, ikiwa ni chini ya kiwango cha chini kabisa cha 20% huchukuliwa na Umoja wa Mataifa kuwa hitajika kwa kutimiza Malengo ya Maendeleo ya Milenia kufikia mwaka wa 2015.[50] Tangu 2015, Malengo ya Maendeleo Endelevu lengwa, yalikuwa na vipengele haswa vya fedha lakini hayakuwa na vipengele dhahiri katika viwango vya ndani, kieneo au kibara. Hili liliachiwa mataifa binafsi na kanda za kimaeneo.

Bahasha la mapato ya matumizi ya umma ina ulinganifu mwema duniani. Kwa wastani, takribani, 30% ya jumla ya matumizi ya umma yamegawiwa huduma za jamii ikilinganishwa na 21% katika nchi zilizoendelea.[51] Hata hivyo, kuna tofauti kubwa katika nchi za Afrika. Kwa mfano, nchini Nigeria, karibu 20% matumizi ya wastani ya pamoja ya serikali yalitumika kwa afya, elimu, mafunzo ya ujuzi na ulinzi wa jamii kwa kipindi cha zaidi ya miaka 10 cha 2006-2016. Nchini Kenya, matumizi ya jamii yalipungua kutoka 39.7% ya matumizi ya serikali mnamo 2012-2013 hadi 25.18% mnamo 2016-2017.[52]

Kote duniani, matumizi mengi yaliyolengwa ya kiafya yamekubalianwa. Mnamo 2001, kiwango cha chini cha $34 cha matumizi kwa kila mtu kwa ajili ya afya kilipendekezwa na Tume ya Afya ya Uchumi mkuu ya Shirika ya Afya Duniani (WHO), na mwaka wa 2009, Jopo Kazi la Ngazi ya Juu (HLTF) la Ufadhili Vumbuzi wa kitaifa kwa Mifumo ya Afya, lilipendekeza $44 kwa kila mtu ikiwa ni kiwango cha chini kabisa kwa matumizi ya afya kinachohitajika kuanzisha uingiliaji kati ambao ni muhimu sana wa kufikia viwango hitajika ifikapo 2017. Pamoja na Malengo ya Maendeleo Endelevu, (SDGs), ugharamiaji mwingine ulifanywa ambao ulikadiriwa mahitaji kuwa ya $217 kwa kila mtu kwa wastani, kama ilivyokuwa katika

[50] Ndani ya Waris et al. (2011)
[51] OECD (2016)
[52] Obona (2017); Nafula (2017)

Ajenda ya Hatua ya Addis Ababa.[53] Nchi za Afrika zimepiga hatua kuelekea kufikia lengo la dunia la $44 kwa kila mtu katika matumizi ya afya. Matumizi kwa afya yameongezeka kwa muda, kukiwa na upungufu wa nchi nyingi za Afrika zinazotumia chini ya $20 kwa kila mtu.

Viongozi wa Mataifaya ya Umoja wa Afrika mnamo mwaka wa 2001 nchini Abuja, waliweka kiwango cha matumizi kuwa 15% cha jumla ya matumizi yote ya serikali.[54] Utendaji wa nchi za Afrika dhidi ya kiwango hiki si ya kusifika kuliko matumizi ya kila mtu. Inaonekana kuwa kuna kutokuwepo kwa kipaumbele kwa matumizi ya afya ndani ya bajeti za kitaifa kama matumizi ya serikali kwa afya kwa mgao wa jumla ya matumizi yaliyosalia kwa karibu 10% mnamo 2006-2014.

Hata kukuwa na ongezeko la matumizi kwa kila mtu, mzigo wa utunzaji wa afya umebebwa na matumizi ya kutoka mifukoni. Utendaji wa nchi za Afrika dhidi ya viwango vya Abuja na kiwango cha dunia cha matumizi ya kila mtu cha $44 ni wa kuridhisha. Ni nchi tano pekee (Botswana, Rwanda, Zambia, Madagascar na Togo) (tazama Jedwali 9 na 10) ambazo kufikia sasa zimetimiza kiwango lengwa cha Abuja na kutokana na haya, ni tatu za kwanza tu ambazo zimetimiza kiwango lengwa cha HLTF cha $44 kwa kila mtu. Ongezeko la matumizi kwa afya kwa kila mtu ikiwa ni pamoja na ya kibinafsi na ya umma yanadhihirisha migao mikubwa ya matumizi ya kibinafsi kushughulikia umaskini na ukosefu wa usawa.

Kwa wastani, serikali za Afrika hutumia 2% ya Jumla ya Pato la Taifa (GDP) kwa matumizi ya afya japo kwa tofauti pana. Nchi zinazouza mafuta kutoka nje zina gawia matumizi ya afya kwa wastani 1.5% ya Jumla ya Pato la Taifa (GDP) na nchi zinazoagiza mafuta kutoka nje zilitenga kiwango cha wastani cha 2.4% cha Jumla ya Pato la Taifa (GDP). Matumizi ya afya yameongezeka katika nchi za Kaskazini mwa Afrika (kama vile, Morocco, Tunisia na Algeria) na yako juu hadi 5% ya Jumla ya Pato la Taifa (GDP) nchini Namibia.

---

53 Stenberg et al. (2017)

54 AUC (2002)

Lakini yako chini ya 1% ya Jumla ya Pato la Taifa (GDP) nchini Nigeria, Equatorial Guinea, DRC na Cameroon.[55]

**Jedwali 9. Asilimia ya Jumla ya Pato la Taifa (GDP) kwa Matumizi ya Afya**

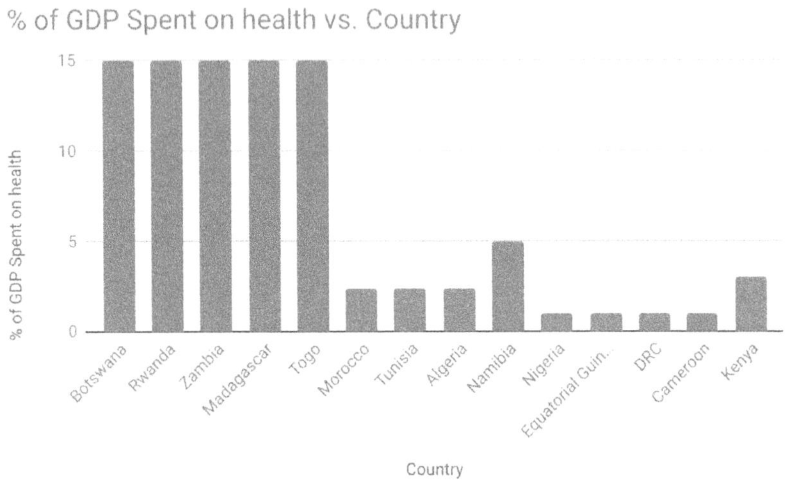


Chanzo Mwandishi

[55] Utafiti wa kina kuhusu jinsi ya kutengeneza bajeti zinazotilia maanani afya unaweza kupatikana kwa www.Go4Health.eu

**Jedwali 10. Kuweka Ramani ya Asilimia ya Jumla ya Pato la Taifa (GDP) kwa Matumizi ya Afya**

Chanzo Mwandishi

Matumizi kwa jamii katika bara la Afrika, japo yanaendelea kuwa bora, yanadumisha sehemu ya ugawanaji 'gharama' kwa familia ambao hupelekea kutokuwepo na usawa wa kupata bidhaa na huduma za umma na vilevile kupelekea kuwepo na balaa ya matumizi kwa familia haswa kawa huduma za afya. Kwa mfano, malipo halisi kwa moja yaliongezeka karibu kwa nchi zote za Afrika kutoka $15 kwa kila mtu mnamo 1995 hadi $38 mnamo 2014.[56] Nchini Lesotho mnamo 2001, kati ya 1% na 3% za familia zilikumbwa na balaa za matumizi kwa sababu 40% ya mapato ya kila mwezi yalitumika kwa afya.[57]

Hitaji la ujumlishwaji wa matumizi ya umma kwa afya ni kiungo muhimu katika kufikia Ajenda ya 2030 kwa Ajenda ya Maendeleo Endelevu ya 2063: Afrika Tuitakayo. Matumizi ya familia kwa afya haswa yalikuwa juu mwaka wa 2000; katika nchi za Afrika, nchi 23 kati ya 50 zilizokuwa na data, matumizi halisi yaliwakilisha wastani wa wa 45% ya matumizi ya familia ambayo yalishuka kutoka kwa 36% mnamo 2015.[58] Katika mwaka wa 2015, nchi za Afrika zilizokuwa na

[56] Banki ya Duni et.al. (2016)
[57] Akinkugbe et al. (2012)
[58] ECA (2018)

Jumla ya Pato la Taifa (GDP) la juu kwa kila mtu, zilikuwa na matumizi halisi yaliyowakilisha asilimia 70% ya matumizi ya familia, tana ikidhihirisha mapungufu fulani katika kuyapa kipaumbele matumizi ya afya kwenye bajeti.

Mitindo ya matumizi kwa ajili ya elimu ni sawa na matumizi kwa ajili ya afya. Kwa wastani, nchi za Afrika hutumia takribani 2% ya Jumla ya Pato la Taifa kwa ajili ya elimu, hata hivyo pakiwa na tofauti kwa vikundi vya nchi zote zinazoagiza au kuuza mafuta nje. Nchi zinazoagiza mafuta kutoka nje hutumia mgao wa juu wa Jumla ya Pato la Taifa kwa ajili ya elimu: Asilimia tatu (3%) kwa wastani kati ya mwaka wa 2000 na 2015, ikilinganishwa na wauzaji wenza wa mafuta kwa nchi za nje (0.5% ya Jumla ya Pato la Taifa (GDP). Nchi kama vile Tunisia, Namibia, Afrika Kusini, Kenya, Burkina Faso, Niger, na Cote d'Ivoire zilitumia kati ya 4% na 6% ya Jumla ya Pato la Taifa (GDP) kwa elimu. Nchi za Sudan, Central African Republic, Guinea Bissau na Zambia ni miongoni mwa nchi ambazo hutumia aghalabu karibu 1% ya Jumla ya Pato lao la Taifa (GDP) kwa elimu. Hata hivyo, wastani wa matumizi katika nchi za Afrika umekuwa karibu na kigezo kilichopendekezwa na Juhudi za Kufuatilia Haraka (wa 20% kwa matumizi ya ndani yanayoelekezwa kwa elimu) kilichobainishwa mnamo 2002 kwa kipindi cha kati ya mwaka wa 1995 hadi 2016. Juhudi za Kufuatilia Haraka iliundwa upya mwaka wa 2011 kama Ubia wa Kidunia kwa Elimu.

## 1.3 Changamoto kuu kwa uhalali wa fedha Afrika[59]

*Wakati wa ujenzi wa nyumba, usipime mbao zilizo msituni.*

Methali kutoka Liberia

Mtu hawezi tu kuangalia mifumo ya fedha ya mataifa na kuibua masuala. Mtu anapaswa kutathmini mifumo na kuhakikisha kwamba ni chaguzi zinazofaa kwa jukumu lililopo. Sawa na ilivyo kwa nyumba na mbao zake, mfumo wa fedha ni sharti uteuliwe kwa kihistoria, kiuchumi, kisiasa-jamii, kiitikadi, kurangi, kikabila na kiimani katika mifumo iliyomo kwayo.[60] Sehemu hii inajadili changamoto kumi

---

[59] Baadhi ya sehemu hii zilichapishwa awali katika Waris (2018b).

[60] Mumford (2008) u. 219

ambazo hukumba mataifa ya Afrika inapokuwa ni wakati wa ushuru, uhalali wa fedha, na uwezo wa kukusanya na kugawa rasilimali za ndani.

*Changamoto ya kwanza.* Nchi nyingi za Afrika huwa ni zaidi ya jamii ya kabila moja, na ukabila miongo mwazo umezuia mataifa ya Afrika kuungana kama nchi moja iliyo na serikali moja kwa watu wamoja.[61] Nchi ya Nigeria ina makundi ya kikabila zaidi ya 250.[62] Afrika Kusini ina vikundi vitano vya watu wa rangi tofauti na vikundi vya kikabila 11.[63] Kenya inatambulika kwa jamii za kikabila 44[64], lakini kulingana na mijadala ya kitaifa, kuna uwezekano wa kuwepo na zaidi ya jamii za kikabila 100.

Tuhuma nyingi na kashfa kubwa za ufisadi katika nchi nyingi za Afrika ambazo zimeshuhudiwa hivi karibuni kuhusiana na utawala wa zamani wa Zuma nchini Afrika Kusini, zina akisi namna ya utekwaji wa taifa na jamii fulani za kikabila, koo na familia. Ukabila wa aina hii hudumaza maendeleo ya taifa pamoja na ukusanyaji na matumizi ya rasilimali kwa wema wa pamoja. Wakati wa uhuru nchini Tanzania, serikali ya Nyerere ilikataa kutambua jamii za kikabila 100 na badala yake ikaelekea kujenga ufahamu wa umoja Watanzania. Ukabila zaidi unajidhihirisha wenyewe katika serikali za Afrika pale ambapo tuna wanasiasa ambao waliochaguliwa, mara nyingi kwa kadi za ukabila, na wakiwa ni lazima watekeleze sera ambazo hawaziamini kutokana na misimamo ya kifalsafa mara nyingi vigumu au kutowezekana.

*Changamoto ya pili.* Viwango vya uelewa na uzingatiaji kwa taifa vimekuwa vya kutofautiana kwa muda mrefu ndani na kati ya jamii vikipelekea kuwepo na uelewa tofauti sana wa utozwaji ushuru. Ndani ya nchi, tajriba hutofautiana kwa msingi wa sababu tofauti ikiwa ni pamoja na umbali kutoka kwa jiji kuu, makazi ya mijini na vijijini, maisha ya wakazi na wahamaji, uelewa kwa jamii za kikabila tofauti na ushirikiano na nguvu kinzani kinyume na viongozi wa kisiasa walio mamlakani.

Kihistoria, tajriba imekuwa tofauti kabla, wakati wa, na baada ya ukoloni huku tukielewa kwamba Ethiopia na Liberia hazikutawaliwa

---

[61] Khamisi (2018)
[62] Ubalozi wa Marekani nchini Nigeria (2017)
[63] Serikali ya Afrika Kusini (2010)
[64] Jamhuri ya Kenya (2017d)

na wakoloni kama nchi zingine za Afrika. Baadhi ya jamii zilikuwa na mifumo iliyokuwa imeendelea ya fedha na ushuru ya kufadhili taifa. Kwa mfano hii ndiyo ilikuwa hali ya Mombasa, Lamu na Malindi ambayo yalikuwa miongoni mwa majiji ya taifa katika eneo la pwani ya Afrika Mashariki[65] kutoka Somalia ya sasa hadi Madagascar ya sasa. Hali ilikuwa kama hiyo katika jiji la taifa la Benin kwenye Ghuba la Guinea na la falme za Ashanti ambazo kwa sasa ni Ghana na Songhai katika Mali ya sasa.[66] Pia tunapata jamii zilizo na mifumo ya ubadilishanaji wa huduma kama vile kwa usalama na suluhu za mizozo. Ukoo wa mashujaa, kwa mfano kabila la Wakikuyu la Kenya, lilitoa usalama nayo malipo yake yakawa ni familia zake kupewa hifadhi na kulishwa. Katika hali ya Banyarwanda, wanaopatikana katika nchi za sasa za Rwanda, Burundi, Uganda na DRC, walikuwa na chifu ambaye alitawala na kusuluhisha mizozo nayo malipo yakiwa ni chakula.

Hivyo, uelewa wa fedha kwa watu huwa unatofautiana. Baadhi ya watu waliishi kwa jamii ambazo ushuru ulilipwa kwa bidhaa au huduma na hata kwa matumizi ya sarafu ya aina fulani nazo jamii zingine zilikuwa na uelewa mdogo sana wa mifumo ya fedha na ulipaji ushuru. Wakati wa ukoloni, uamuzi wa kuanzisha uchumi wa kibepari, katika kutuma tena malighafi kwa mataifa ya kifalme kutoka kwa jamii za jumuiya au ujamaa wa Kiafrika kweli, ulipelekea kuanzishwa kwa ushuru viwango vilivyotofautiana kulingana na jamii.[67] Zile ambazo zilipinga ukoloni zililipa ushuru wa juu zaidi wa nyumba/ushuru wa kura zaidi ya zile zilikukubali haraka kushirikiana. Kwa mfano, nchini Kenya Wakikuyu walilipa shilingi 2 za ushuru wa nyumba ya msonge, nao Wamaasai wakalipa shilingi 12 za ushuru wa nyumba ya msonge kwa Waingereza.[68]

Kukiwa na uelewa huu anuwai na tajriba ikiwepo, je, taifa linawezaje kuendesha mifumo ya fedha ambayo inafanya kazi kwa wote bila pia kuwekeza kwa elimu ya umma kuhusu mfumo na mageuzi yake - ya awali na yajayo?

---

65 Waris (2007)
66 Buttner (1970) u. 276
67 Waris (2007) u. 286
68 Waris (2013c)

*Changamoto ya tatu.* Mataifa yameshindwa kutengeneza na kusasisha mikataba, katiba, sheria, kanuni na sera za fedha. Nchi nyingi zinazoendelea bado zina hati za zamani sana za kisheria. Katiba ni mpya (kama vile ile ya 2010 ya Kenya[69] na ya 2011 ya Morocco[70])[71], lakini sheria zinazoshughulikia maeneo ya fedha bado zimepitwa na wakati. Nchini Kenya, Sheria ya Ushuru wa Mapato inayotumika ni ya mfumo wa agizo la kikoloni wa 1920 ambayo ilipitishwa wakati wa uhuru.[72] Imefanyiwa marekebisho mara nyingi lakini vipengele vingi vya sheria vilivyomo ndani yake kwa pakubwa vinabaki kuwa matini ya sheria ya kikoloni ya 1920.

Kanuni na sera zinazohusiana na fedha, iwapo zipo, mara nyingi huwa hazitekelezwi au kutiishwa. Kenya, hata hivyo imetengeneza kanuni za ulipishaji wa huduma na bidhaa kutoka kwa idara moja hadi nyingine ndani ya kampuni moja.[73] Nchi zingine nyingi ikiwa ni pamoja na Uganda, Afrika Kusini, Morocco na Misri, zimepitisha sheria za ulipishaji wa huduma na bidhaa kutoka kwa idara moja hadi nyingine ndani ya kampuni moja.[74] Kanuni za ulipishaji wa huduma na bidhaa kutoka idara moja hadi nyingine ni sheria zinazoelekeza jinsi biashara za kimataifa zinaweza kusambaza au kuhamisha bidhaa au huduma kwa gharama iliyo ndani ya milki tofauti za kampuni bila kuvutia faida zinazoweza kutozwa ushuru kote kwa nchi nyingi.

Mikataba mingi vivyo hivyo ndivyo imerithiwa kutoka kabla ya uhuru na tena inahitaji kuangaliwa upya, kufikiriwa na kutupiliwa mbali au kufanyiwa marekebisho. Kenya ilifanyia mikataba marekebisho baada ya uhuru, hata hivyo, matini halisi ya mikataba hii haikubadilika labda kwa sababu ya ukosefu wa kuelewa athari zake za kiuchumi kwa nchi.

*Changamoto ya nne.* Nchi nyingi za Afrika hazijakuwa zikitumia rasilimali zao za kifedha kutimiza mikataba ya kimataifa. Maagano au mikataba ya kimataifa au baina ya nchi mbili, maafikiano ya kitaifa, matamko na maoni yanaweka wazi viwango vya chini kabisa ambavyo

---

[69] Jamhuri ya Kenya (2010)
[70] Ufalma wa Himaya ya Morocco (2011)
[71] Kwa viungo vya kupata katiba nyingi za Afrika, tazama www.ascleiden.nl/content/webdossiers/african-constitutions
[72] Jamhuri ya Kenya (1988)
[73] Tazama Waris (2013a, 2014a, 2017b)
[74] PWC (2012) u. 4

mataifa hukubali kufungwa nayo. Kwa kushiriki katika mfumo wa kimataifa, mataifa hukubali kuthibitisha kwamba, katiba, sheria, sera na bajeti huakisi majukumu haya ya kisheria na kwamba, sera zinazolingana zinatumika. Hata hivyo, kuweka wazi habari husika na kutekeleza majukumu haya kupitia kwa sera ya utimizaji na ufadhili, hubaki kwa udhibiti wa taifa. Utashi wa kisiasa kuhusu majukumu ya kimataifa unadhihirika wazi kutoka utawala mmoja hadi mwingine kwa hatua ambazo serikali husika inachukua au kukosa kuchukua. Nchi za Afrika ni wahusika kwa matini nyingi, lakini bado hazijaziheshimu, kwa mfano Tamko la Abuja lililotiwa saini na mataifa yote ya Afrika, linahimiza mataifa haya kuwa matumizi ya kiwango cha chini kabisa cha 15% cha bajeti zao za kitaifa kwa masuala ya afya. Lengo la Umoja wa Afrika la 1% ya Jumla ya Pato la Taifa (GDP) kuwekezwa kwa utafiti na maendeleo limeheshimiwa na nchi chache mno.[75]

*Changamoto ya Tano.* Changamoto ya kutenganishwa taifa kutoka kwa biashara inaendelea kulemaza uendeshaji wa serikali na uwezo wa uchumi. Kwa wastani katika mataifa yanayoendelea, uchumi huonekena kama unapitia kwa biashara za serikali na ununuzi wa umma. Nchi nyingi za Afrika zilifuata mfano wa Kenya pale ambapo kati ya 1970 na 2000, watumishi wa umma walikubaliwa kumiliki biashara. Watumishi wa umma watakuwa wanastaafu ndani ya miaka ijayo 5 hadi 10 kufikia 2030. Katika kipindi cha miaka 30, wengi wa watumishi wa umma wa serikali walijinyakulia zabuni kwa ununuzi kwa makampuni yao ya kibinafsi na kwa wale walio kwenye mitandao yao (familia na marafiki wa karibu na vilevile wanakabila wao).

Hili linaendelea kudhoofisha uthabiti wa uchumi; zabuni hazieleweki kwa sababu ya ukosefu wa rejesta za wamiliki wanaonufaika, na hili linawacha nafasi kubwa ya utambuzi na uwezekano wa ufisadi.[76] Sheria imefanyiwa marekebisho na watumishi wa umma wapya kazini hawaruhusiwi kuwa na kazi zingine za ziada, lakini wafanyikazi wengi wa serikali wanabaki kwenye mtanziko huu. Nchini Guinea hata hivyo, maofisa wa serikali hawaruhusiwi kuwa na biashara zingine au kazi zingine ambazo zinaendeshwa kwa wakati mmoja. Uchanganuzi wa 2015 wa

---

[75] Tazama http://uis.unesco.org/en/news/rd-data-release

[76] Nsehe (2015)

mandhari za ununuzi wa serikali katika nchi za chini ya jangwa la Sahara la Afrika, uligundua kwamba nchi za Afrika kama Namibia, Botswana, Angola na Afrika Kusini, bado zinaendelea na kupambana na ufanisi katika ununuzi wa umma, hata ingawa kuna mfumo imara wa kisheria na kitaasisi uliopo.[77]

*Changamoto ya sita.* Suala la ufisadi linaendelea kudhoofisha uwezo wa taifa wa kukusanya ushuru. Nchini Afrika Kusini baada ya tuhuma za utekwaji na taifa wakati wa serikali ya Zuma, imeonekana kwamba sekta ya ununuzi wa umma imekabiliwa na ufisadi huku Ripoti ya Ufisadi ya 2018 ya Afrika Kusini ikionyesha kwa kina mapendeleo yaliyopewa weusi wa tabaka lililo na uwezo kwa gharama ya wengine.[78] Kashfa nchini Kenya ikionyesha kandarasi za ununuzi pale ambapo taulo zilikuwa zikinunuliwa na Huduma ya Vijana ya Kitaifa kwa Euro 1,000 kwa kila taulo, ilidhoofisha zaidi utayari wa walipa ushuru wa kuchangia taifa. Hata ingawa serikali iliwakamata waliohusika na wizi wa zaidi ya karibu Euro 500,000, Euro milioni 8.5 bado hazijulikani ziliko na waliohusika bado hawajakamatwa.[79] Ushahidi wa matumizi bora hukuza utii wa walipa ushuru kwa ufanisi zaidi kuliko mifumo fanisi na wafanyakazi waliofunzwa vyema.

*Changamoto ya Saba.* Huku kukiwa na msukumo wa kuwafunza wafanyakazi wa mamlaka ya mapato katika nchi Afrika kuhusu masuala ya ushuru, hakujakuwa na mafunzo kama hayo kwa wafanyakazi wa wizara za fedha, hazina ya kitaifa, ofisi ya mwanasheria mkuu, au mahakama. Wala mafunzo katika masuala ya kifedha na fedha kwa umma kwa jumla. Matokeo ni kwamba, maofisa wa kifedha waliowezeshwa vyema wanonekana kuwa na ujuzi zaidi na pia wenye hima kuliko wengine. Zaidi, wakati mizozo inahitaji kusuluhishwa, maamuzi yanaweza kuyumbishwa iwapo jaji ana ujuzi finyu kuhusu madai ya ushuru na masuala ya ushuru kwa jumla. Zaidi, mashirika ya kimataifa na makampuni ya kibinafsi yana mapendeleo kwa muundo wa kanuni zao. Kwa mfano, OECD na makampuni ya uhasibu yanapendelea mafunzo amabayo yanarahisisha kazi kwao na kwa wateja wao. Kwa hivyo wana upendeleo kwa mafunzo wakiwa makini ili kutimiza mahitaji yao.

---

[77] Ernst & Young (2015) 92

[78] GAN Business Anti-Corruption Portal (2018)

[79] The Star (2018)

*Changamoto ya nane.* Ukosefu wa uwazi kwa masuala ya taifa kuhusiana na mambo ya ndani na mataifa mengine hufanya mipango na sera ya ushuru na fedha ya ndani, kieneo na kitaifa kuwa duni. Kenya kwa upande mmoja iliorodheshwa kimaarufu katika Kigezo cha Usiri wa Kifedha mnamo 2018 (FSI) na kwa upande mwingine imepitisha sheria ya kuanzisha Kituo cha Kifedha cha Kimataifa cha Nairobi (NIFC). Nchi zingine za Afrika ambazo zimeorodhesha kwa FSI ni pamoja na Mauritius, Seychelles, Afrika Kusini, na Botswana.[80] Licha ya hili, wanachama wa sasa wa Afrika kwa Kamati ya Ushuru ya Umoja wa Mataifa (UN) inajumuisha Kenya, pamoja na Ghana, Djibouti, and Nigeria, pakiwa na msaada wa kiufundi kutoka kwa Jukwaa la Wasimamizi wa Ushuru wa Kiafrika (ATAF).

Eneo lingine ambalo linahitaji uwazi zaidi linahusiana na utozwaji ushuru wa biashara za kimataifa (MNEs). Nchi nyingi za Afrika zimetia saini kwa OECD zikiongozwa na Makubaliano ya Kimataifa kuhusu Usaidizi wa Masuala ya Usimamizi wa Ushuru ulio na Mapatano. Hata hivyo, bado imesalia kutojulikana ni msimamo upi wa kisera ambao nchi za Afrika zitachukua kuhusiana na ushuru wa MNEs. Inaonekana kusita kutia saini kwa majukwaa haya ya kimataifa ni kwa kiwango cha chini na sawia kukiwa hakuna makini katika nia ya jinsi kushiriki katika majukwaa haya kunaweza kuendeleza masuala kwa viango vya ndani. Ukinzani huu unaweza kumomonyoa imani umma uliyonayo kwa mamlaka za umma.

*Changamoto ya tisa.* Ushiriki na ufikiaji wa watu kwa serikali ni kwa wale hasa wanashawishi. Kwa mfano nchini Kenya, katika kufanya marekebisho ya Mswada wa Ushuru wa Mapato wa 2018, ni siku nane tu zilizotengewa maoni na watu ambao walikuwa waangaziwa kutokana na maoni yao katika vyombo vya habari, walionekana kuwa ni mashirika na makampuni mengine makubwa ya kibinafsi.

Ukosefi wa ushirikishwaji wa umma katika mchakato wa sheria unapelekea kuwepo na uelewa uliopotoka kwa watu na wanasiasa kwa masuala na unaweza kuwa na matokeo ya kupitishwa kwa sheria ambazo si kamili au ambazo hazijafikiriwa vyema. Sawa na hilo, Kielelezo cha Mswada wa Fedha kilitolewa, tena kukiwa na siku nane tu za kutoa maoni zilizopeanwa na Waziri wa Fedha. Ucheleweshaji huu mfupi una uwezekano wa kukiuka mahitaji yaliyohakikishwa kwa

[80] FSI (2018)

katiba ya ushirikishwaji wa umma, lakini taifa limeshindwa kuunda sheria zinazohusiana na ushirikishwaji wa umma au ukiukaji wa utekelezwaji wa katiba. Katika nchi nyingi za Afrika, nafasi ya ushirikishwaji katika mchakato wa uundaji wa sheria inaweza kuchukua muda mrefu au mfupi, hata hivyo kuna kiu kinachoongezeka miongoni mwa watu cha kufanya demokrasia kufanya kazi wao wakiwa wanashiriki. Mpindo wa mafunzo utakuwa wa juu kwa umma na serikali zake.

*Changamoto ya kumi.* Mtandao wa safu ya utajiri duniani na usiri wa mamlaka ambamo utajiri huu umo, huwezesha kuendelea kushikilia mali katika mataifa ya kigeni ambayo wakusanya ushuru wa nchi zinazoendelea hawawezi kupata habari kuhusu uhamisho uliofanyika.[81] Wakazi na wasio wakazi wanaendelea kuweka mali na akaunti za makampuni yao kwa nchi fulani ili kukwepa ushuru. Matumizi ya teknolojia kuwezesha shughuli za kigeni yanazidisha tatizo hili.

Changamoto hii huja hatimaye lakini huenda ikawa ndiyo kubwa zaidi inayokumba nchi yoyote. Kuondoa vipengele vya usiri na kutoa habari kuhusu mlipaushuru wa ndani ni muhimu sana. Utafutaji wa rasilimali za ndani unategemea kanuni zinazofaa kwa usanifu wa fedha wa kidunia na jinsi unavyotenda kazi katika dunia daima inaendelea kubadilika kiteknolojia.

Cha kusikitisha ni kwamba, ukosefu wa uwezo wa kijamii katika nchi za Afrika wa kuelewa mfumo baada ya kupata uhuru wa kujitawala umepelekea kushindwa kwa serikali za Afrika kushughulikia kikamilifu changamoto hii na zingine kwa miaka mingi. Matokeo yake yamekuwa ni kuendelea kudhoofisha uhalali wa fedha wa taifa. Kutolipa ushuru kwa mofisa wa serikali pia kunadhoofisha mfumo mzima wa uhalali wa fedha wa taifa. Hata hivyo, inawezekana kupitia kwa uchanganuzi na mjadala, kuunda suluhu za changamoto hizi na viashirio vya mfumo ulioboreshwa na ambao unasaidia kujenga taifa na kuwahudumia watu.

Nchini Lesotho, Wasotho wanasema, "Mtoto wa kaa hutembea upandeupande kama mamake." Afrika ni zao la historia yake, usuli na tajriba, na pia nayo inatembea upandeupande. Hata hivyo, labda iwapo kwa makini tutawazia nyumba tunazozihitaji na kuchunguza

[81] Seabrooke na Wigan (2017) p. 22

kwa makini mbao zilizopo, tutajenga mataifa ambayo yanawahudumia vyema Waafrika. Iwapo tutaimarisha miguu ya farasi, huenda tukapunguza mwendo, lakini hatutashindwa. Kisima hakitakauka kamwe iwapo tutakuwa makini na jasiri.

## 1.4. Ujenzi wa Mataifa ya Afrika.

*Wakati wa kilele cha hatari, wenye hekima hujenga madaraja na wapumbavu hujenga mabwawa.*

Methali kutoka Nigeria.

Afrika inaelekea kwa ujenzi wa daraja kupitia kwa AfCFTA. Japo tawala za ushuru zinatofautiana na mara nyingi zikiwa hazina kanuni wazi, sheria, miongozo na mipaka, kuna hatua kuelekea kwa muwala na mapatano. Ukosefu wa uwazi wa udhibiti si haki kwa nchi yoyote na unahitaji kukomeshwa haswa kwa mujibu wa uhalali mbaya wa fedha na kuyumbayumba kwa uchumi duniani.

Kufanyika kwa uchanganuzi muhimu wa serikali kuu za Afrika kwa matumizi ya mapato na ugavi wa ushuru kumechelewa sana. Tetesi katika sehemu hii ni kwamba serikali hazina uwezo wa kiotomatiki wa kukusanya rasilimali na kushindwa kwa mataifa kutoa bidhaa na huduma zinazolingana, inamaanisha kwamba, haki ya serikali kwa ada ya matozo kwa kisingizio kwamba aina fulani ya (nyongeza) huduma inatolewa ni uwongo unaohitaji kupinduliwa.

Mataifa na jamii yanapaswa kubainisha utii wa mifumo ya fedha iliyoanzishwa na nchi zao kukiwepo na viwango ambavyo vimetambulika kilimwengu vya uandalizi wa bajeti, pakiwa na urejeleaji wa namna nchi za Afrika zinakusanya mapato na kutoza wananchi ushuru. Kwa msingi wa matokeo haya, zinapaswa kupendekeza njia mwafaka ya kuwa na sheria, kuunda na kutekeleza sera, kuhakikisha kwamba vipengele vinavyofaa vya kikatiba vipo na vinatekelezwa. Kwa kiwango kidogo cha jamii ya kidemokrasia, bajeti na matumizi ya serikali ya pesa za umma sharti yaakisi mahitaji, mahitaji msingi na matumaini ya watu.

Kitabu hiki kinachunguza jinsi ushuru na mapato mengine ya taifa yanavyokusanywa na kutumika. Kusudi lake ni kuifanya kuwa sahili kwa watu kuelewa kupata njia yao kupitia kwa ushuru na mifumo ya fedha barani Afrika. Kimeandikwa kwa ajili ya wale walio na nia ya kujenga taifa na maendeleo ya bara. Kimeandika kwa wale walio na shauku ya kisheria, biashara na uchumi. Kimeandikwa kwa wale walio na nia na ustawi wa watu wa bara

Mjadala huu umejikita kwa kanuni za uchumi za Smith, Ricardo na Ibn Khaldun na kwa nadharia za sosiolojia ya fedha ya Shumpeter, huku ukirejelea kwa karibu sana Malengo ya Maendeleo Endelevu (SDGs). Kinachunguza kanuni za ushuru, kuhakiki mifumo iliyopo na kupendekeza maboresho kwa kurejelea falsafa za Afrika ili kuwa na taifa lenye uhalali wa fedha. Kwa wale ambao wangependelea nadharia zaidi katika uhusiano kati ya ushuru na haki za binadamu au katika maendeleo ya kihistoria ya mfumo wa ushuru wa Kenya, kitabu hiki kinaweza kusomwa kwa pamoja na *Ushuru na Maendeleo (Tax and Development): (Kusuluhisha mgogoro wa Fedha wa Kenya kupitia kwa Haki za Binadamu) Solving Kenya's Fiscal Crisis through Human Rights.*[82]

Mandhari ya ushuru - katika viwango vya kidunia, kibara, kieneo, kitaifa, nchi/taifa na viwango vya kijamii - huhitaji uthabiti mkubwa. Mapato ya serikali yamo hatarini. Ni wakati wa kutafakari upya mtindo wa biashara. Utaalamu wa kiwango cha juu, uwazi na utoaji wa habari utakuwa na athari chanya kwa biashara na taasisi. Walipaushuru pamoja na wadau wengine katika mataifa ya Afrika, wanahitaji uelewa wa kuwa na mkakati, kuhusika katika mambo ya upangaji na marekebisho ya mifumo. Wanahitaji vifaa vya kuwasaidia katika maeneo ya kipaumbele husika na kuweka sawa uwekezaji wa umma kwa manufaa ya umma, na kwa uthabiti wa muda mrefu wa jamii za Afrika.

[82] Waris (2013b)

## 1.5. Utangulizi wa sura zinazofuata

Sura ya 1 inatanguliza sheria na sera ya fedha na kueleza muktadha wa bara la Afrika ambapo mifano itatolewa kote kitabuni. Sura ya 2 inapakua nadharia za fedha za mataifa na uhalali wa fedha na kuweka wazi changamoto na viashiria vya sheria na sera ya fedha. Sura ya 3 inachunguza aina mbalimbali za mifumo ya fedha na jinsi inavyofadhiliwa. Sura ya 4 inajadili bajeti na kanuni zinazoongoza uundaji wa bajeti. Sura ya 5 inachanganua wadau katika mfumo wa fedha. Sura ya 6 inatoa mapendekezo, na Sura ya 7 ni Mahitimisho.

*Amali ni ghali mno lakini gharama yake yastahili.*

Methali kutoka Kenya

## Nadharia Inayojitokeza ya Hali ya Fedha

*Jani yako hujua u hai, lakini ni wewe tu unayejua jinsi unavyoishi.*

Methali ya Oromo

Ridhaa ya jamii kwa sheria, kwa jumla ni uakisi wa moja kwa moja wa uhalali wa taifa na kwa ukunjufu, ridhaa kwa ushuru inaakisi uhalali wa fedha wa taifa.[83] Kanuni za uelekezi wa fedha za taifa fulani huanzia kwa imani ya jamii kwa viongozi inayowapa uhalali.[84] Hili linapelekea viwango vya kibinafsi vya ridhaa vya wanajamii kwa sheria za fedha ndani taifa wanamoendeshea shughuli zao. Uhalali wa fedha umeundwa kwa kanuni nyingi kuu: uwajibikaji, ujukumikaji, uwazi (kanuni tatu za usimamizi bora), ufanisi, ufaavu, usawa na haki.[85] Kwa mfano, mataifa yanaweza kuimarisha uhalali wa fedha, mwanzo kwa kuwahusisha wahusika wengi huru katika ukaguzi na tathmini ya sera za umma ili kuimarisha uwazi na uwajibikaji.[86] Pili, kukuza matumizi ya umma yaliyo bora, ya usawa na ya haki; tatu, kupanua maeneo ya kutoza ushuru na kuifanya mifumo ya ushuru kuwa ya haki na iliyo na usawa.[87] Hatimaye, kuimarisha uwezo, mamlaka na uwajibikaji wa taasisi za serikali kuu na ndogo kibara, kieneo, kitaifa.

Uhalali wa fedha hata hivyo sio tu suala la uwezo, bali na uimarishwaji wa uwezo wa usimamizi, ushiriki wa jamii[88] pamoja na mjadala wazi na taarifu, unaweza kuwa na matokeo ya uwazi zaidi.[89] Washiriki huru walio na uwezo na uhuru wa fedha wa kutekeleza tathmini muhimu ya sera na mabadiliko pendekezwa, wanaweza pia kuwa ni nyongeza ya usimamizi bora na uhalali wa fedha. Kupata

[83] Waris (2018a)
[84] Waris (2013c)
[85] Waris na Latif (2015)
[86] Waris (2013a) u. 155
[87] Waris. (2013c)
[88] Haki ya ushiriki ni sehemu ya mjadala wa haki ya kuendelea na imekuwa ikikua duniani kutokana na ushiriki wa uundaji wa bajeti katika mchakato wa Porto Allegre nchini Brazil na hivi karibuni sana ushiriki katika kaguzi za hesabu uliofanywa na Gavana wa Kaunti ya Makueni nchini Kenya.
[89] Waris (2013b)

mfumo wa fedha ulio halali ambao una vigezo hivi, na kama ilivyo kila wakati, itakuwa ni kwa masikilizano na ambao hautafikia upeo.[90] Hata hivyo, taifa na jamii linahitaji kusonga mbele kwa kuzingatia kanuni hizi kwa uendelevu na uthabiti. Mbili ya kanuni hizi za uhalali wa fedha kwa kurejelea fikra za Ibn Khaldun hata hivyo, haziwezi kutiwa hatarini: usawa na haki. [91]Kanuni hizi zitamwezesha mtu kujua jinsi anavyoishi, kwa kurejelea methali ya Oromo, itamruhusu mtu kuchukua hatua na kuangalia sio tu taifa lake mwenyewe, lakini mataifa jirani vilevile kwa kutumia kigezo kinachoruhusu ulinganishaji.

Kutokana na haya, sura hii itajihusisha na kanuni 7 ambazo zimeangaziwa hapo juu na jinsi zinavyokuzwa katika ulimwengu unaoendelea kwa kutilia maanani fedha na haswa mifumo ya ushuru ya nchi za Afrika. Uchanganuzi wa kihistoria kwa mujibu wa sosiolojia ya fedha, hali ya fedha mtazamo wa haki za binadamu katika matumizi ya ustawi wa kijamii, awali ulifanywa katika 'Ushuru na Maendeleo' na kutokonana na hili, kitabu hiki kitajikita kwa mfumo huu wa kinadharia ili kuchanganua mifumo ya fedha iliyomo hivi sasa katika nchi za Afrika kwa jumla.[92]

## 2.1. Kuweka wazi uhalali wa fedha

Bara, maeneo, taifa, jamii na mifumo ya fedha zimefungamanishwa kiasi cha kutotenganika. Kuunganika kwao kunadhihirika katika makubaliano kati ya taifa na jamii ambayo yanalipa taifa uhalali wa fedha wa kukusanya na kugawa rasilimali. Uhalali wa fedha uko kwa msingi wa imani ambayo jamii inayo katika usimamizi wa taifa la fedha.[93] Hata hivyo, huku uwezo wa taifa wa kuchukua mikopo, kufanya biashara na kukusanya kodi za rasilimali umebakia kuwa thabiti, makubaliano ya ushuru kama yalivyoafikianwa kati ya taifa na jamii, yanaendelea kubadilika daima na yamo kwenye sheria na sera ambazo zinasimamia ada na usambazaji wa ushuru. Huku watu wakiwa hawana uelewa mwingi wa

[90] Waris na Latif (2015)
[91] Waris (2015)
[92] Waris (2013a)
[93] Waris (2019)

rasilimali ambayo serikali huchukua kutoka kwa biashara, mikopo na kodi za rasilimali, ili mradi makubaliano yanayobadilika ya ushuru yanachukuliwa na jamii kama ya haki na usawa, uhalali wa fedha wa taifa utadumishwa na mgogoro wa fedha unazimwa.

Karibu kila nchi duniani inaandaa bajeti yake kwa kutumia kanuni na sheria za ushuru ili kupata uhalali wa fedha. Hili linadhihirishwa na jinsi taifa linaamua: ni ushuru upi wa kukusanya; ukusanywe kutoka kwa nani; msamaha wa ushuru upewe nani; na iwapo ni haki au inawezekana kiuchumi kuukusanya.[94] Hata hivyo, kuna uwazi wa kiwango cha chini katika rasilimali kutoka kwa biashara, deni na kodi unaonekana. Bajeti za taifa za nchi nyingi za Afrika huandaliwa na kikundi kilichoundwa kwa pakubwa na wanauchumi katika wizara za hazina ambao hukubaliana suala moja au lingine, mara nyingi ikiwa ni kukusanya kiwango kikubwa zaidi kutoka kwa matajiri wakitumia mwongozo jumla wa kanuni ya mifumo ya ushuru wa kuendelea. Kwa kawaida huwa pia kuna makubaliano ya kisiasa kutegemea nguvu za washawishi na matokeo yake yakiwa kila wakati ni ya kiwango cha chini. Hata ingawa maelezo haya yanaifanya kusikika kana kwamba ni mchakato sahili uliopangwa vyema, kwa hakika ni mchakato ulio na siasa nyingi, changamani na uliochanganyikiwa. Licha ya mapatano, bajeti hii ya msingi wa makubaliano hufikia vigezo fulani vya kanuni za ushuru, kwa vile ni sharti chaguzi zihalalishwe katika viwango vya kisheria, kiuchumi na kisiasa. Katika dunia hii halisi ya maamuzi ya fedha, kanuni huwezesha makubaliano ya busara zaidi iwezekanavyo katika msingi wa kanuni zinazoongoza. Hata hivyo, seti ipi ya kanuni, fikra za kiuchumi na falsafa ya fedha kwa jumla ambayo taifa hutegemea, huwa inatofautiana na hili huathiri maendeleo ya hali ya fedha. La kusikitisha ni kwamba, ni nchi 26 pekee kati ya 54 za Afrika ambazo zimefanyiwa uchanganuzi wa utekelewzaji wa Malengo ya Maendeleo Endelevu (SDGs) na kuhakikisha kwamba, makubaliano ya kupunguza umaskini yanatumika katika mchakato huu.[95]

Kitabu hiki kina tetesi kwamba, uhalali wa fedha ukionekana kupitia kwa: uwajibikaji, uaminifu na uwazi wa mfumo wa fedha ulio

---

[94] Darubini ya kuuliza maswali mengi iwezekanvyo kwa kutumia herufi W 5 na herufi H: Ni nani , Ni nini, Ni lini, Ni wapi, Ni kwa nini na Ni vipi.

[95] Umoja wa Mataifa (2019)

fanisi na unaofaa na ambao ni wa usawa na haki, ni muhimu pale ambapo taifa linawajibikia wale ambao wameliaminia rasilimali yao ndogo kwa manufaa yao. Mwingiliano huu kati ya rasilimali ndogo ambayo imegawa kwa uamuzi wa mataifa ya fedha kwa msingi wa kipaumbele cha matumizi yao, umepelekea kuwepo na maendeleo, upunguzwaji wa umaskini na maboresho ya hali ya maisha ya watu katika baadhi ya mataifa. Huku tukitambua uchangamani wa mahusiano ya jamii za taifa ambayo ni tofauti kwa vikundi tofauti vya watu, uhusiano ambao unaonekana kujengeka kati ya raia na taifa lililoendelea kupitia kwa taratibu na taasisi za taifa, haujafaulu kuboresha maisha ya raia baada na kabla ya mgogoro wa kikoloni kwa mataifa yanayoendelea. Kuboreshwa kwa ukusanyaji huu na vipambele vya matumizi katika muktadha wa kilele cha hatari ya kifedha wa kidunia uliopo, kukuwa na upungufu mkubwa wa rasilimali na haswa kwa mataifa yanayoendelea ya baada ya ukoloni, ndio kitabu hiki kinashughulikia. Dhana ya uhalali wa fedha wa taifa na mahusiano ya kijamii ni suala la msingi ambalo kitabu hiki kitatumia kama darubini ya kuweka mfumo wa ushuru wa kutathmini jinsi uhalali wa mfumo huu ulivyo na pale panapohitaji marekebisho.

## 2.2. Viashiria vya taifa lililo na uhalali wa fedha

*Ng'ombe kiongozi (aliye mbele ya wengine) ndiye hucharazwa zaidi.*

Methali ya Wazulu

Japo nchi mbalimbali hustawi tofauti, kuna masuala muhimu fulani ambayo huathiri kila nchi na nchi zote. Masuala haya muhimu kwa namna fulani husaidia kumwelekeza mchanganuzi yeyote kuhusu taifa ambalo analishughulikia. Mwanzo ni kuliweka taifa kwa msingi wa viashiria fulani muhimu. Hili ni pamoja na na bila kuwekea mipaka sifa zifuatazo: nadharia ya kifedha, muundo wa serikali, utawala mkuu, utawala wa mitaani, wenye ofisi, wajibu wa taifa, njia ya ufadhili, ufadhili wa umma, matumizi, mapato, ushirikishwaji kisiasa, takwimu na mwishowe sababu za ukosefu wa uthabiti. Kanuni za utofauti katika viashiria vikuu hivi zinapelekea kuwepo na upekee usioepukika wa mataifa binafsi na kwamba ni mchanganyiko wa seti anuwai za sifa ambazo huenda zisiweze kuainishwa zenyewe kwa uwazi na dhahiri. Hata hivyo, tofauti hizi si kama njia ya wazi zinapotumika kwa mataifa binafsi. Ormrod na Bonney waliunda mtindo huu ambao kwa sasa umefafanuliwa na Waris aliyeongeza kwa kiashiria cha utambuzi wa haki za binadamu,[96] uelewa wa ushuru[97] naye von Kommer[98] akaongeza kiepengele cha usimamizi wa ushuru. Jedwali hili limekubalika na limewasilishwa katika Kiambatisho B.[99] Hata hivyo, chumi zenye nguvu katika eneo fulani au bara, vilevile hupokea ushindani mbaya na changamoto zinajaribiwa zaidi kwa masuala yanayozunguka ufisadi na uwajibikaji bora, wazo la methali ya Wazulu.

Kimjadala, mataifa mengi ya Afrika kama vile Kenya, Ghana, Zambia, Misri au Rwanda, yanaweza kuonekana kama mkusanyiko wa kikoa cha kishenzi na taifa la ushuru kikiwa na vipengele vya fedha za taifa kupitia kwa miundo pana ya vipengele vya ustawi wa jamii lakini hili linaendelea kubadili uwekwaji kwa msingi wa sera za serikali iliyo mamlakani. Mtindo huu japo una ufahamishaji, unabaki kutokamilika kwa sababu haushughulikii nafasi za mataifa katika dunia ya kilimwengu iliyo na mahusiano ya kupindukia ndani na kati ya mataifa, maeneo na mabara. Udhaifu wake wa pili bado ni kushindwa kushughulikia taifa la kikoloni na athari za taifa la kifalme na baadaye taifa la kifalme la zamani zinavyoendelea kutatiza maendeleo ya fedha ya taifa. Suala la fedha ambalo bado linaendelea kutokuwa wazi, ni ukatiba wa kufadhili taifa, ni nguvu zipi za mamlaka ya kisiasa zinapaswa kuwepo kwa utozwaji wa ushuru na ni wapi bunge na uangalizi wake inapaswa kutimiza jukumu lake kubwa kwa pamoja na vipengele vinavyounga mkono taifa.

Sheria ya fedha na ushuru kila wakati huwa huwa na muungano kati ya uchumi, jamii, siasa na sheria. Kutokana na hili, sura hii itajikita ndani kwa kanuni za uchumi ambazo zinaongoza uundaji wa sheria za fedha na uchumi. Itatoa fasili ya rasilimali za serikali ikiwa ni pamoja na utozwaji ushuru na kanuni jumla na sheria zinazoziongoza. Kuna uelewa mwingi tofauti na fasili za ushuru. Matokeo yake ni kwamba, sehemu hii itatafuta kuweka wazi na kujadili fasili pana kwa

[96] Waris (2013a)
[97] Waris (2014)
[98] Von Kommer na Waris (2013)
[99] Ormrod na Bonney (1999)

kumulika kwa jumla tofauti ya fasili na athari inayoweza kuwa nayo au isiwe nayo kutoka kwa mtazamo wa kinadharia katika matumizi ya taifa ambapo fasili imeteuliwa. Hati rasmi nne tambulika za mfumo wa fedha ni hati rasmi za ushuru, hati rasmi za deni/mkopo, biashara ya serikali pamoja na ruzuku au msaada.

### 2.2.1. Ushuru

*Matumbo yalichanganyika, mamba walichanganyika,*
*Kati yetu tuna tumbo moja tu, lakini iwapato tutapata chochote cha kula hupitia kwa umio zetu mtawalia.*

Methali ya Ashanti

Ulimwenguni, fasili yenyewe ya ushuru inapingwa. Wasomi, taasisi, waunda sheria na jamii wamejaribu kutoa fasili yake. Mielekeo hii yote huchukulia ushuru kutokana na jumla ya tajriba zao, muktadha na uelewa. Swali linaloibuka kwa hivyo ni iwapo kwa hakika kuna uwezekano wa kuwepo na fasili moja ya ushuru na iwapo inahitajika? Iwapo tungejaribu kuwa na uelewa wa fasili ya ushuru ni nini, je hiyo ingeonekana namna gani na kuna uelewa wa Kiafrika ulio na maana kwa jamii yake? Je fasili hii ingekuwa sawa kati ya nchi zinazoendelea na zile zimendelea au kati ya mataifa mbalimbali katika viwango mbalimbali vya maendeleo? Sehemu hii itatoa fasili za biashara za serikali, deni, msaada, kodi ya rasilimali na ushuru ambayo kitabu hiki kitaitumia.

Wasomi kama vile Dalton,[100] Taussig[101] na Seligman[102] wanafasili ushuru kama mchango wa lazima unaolazimishwa na mamlaka za umma bila kuzingatia kiwango hasa cha huduma inayotolewa kwa walipa-ushuru kutokana na ushuru huu na bila kurejelea manufaa ya kipekee yaliyotolewa ya kugharamia gharama za pamoja za jamii. Majaji pia wamejaribu kutoa fasili ya ushuru. Jaji Mkuu (CJ) Latham katika kesi ya nchini Uingereza (UK) ya **Matthews dhidi ya Chicory Board**, Jaji Mkuu pia aliutaja kuwa utozwaji ushuru wa pesa kwa lazima na mamlaka ya umma kwa makusudi ya umma,

[100] Dalton (2009)
[101] Kama ilivyo. u. 4
[102] Kama ilivyo. u. 4

unaoshurutishwa na sheria na wala si malipo ya huduma zilizotolewa.[103] Wahudumu kupitia kwa OECD wana fasili tumikizi ya istilahi 'ushuru' kama "malipo ya lazima na yasiyo ya kulipiza kwa serikali."[104] Kwa muhtasari, ushuru katika darubuni ya Uingereza ni ada ya lazima inayolazimishwa na serikali kwa watu walio ndani ya mipaka yake. Serikali inaweza kutumia mapato haya kutoa huduma za jamii na vistawishi kwa manufaa ya wote. Hakuna wajibu wowote kwa upande wa serikali wa kutoa huduma yoyote mahususi kwa malipo ya ushuru uliotolewa.[105] Hakuna haki iliyo na makubaliano ya kupokea malipo kutoka kwa serikali.[106] Si gharama inayolipwa na mlipaushuru kwa huduma yoyote haswa inayotolewa au ya bidhaa zinazosambazwa na serikali. Manufaa yoyote kwa mlipaushuru kutoka kwa serikali hayana uhusiano wowote kwa mujibu kuwa wao ni walipashuru. Ushuru ni ulipishwaji kwa nguvu uliojumlishwa na ambao unaweza kutozwa kwa kigezo kimoja au zaidi kwa watu binafsi, vikundi vya watu binafsi au asasi nyingine za kisheria. Kutokana na fasili hii, kuna uwezekano wa tetesi kwamba, kuna mkataba dhaifu wafedha-kijamii au ambao ni kana kwamba hauko.

Msimamo huu wa wasomi ambao kwa kiwango kikubwa ni wa maeneo ya kaskazini, uliungwa mkono zaidi na jinsi koloni zilivyochukuliwa na mataifa ya kifalme kote duniani ili kuhakikisha kwamba pesa za ushuru zingeendelea kukusanywa bila kupingwa. Fasili hii ilitiwa nguvu na tena ikaungwa mkono ili kuzuia wakazi wa koloni hizi kudai kwamba ushuru unaokusanywa utumike kwa watu na katika eneo la kijiografia pale ulipokusanywa.[107] Mifano ni pamoja na malipo ya ushuru kutoka Brazil ya kujenga upya Lisbon baada ya vita yaliyokusanywa kwa zaidi ya miaka 100 hata baada ya Lisbon kukamilika kujengwa upya na katika koloni nyingi zikiwemo za Afrika, zilipelekelea kuwepo na mwito wa uhuru kutokana na utambuzi kwamba ushuru ulikuwa wa kukandamiza.[108]

---

103 (1938) 60 CLR 263 at 276. Fasili hii imepingwa kwa kutokuwa ya kuridhisha kwa jumla. Morabito na Barkoczy (1996) u. 6

104 OECD (1996) u. 3

105 Kama ilivyo, u. 4

106 Quid pro quo ina maana ya kitu kilichopeanwa au kuchukuliwa kwa ulinganifu wa kingune.

107 Waris (2007)

108 Waris (2013a)

Brennan na Buchanan, ambao ni wanasayansi wa kisiasa na wanauchumi, wana tetesi kwamba nguvu ya ushuru haina jukumu la kutumia mapato ya ushuru kwa njia mahsusi. Kwa urahisi ni nguvu ya kuchukua. Kutokana na hili, sheria zote za kikatiba zinaweza kuonekana kana kwamba zinaweza kupunguza nguvu kwa ushuru.[109] Hivyo wanasema kuwa, hakuna haki zinazolingana za uraia kwa pesa wanazolipa kwa serikali. Kutokana na hili inaweza kuwa na tetesi kwamba, hakuna yeyote atakayepokonywa mali yake kiholela na hivyo kuna haki ya malipo kutokana na kupokonywa huku. Hata hivyo, mjadala wa nguvu kwa ushuru hauna nafasi kwa hoja hii. Mjadala wa nguvu dhidi ya haki kwa ushuru sharti uangalie ukatiba wa ushuru na vipengele vya fedha.

Kanuni ya John Locke, inayoungwa mkono na wanafalsafa wa Kifaransa wa karne ya 18 inashikilia kwamba, binadamu ana haki ya matunda ya kazi yake.[110] Locke kwa hivyo alihitimisha kwamba, hili lilipelekea kuwepo na imani wazi ya kifilosofia kwamba ni ukinzani katika jamii huru kwa serikali kuchukua zaidi ya nusu ya matunda ya kazi ya binadamu. Mnamo karne ya 18, wa wenye fikra za kimaendeleo kama vile Locke[111] na Hume[112] walihisi kwamba ilikuwa ni kosa na hili pia limejadiliwa hivi karibuni katika Bunge la Uingereza lililochaguliwa na wananchi.[113] Hoja zinazoondoa dhana ya usawa mara nyingi hutetea usalama na ulinzi. Ulinzi unaonekana kuwa muhimu sana kuliko utajiri[114] na wengi huruhusu ulazimishwaji wa ushuru wa forodha ili kuzuia utegemeaji wa biasharanje (mahuruji).[115] Malthus pia aliunga mkono dhana ya ushuru wa forodha wa juu kwa msingi wa hoja ya vita vya baadaye akikubaliana na Adam Smith.[116] Hata hivyo, Ricardo alitofautiana na uchanganuzi huu na akahisi kwamba, hata kuwe na vikwazo vya aina gani vilivyolazimishwa, chakula lazima kikubaliwe kuingia.[117]

---

[109] Brennan na Buchanan (1980) u. 8-9
[110] Locke (1690) sura 5 sehemu 27
[111] Kama ilivyo hapo juu.
[112] Hume (1748)
[113] Bunge la Uingereza (1991)
[114] Smith (1977) u 429
[115] Olson (1963) u. 3-4
[116] Malthus (1814)
[117] Ricardo (1962) u. 176-178

Hata ingawa wanafilosofia wa Afrika kuhusu ushuru ni wachache, Hoja ya Khldun ya usawa imesalia kuwa muhimu sana alipohoji kuwa ushuru unapaswa kuwekwa kwa kiwango cha chini kabisa.[118] Katika enzi ya kisasa, kwa mfano katika utumiaji wa mamlaka,, mamlaka ya ushuru ni lazima izingatie usawa katika tathmini ya ushuru. Katika kesi ya Kenya ya 2016 ya **Silver Chain Limited dhidi ya Kamishna wa Ushuru wa Mapato na wengine 3**[119] Mahakama ilitoa maoni kwamba, mgogoro huo uliohusu tathmini ya ushuru unapaswa kushughulikiwa chini ya taratibu za kisheria zilizowekwa na sheria. Katika kesi hii, Mahakama Kuu iliiona tathmini ya ushuru kuwa ya kukandamiza kwa vile mlipa ushuru hakupewa haki kwa tendo la haki kiutawala.

Kesi ya Afrika Kusini ya **Anil Singh dhidi ya Kamishna wa Huduma za Mapato ya Afrika Kusini, vilevile ni kielelezo cha mtazamo wa haki ya ushuru.**[120] Mahakama ya Upeo ilirudia tena kwamba, matumizi ya mamlaka ya Kamishna yanategemea vipengele vya sheria na kitendo cha kuhusisha ilani ya tathmini kilikuwa ni kumnyima mlipaushuru haki yake chini ya sheria..[121]

Katiba ya kwanza kushughulikia suala la mahitaji maalum ya rasilimali ilikuwa ni Tamko la Ufaransa la 1789. Ilitambua uhamishaji wa majukumu ya usalama hadi kwa taifa kwa kubadilishana na pesa katika ibara za 13 na 14:

> 13. Mchango wa pamoja ni muhimu kwa udumishaji wa nguvu za umma na kwa gharama ya utawala. Hii inapaswa kuwa na ugavi wa usawa miongoni mwa wananchi kwa kiwango cha uwezo wao.
>
> 14. **Wananchi wote wana haki ya kuamua**, kibinafsi au kupitia kwa wawakilishi wao hitaji la mchango kutoka kwa umma; utoaji wa hiari; kujua matumizi yake; na kuweka vipimo, utaratibu wa tathmini na wa ukusanyaji pamoja na muda wa ushuru.[122]

Kwa kutokana na hili, Katiba ya Taifa la Ufaransa 1793 ilitamka kwamba:

---

[118] Kama ilivyo hapo juu Khaldun (1377)
[119] [2016] eKLR
[120] Mahakama ya Upeo ya Afrika Kusini (2003)
[121] Kama ilivyo. u. 11
[122] Taifa la Ufaransa (1789)

Jamii zinawajibikia riziki ya wananchi wake wasiobahatika kwa kuwapa kazi au kuwahakikishia namna ya kujikimu iwapo hawawezi kufanya kazi.[123]

Tukitumia methali ya Ashanti, iliyo hapo juu, basi sote tunashiriki tumbo moja na kila mtu ana nafasi yake. Rasilimali za taifa zina wajibu mkuu wa kusaidia utimizaji wa Malengo ya Maendeleo ya Milenia (MDGSs ambao kwa sasa ni Malengo ya Maendeleo Endelevu (SDGs). Lengo la Serikali ni kutumia ushuru: kufadhili mahitaji ya muundo msingi wa kijamii na kimaendeleo; kutoa mazingira thabiti na yanayoweza kutabirika ya fedha ili kuimarisha ukuaji wa uchumi na uwekezaji; kuimarisha usimamizi bora na uwazi kwa kuuimarisha uhusiano kati ya serikali na wananchi; na kwamba, gharama na manufaa ya maendeleo yamegawa kwa usawa.[124] Kabla ya ukoloni, jamii za kitamaduni za Afrika zilikuwa na mfumo wa ushuru ambao ulitumika kwa madhumuni mbalimbali. Ardhi ilimilikiwa kwa pamoja na jamii mahsusi ilipata fursa ya kutumia ardhi kwa kuwa ni mwanachama wa jamii hiyo.[125] Baada ya mavuno, kila mwanachama alitoa kwa chifu au kwa baraza la wazee kipimo fulani cha kile walichovuna. Hiki ndicho kilochowalisha chifu na familia yake ambaye ndiye alitawala jamii pamoja na ukoo wa wapiganaji ambao walitoa ulinzi kwa wanachama wa jamii hii. Ushuru pia ulilipwa ili wasafiri waruhusiwe kupita kwa ardhi ya jamii fulani.[126] Waarabu katika eneo la pwani walitumia mfumo wa ushuru kwa msingi wa kanuni za kidini za Uislamu. Kwa jumla ulikuwa ni ushuru wa hiari uliotumika bali na utawala, kuwasaidia maskini na kuwasaidia watu binafsi waliokuwa wakihudumia Uislamu.[127]

Mifumo ya fedha inaweza kuwa na jukumu kubwa la kueneza demokrasia ya ushirikishwaji na kuhakikisha uwepo wa viwango vya juu vya maisha na ustawi wa watu kupitia kwa afya na ajira katika nchi.[128] Kutokana na hili, tunazungumza kuhusu mifumo ya fedha japo kwa istilahi za kiufundi za ukusanyaji wa mapato, lakini kwa kulingana na maendeleo ya jamii. Kabla ya taifa kuwa na uwezo wa kulinda wananchi wake, lazima itafute pesa za kufadhili miundo ya

---

123 Taifa la Ufaransa (1793)
124 Pfister (2009) u. 6
125 Waris (2007)
126 Waris (2013a)
127 Kama ilivyo hapo juu.
128 Waris et al. (2009) u. 7

usimamizi inayohitajika. Kupitia kwa jukumu lake kuu kama mpatanishi kati ya mtawala na mtawaliwa, ushuru unaunga mkono ushirikishwaji, uwajibikaji[129] na uwezo wa taifa.[130]

Katika mataifa mengine ya Afrika kama Kenya, ushuru ndio chanzo kikubwa zaidi cha kipekee cha rasimali ya bajeti ya serikali. Ushuru umetumika kutekeleza malengo yafuatayo. Kwanza, kukusanya mapato ya kufadhili matumizi ya umma pasi na kukimbilia ukopaji uliozidi kutoka kwa sekta ya kibinafsi na kutafuta mapato kwa njia ambazo ni za usawa na zinazopunguza athari zake za kukatisha tamaa kwa shughuli za kiuchumi.[131] Pili, ustawi wa jamii kuangalia matumizi ya bidhaa ambazo zinajulikala kuwa na madhara na pia kuhimiza kutotumia bidhaa na huduma ambazo zina gharama kubwa ya kijamii au kudhalilisha bidhaa. Ni kutokana na sababu hii kwamba pombe kali, pombe za kawaida na tumbaku zinatozwa ushuru wa juu sana - ushuru wa dhambi. Tatu, sera ya ulinzi ya kulinda viwanda asili kutokana na athari za bidhaa za bei ya chini zinazotoka nje ya nchi. Kwa mfano, sukari na mchele kutoka kwa nchi zisizo za COMESA zinatozwa ushuru wa juu sana kufanya bei ya bidhaa kama hizo za kutoka nje ya nchi kuwa ya juu kuliko ile ya zile zimezalishawa nyumbani. Hata hivyo, kwa ujio wa AfCFTA, hili litabadilika. Nne, usawa wa ugavi wa mapato kupunguza ukosefu wa usawa mapato. Wakati uwezo wa kulipa unatiliwa maanani, serikali inaweza kutumia ushuru kugawa mapato kwa usawa lau zaidi au kidogo miongoni mwa wale wanaonufaika kutoka kwa serikali. Hatimaye, uthabiti wa uchumi kushawishi dai la viwango vya ukusanyaji katika uchumi. Hivi hatimaye vitaathiri viwango vya ukuaji kiuchumi katika nchi. Kwa mfano, ushuru kama vile Ushuru wa Nyongeza ya Thamani (VAT) una athari ya moja kwa moja kwa matumizi ya bidhaa na huduma kwa vile ushuru wa juu unaweza kusababisha bei ya juu na hivyo basi kiwango cha chini cha mtumizi. Katiba ya Kenya kwa mfano, kwa kurejelea matumizi ya fedha za umma, inatamka kwamba 'matumizi yote yatakuza ustawi wa nchi ulio na usawa, ikiwa ni

---

[129] Kufikia 2000, akaunti zilizokaguliwa hazikuwa zimetolewa na serikali tangu 1997 na kwa mujibu wa taarifa ya serikali, akaunti zote zilizokuwa zimekaguliwa zilitolewa baadaye kufikia Julai 2005.

[130] Waris et al. (2009) u. 7

[131] Moyi na Ronge (2006) u. 1

pamoja na kuwa na vipengele maalum kwa makundi na maeneo tengwa.'[132]

Ushuru haupaswi kutumika kwa: kwanza, kuwalazimisha watu binafsi kuingia kazini na kufanya kazi kama ilivyokuwa kwa ushuru wa Hut na Poll ulioanzishwa na wakoloni ambao walishindwa kutii kanuni za ushuru.[133] Pili, ushuru haupaswi kutumika kusaidia serikali zilizo na watu wengi kupita kiasi, zenye ufisadi na zisizofanya kazi kwa ufanisi. Kwa mfano katiba ya Kenya inasema kuwa, 'pesa ya umma itatumika kwa njia ya uadilifu na uwajibikakaji.'[134] Kanuni ya uzalishaji ambayo pia inajulikana kama kanuni ya utoshelevu wa fedha inazihitaji mamlaka kutafuta mapato ya kutosha kwa serikali ili kwamba kusiwe na upungufu wa ufadhili.[135] Mwisho, ushuru haupaswi kutumika kwa manufaa ya watu binafsi kwa mfano kama ilivyoonekana mwaka wa uliopo wa 2017-2022 ambapo Bunge la Kenya lilijaribu kuongeza marupurupu yao ya kustaafu kwa gharama ya manufaa ya umma. Ripoti za dunia na pamoja na zile za bara pia zinanaonesha kuwa MNEs na viongozi wa kisiasa wa Afrika wana epuka na kukwepa kulipa ushuru katika mataifa yao, na wengi wana akaunti za banki na mali katika nchi zingine, hivyo kuzinyima nchi zao rasimali inayohitajika sana kupitia kwa ukwepaji wa ulipaji wa ushuru.[136] Tabaka aali la wanasiasa na wafanya biashara halipaswi kutumia mamlaka yao kutosheleza matakwa yao ya kiubinafsi.[137]

Ushuru unahitajika kwa vile ni lazima shughuli za taifa zifadhiliwe. Kumekuwa na mjadala iwapo serikali ina ufanisi zaidi katika utoaji wa huduma za jamii kama vile elimu au iwapo sekta ya kibinafsi ingefanya kazi bora?[138] Hata hivyo, utafiti unaonyesha kuwa hakuna tofauti hasa katika uwajibkaji kwa msingi wa ni nani anayesimamia matumizi au ni nani anayefaidika katika mabadiliko ya biashara.[139] Wasomi wote wanakubaliana kwamba mamlaka zina wajibu wa kuhakikisha kuwa ushuru ni wa haki.[140] Kwanza, ni sharti

---

132 Taifa la Kenya (2010) art. 201 (b) (iii)
133 Waris (2007)
134 Taifa la Kenya (2010) art. 201 (d)
135 Waris (2007)
136 Kvame (2017)
137 The Standard (2017)
138 Davies (2010)
139 Aketch (2007)
140 McGee (2012)

ukusanywe kwa kusudi ambalo si la utovu wa maadili. Pili, sharti utumike kuwalisha walio na njaa, kuwapa makazi wasio na makazi au kuwavisha maskini.[141] Tatu, sharti utozwe na mamlaka halali za kisheria. Nne, lazima zitozwe kwa kusudi la haki. Mwisho, ni sharti kuwe na mgao sawa wa mzigo wa ushuru.[142]

Ibara ya 35 ya Katiba ya Ufalme wa Morocco ya 2011 inalinda haki ya kuwa na mali ya kibinafsi, lakini sheria inaweza kuweka mipaka ya kutekeleza haki hii kwa fadhila za uchumi na maendeleo ya jamii ya nchi. Ibara ya 39 ya Katiba ya Morocco inabuni kodi ya kulipa ushuru kwa viwanyo vya uweza (uwezo wa kulipa kiwango msingi[143] na ni sheria tu inaweza kubuni matumizi ya umma. Kwa mujibu wa ibara 71 ya Katiba ya Morocco ya 2011, Bunge lina umilisi wa kuunda sheria zinazohusu utawala wa fedha, msingi wa ushuru na mbinu za ukusanyaji wa ushuru. Ibara ya 77 ya Katiba inaipa Serikali uwezo wa kukataa marekebisho ya sheria iwapo marekebisho haya yatakuwa na athari kwa matumizi ya umma. Hata hivyo, Katiba ya Morocco haitoi hati rasmi ya kumlinda mlipaushuru: 'kanuni za ushuru' huwa ni shughuli ya matumizi ya umma na hupanua nguvu za Taifa. Katiba ya Morocco haiweki viwango vya thamani vya kufasiri au kutumia sheria ya ushuru. Hata hivyo, katiba ya 2011 inabuni taasisi na taratibu za kisheria na kuna mwelekeo wa kuwa na ushirikishwaji zaidi wa umma.

Hata ingawa Uropa inaonekana kuiondokea fasili hii, kuna kesi ya kufanywa kwa nchi za Afrika zielekee fasili hii. Katika jamii za utamaduni wa Afrika, chifu/mfalme/malkia/mtawala alisaidiwa kwa kupitia namna anuwai za malipo ikiwa ni pamoja na bila kuwekea mpaka, chakula, huduma za kujituma, kutekeleza shughuli haswa na za mara kwa mara na vilevile pesa kwa kulingana na kiwango cha ustawi wa jamii mahsusi. Hata hivyo, hakukuwa na utaoji wa kupita kisasi na ufadhili wa taifa ulifanywa kwa msingi wa mahitaji. Watawala kandamizi waliondolewa mamlakani na mara nyingi jamii iliendesha shughuli zake kwa njia ya moja kwa moja na sio kwa demokrasia ya uwakilishaji. Mfumo huu wa kitamaduni bado umo akilini na huendeshwa ndani ya jamii katika maeneo ya mijini na vijijini katika

[141] McGee (2011)
[142] Waris (2007)
[143] Ufalme wa Himaya ya Morocco (2011)

bara la Afrika. Ujima wa Kiafrika na ujamaa wa Kiafrika, ni dhana mbili ambazo ni za ulinganifu sana na ule wa taifa la ustawi na kutokana na hilo, kitabu hiki kitasonga mbele kwa uelewa wa Katiba ya Kifaransa kuhusu ulipaji ushuru na kwa msingi wa: rasilimali ni za sababu fulani.

### 2.2.2. Deni na mikopo

Nafasi ya fedha ni tofauti kati ya kiwango cha juu cha deni la nchi[144] na kiwango kilichopo cha deni.[145] Nafasi iliyolemazwa ya fedha inaakisi viwango mbalimbali vya hatari kubwa ya ufadhili kutoka kwa soko la kifedha sawa na viwango vya juu vya mahitahiji ya ufadhili na mahitaji ya ulipaji wa deni katika bara. Hata ingawa kiwango cha ulemelewaji ni tofautitofauti barani Afrika, nchi zilizo na nafasi ya fedha iliyolemelewa zaidi hukumbwa na hatari ya upataji wa soko la fedha, ambao unaweza kuharibu uwezo wao wa kutumia kwa ufanisi sera ya ustawi wa uchumi na jamii. Kwa hivyo serikali za Afrika zinapaswa kuiweka kama kipaumbele ujenzi wa nafasi tosha ya fedha na kuitumia ipasavyo bila kuathiri afya ya kiuchumi ya muda mrefu ya nchi. Shirika la Fedha Ulimwenguni, IMF, linatetea uwekaji pamoja wa fedha na sio tu katika nchi zilizo ndani ya nafasi ya fedha, bali pia katika nchi ambazo zina baadhi au nafasi tosha ya fedha. Hii ni kwa sababu hata ingawa uchumi ni wenye nguvu kwa kiasi kikubwa, kuna hitaji la kila wakati kujenga eneo la kinga kwa msingi wa hatari zilizopo kwa upeo wa macho.[146]

Serikali zinapewa tu kutumia nafasi ya fedha iwapo pana kesi nzito ya kuhalalisha matumizi yake. Barani Afrika, hitaji la kufadhili SDGs linahalalisha mwito wa kujenga na kutumia nafasi ya fedha. Watengenezaji sera wanapaswa kutia bidii sio tu kwa ujenzi wa nafasi ya fedha, bali pia kuchukua nafasi ya ushirikiano wa serikali - sekta ya kibinafsi ili kutimiza baadhi ya malengo ya SDGs. Zaidi, ujenzi wa nafasi ya fedhi utahitaji kufanyiwa uchunguzi wa kina kwa matumizi ya umma ili kuhakikisha kuwa matumizi haya hayaelekezwi tu kwa

---

[144] Banki ya Dunia (WDI) (2018). Mtazamo wa mpaka wa kiwango cha juu cha deni wa kukadiria nafasi ya fedha ni katika msingi wa dhana kuwa, serikali hukopa tu kwa kukosa lingine la kufanya (kama vile baada ya kutopata kutoka kwa chaguzi zote zilizopo za ufadhli).

[145] Botev (2016); Pienkowski (2017)

[146] IMF (2018)

uboreshaji wa uzalishaji, bali pia kwa utimizaji wa SDGS wa moja kwa moja kama misukumo au viwezeshi visivyo vya moja kwa moja.

Tume ya Kimataifa ya Taasisi ya Ushauri wa Kifedha (2000) imetambua kwamba "matumizi ya rasilimali za IMF na kwa masharti kudhibiti uchumi wa nchi zinazoendelea, mara nyingi hudhoofisha uhuru na mchakato wa demokrasia ya serikali wanachama zinazopokea msaada".[147] Kwa kujaribu kuhakikisha msingi bora wa fedha katika serikali za mitaa zilizoanzishwa mwaka wa 1976, Serikali ya Shirikisho ya Nigeria iliamua kufuta madeni yote ambayo serikali za mitaa zilikuwa zinadaiwa na serikali ya taifa. Mwaka wa 1981, Serikali ya Shirikisho ya Nigeria ilianzisha fomula ya mgawo wa mapato ya shirikisho miongoni mwa viwango vitatu vya serikali. Mgao wa lazima kwa serikali za mtaa umekuwa ukishuhudia marekebisho ya kuelekea juu kutoka 10% mwaka wa 1981 hadi 20.6% ya hivi karibuni mnamo mwaka wa 2002. Wakati wa marekebisho haya, mgao wa taifa na serikali za shirikisho kutoka kwa akaunti za shirikisho zimeshuhudia kushuka kwa kiwango fulani.[148] Kiwango cha deni hufikia viwango vya kabla-HIPC na hali ya hatari ya deni bado iko chini au ya kadiri katika nchi nyingi za Afrika. Lakini mrundiko wa deni bado ni tisho, ikiwa kwamba mgao wa deni - kwa - Pato Jumla la Taifa (GDP) bado ni zaidi ya 50% kwa baadhi ya nchi (kama vile Gambia, Mauritania, São Tomé na Príncipe, na Uganda).

Deni la Taifa la Tanzania limeongezeka kwa miaka iliyopita na ni ya juu ikilinganishwa na wastani wa eneo la Jumuiya ya Afrika Mashariki au mediani ya nchi za kusini mwa jangwa la Sahara la Afrika na nchi zenye mapato ya chini. Kufikia Desemba 2016, kwa mfano, deni la umma lilikuwa dola za Marekani (USD) bilioni 24.069 ikilinganishwa na ukusanyaji halisi wa mapato ya ushuru ya nusu ya kwanza ya mwaka wa fedha wa 2016 - 2017, ambao ulikuwa tu karibu Dola za Marekani bilioni 3.12 USD.55. Hata hivyo, wanauchumi wana tetesi kwamba deni hili linaweza kuhimilika.[149]

Sera ya fedha inaonekana kuwa na athari za utata katika ukuaji husishi na ukosefu wa usawa Afrika. Viwango vya juu vya deni la Afrika ni la kutiliwa maanani kwa ajili ya ukuaji na ustawi wa muda

---

[147] Meltzer (2000)

[148] Ajayi (1991); Tiffen et al. (1994)

[149] Taifa la Tanzania (2016) na (2017) u. 11-12; Banki ya Dunia (2017)

mrefu wa bara. Ongezeko la deni ya serikali na kutokuwepo na usalama wa sera za fedha ndani ya Afrika, limeziweka serikali kwenye mipaka ya ugumu wa uwezo wa kulipa madeni. Serikali za Afrika zinapaswa kusawazisha upya mifumo yake ya sera kwa kudumisha mtiririko thabiti wa mapato na matumizi. Iwapo itawezekana, serikali zinapaswa kufadhili mapungufu yake kupitia kwa masoko ya sarafu za nyumbani kwa utoaji wa wajibu wa kifedha ulio na muda mrefu zaidi iwezekanavyo wa ukomavu.

### 2.2.3. Msaada

Mapato ya nje yanahusisha mikopo na msaada. Bara lina wabia wafuatao wa mapato yake ya kutoka nje: Banki ya Dunia (WB), Umoja wa Ulaya (EU), Banki ya Maendeleo ya Afrika (ADB), Banki ya Maendeleo ya Kiislamu (IDB) na Mfuko wa Fedha Duniani (IMF). Msaada unatumika kusaidia ujenzi wa mfumo wa ushuru. Elimu na uwezo wa mamlaka ya mapato ndio udhaifu ulioonekana katika vikao vya maofisa wa ushuru au mamlaka. Kiini cha msaada kilikuwa ni kutimiza hitaji la ujenzi wa mamlaka ya mapato.[150] Kwa sasa kuna fedha nyingi kutoka kwa wafadhili zinazokwenda kwa elimu na kujenga uwezo wa maofisa wa mamlaka ya mapato. Hata hivyo, pesa za msaada hazitawasaidia watu kuelewa hata ni kwanini wao hulipa ushuru au ni mapato mengine yapi ambayo serikali hupata na jinsi inavyoyatumia.

### 2.2.4. Rasilimali nyingine ya Serikali

Mapato mengine ya serikali ni pamoja na mapato kutokana na; mauzo ya bidhaa na huduma, gawio la uanahisa; faini, adhabu na utwaaji; na mapato mbalimbali ambayo hayajatambuliwa. Ruzuku ni 'uhamisho' unaopokelewa na vitengo vya serikali kutoka kwa vitengo visivyo ndani ya serikali au mashirika ya kimataifa bila kupokea bidhaa na huduma zozote au mali kutokana na hilo. Ruzuku kwa kawaida huwa ni pesa lakini pia inaweza kuwa ni upokezi wa bidhaa na huduma (sio pesa)."[151] Mapato kutokana na mali ina mapato yanayopatikana kama kodi au mirahaba; riba, migao ya hisa na mapato mengine kutokana na mali. Kodi na mirahaba ni mapato

---

150 OECD (2013) u. 104

151 IMF (2014)

kutokana na rasilimali asili zilizokodishwa kwa wawekezaji wa kibinafsi na wa kigeni wa ugunduzi na uchimbaji. Riba ni mapato kutokana na mali za kifedha za serikali ambazo zimewekwa kwa taasisi zingine.[152]

Migao ya hisa ni mapato yanayotokana uanahisa wa serikali kupitia kwa uwekezaji katika mashirika na faida kupatikana kutoka kwa biashara zinazomilikiwa na serikali (SOEs). Mauzo ya bidhaa na huduma ni pamoja na mauzo ya soko la mali ya serikali (kama vile mijengo na vifaa vya serikali); ada ya huduma za utawala ( kama vile ada ya leseni ya dereva, pasipoti, viza, ada ya mahakama, ada ya cheti cha kuzaliwa, ndoa au kifo, usajili wa hakimiliki na kadhalika); na mauzo kutokana na mali isiyo ya soko ya serikali kama vile ada katika hospitali za serikali, karo ya masomo katika shule za serikali na ada ya kiingilio kwa makavazi na mbuga za wanyama. Faini na ada za adhabu ni malipo ya lazima yanayolazimishwa na mahakama za sheria au taasisi kwa sababu ya ukiukaji wa sheria au kanuni za kiutawala. Mapatano nje ya mahakama pia ni mojawapo. Utwaliwaji wa mali kama haka ni kiwango kinachowekwa kwa kitengo cha serikali kuu huku maamuzi ya kesi ya kisheria au ya kiutawala yakisumbiliwa na kwamba kiwango hiki kihamishwe kwa kitengo hiki baada ya maamuzi." Mapato anuwai na ambayo hayajatambuliwa ni pamoja na michango kutoka kwa watu binafsi, taasisi zisizo za faida, wakfu usio wa serikali na mashirika; fidia kwa hasara ambazo haziko kwenye sera ya bima na vilevile mali ambayo haina wenyewe.

Kwa baadhi ya nchi, si jambo wazi kutambua vyanzo hivi vya mapato. Mtu anastahili kujua tofauti ndogo za maana za nchi mahsusi kwa mintarafu ya uainishaji wa baadhi ya ushuru na mapato yasiyo ya ushuru kulingana na hali ilivyo ya ukusanyaji wa mapato. Kwa mfano, nchini Benin, wanajumlisha ushuru wa usiku kucha, ushuru wa bidhaa za msitu, ushuru wa waendeshaji mawasiliano ya simu, ushuru wa mashua na mapato kutoka kwa utawala wa umma.[153] Hata ikiwa mapato haya yatatambuliwa kama ushuru, yanatozwa kama ada za udhibiti. Mauratius ilianzisha ushuru wa ulinzi wa mazingira kama hati ya fedha ili kuimarisha hazina za serikali zinazotozwa kwa simu za mkono, betri za magari na tairi za hewa. Mauritius, vilevile ina ada

152 IMF (2014) sura 5

153 ADB (2018) u. 122

ya wasafiri, ada ya pamoja ya wasafiri, ada maalumu kwa mabanki, ada maalumu kwa makampuni ya mawasiliano na ada ya mfumo wa utangazaji biashara.[154]

Mapokezi ya umma ambayo hayachukuliwi kuwa ushuru ni pamoja na utoaji wa bidhaa na huduma mahsusi, tathmini maalumu kama vile ada kwa wanachama fulani wa jamii ambazo hunufaika na shughuli fulani za serikali ikiwa ni zaidi ya miradi ya umma, faini kama vile faini za mahakamani, ada za usajili wa hati za kisheria, za ndoa, kuzaliwa na kifo, faida kutokana sarafu ya karatasi na utengenezaji wa sarafu, na vilevile ufadhili wa upungufu.[155] Hata hivyo, ili malipo yatozwe, ni sharti huduma zilitolewe, kwa mfano, kama ilivyoamriwa mnamo mwaka wa 1999 kwenye kesi nchini Kenyan kati ya **Karen na Muungano wa wakazi wa Langata dhidi ya Baraza la Jiji la Nairobi na mwingine**:

> kwamba kwa amri ya 'mandamus' ya kulazimisha Waziri wa Serikali ya Mtaa aamrishe Baraza la Jiji kutekeleza kazi lililopewa na Sheria ya Serikaili ya Mtaa kwa manufaa ya mlalamishi. Na kwa makusudi ya uwajibikaji bora kwa wapiga kura katika eneo la mlalamishi.[156]

Hati za kisheria za Kenya ni pamoja na; vibali vya biashara, michango ya ustawi wa jamii; faini; matozo ya adhabu, na haka; pamoja na riba na mapato mengine kutokana na ukopeshaji.[157] Nchi zingine zinaripoti aina zingine.

Benin ililazimisha matozo kwa mawasiliano ya kielektroniki na kutoza ada kwa matumizi ya barabara, malipo yote ya mirahaba ya mwendesha shughuli za mawasiliano ya simu.[158] Matozo ya Chad kwa magari yameondolewa hivi karibuni na kubadilishwa na "ushuru maalumu kwa bidhaa za petroli" wa takriban senti 50 za Marekani kwa kila lita. Zaidi, matozo ya kuabili ndege yaliondolewa mwaka wa

---

154 ECA (2018)

155 Ufadhili wa upungufu unamaanisha uzidishaji wa matumizi ya umma zaidi ya mapato ya umma. Uzidishaji unashughulikiwa kwa ukopaji kutoka kwa soko, nje ya nchi au utengenezaji wa sarafu. Kwa sasa mahakama ya Kenya ina sera ya kuifanya kuwa huru kifedha. Japo hii ni kanuni ya kupongezwa, ni nini kitafanyika kwa faida na hivyo basi swali la kimaadili...Je haki inapaswa kuwa biashara yenye faida?

156 Karen na Muungano wa Wakazi wa dhidi ya Baraza la Jiji la Nairobi na Mwingine (1999) KLR

157 ICPAK (2016)

158 ECA (2018)

2016, na badala yake ada ya "kuufanya uwanja wa ndege kuwa wa kisasa" ilianzishwa ikiwa ni takriban dola za Marekani 17 kwa tiketi ya daraja la gharama ya chini, na takriban dola za Marekani 25 kwa tiketi ya daraja la kati au ya daraja la juu. Ushuru wa bidhaa wa 18% ulianzishwa kwa mapato yalitokana na waendeshaji shughuli za mawasiliano ya simu, na vilevile ada ya Senti 50 za Marekani kwa dakika kwa mawasiliano yoyote ya simu ya kimataifa yanayoingia. Hatimaye, ada ya 0.2% kwa bidhaa za kutoka nje ya nchi ilianzishwa ya kufadhili Umoja wa Afrika.[159]

Mapato ya serikali ni pamoja na rasilimali zinazohusiana na uchimbaji madini mabao haujachumwa, rasilimali za msitu au mirahaba (kwa mfano uuzaji wa mbao wa serikali ya Cameroon), ruzuku au uhamisho wa malipo ndani ya serikali, mkopo wa nje/ruzuku za mkopo kutoka nje, mapato ya mali, faini/malipo ya adhabu, mgao wa hisa kupitia kwa SOEs, ada za mtumiaji au ada inayotozwa dhidi ya utoaji wa huduma za afya ya umma, elimu, ada za barabara na daraja na mapato kutoka kwa kodi ya nyumba na kodi ya ardhi na mijengo ya serikali.[160] Kodi za barabara zinaweza kujaza pengo la ufadhili wa miundo msingi nazo ada za mtumiaji za afya na elimu zinaweza kutumika katika mgao wa bajeti wa kuboresha utoaji wa utunzaji wa afya na utoaji wa chakula na elimu bora.[161] Hata hivyo kwa kutambua bajeti kwa namna hii au kuwaruhusu wananchi kufanya malipo kama haya kutoka mifukoni mwao husababisha uwezekano wa kuwepo na ufisadi pale pasipo na uwazi wa kutosha kwa matumizi ya rasilimali ambazo tayari zipo na zile zimekusanywa. Bali na ushuru wa mashirika, serikali hukusanya mapato yasiyo ya ushuru kutoka kwa makampuni ya kigeni yanayochimba rasilimali asili. Haya yanaweza kuwa ni pamoja na aina mbalimbali za mirahaba na ada kama vile ugawanaji wa faida, mali ya uvumbuzi na uchimbaji/haki za uwekezaji, na kodi zozote zingine za rasilimali asili kwa serikali kihalali. Hii pia ni pamoja na ulipaji upwa wa ada za vibali na leseni.

Ada za mtumizi na ada zingine ni vikundi vidogo muhimu na zinaweza kulipwa kwa ushuru wa maji, bili za nguvu za umeme,

---

[159] ECA (2018)
[160] Mourre na Reut (2017); Bird na Zolt (2003)
[161] Bird na Zolt (2003)

huduma za mawasiliano, ada za leseni za TV, ada za leseni za magari, ada za viza, ada za leseni za mikahawa na mabaa, matozo, kodi ya kukodisha ardhi au ya sakafu, malipo ya adhabu kwa malimbikizo ya ushuru; faini za ushuru, ada za maegesho ya magari iwapo maeneo ya maegesho yanasimamiwa na asasi za taifa na kadhalika. Zaidi, mapato kutokana faini za mali iliyoibwa na ikapatikana na kwa ukwepaji na utakatishaji wa fedha ambapo awali hayakuchukuliwa kuwa ya kiwango kikubwa, kwa sasa yanakua huku kazi ya data inayohusiana na IFF ikiendelea kuchunguzwa.

Ndani ya Afrika, nafasi ya fedha kwa kiwango kikubwa inabainishwa sio tu na majaliwa ya rasilimali pekee, bali pia na jiografia.[162] Serikali katika chumi kali ndogo ambazo hazina fukwe na zisizo na rasilimali, zina msingi mdogo wa fedha na haswa hutegemea ruzuku na msaada kutoka nje. Kwa mfano, upungufu jumla wa fedha wa serikali ya Rwanda ulifika kileleni mwaka wa 2014 kwa 14% ya Pato Jumla la Taifa (GDP). Hata hivyo, kwa kuondoa ruzuku, inaonyesha upungufu wa karibu 12% mwaka huohuo.[163] Vinginevyo, msingi wake wa fedha ungeweza tu kusaidia 88% ya matumizi ya serikali. Kwa mujibu wa IMF, serikali ya Rwanda ina mipango ya kupunguza upungufu huu, kimsingi kwa kuongeza mapato ya nyumbani kuliko kupunguza mtaji au matumizi ya kawaida.[164]

### 2.2.5. Matumizi

*Umaskini ni Utumwa.*

Methali ya Wasomali

Malengo ya Maendeleo Endelevu (SDGs) na Ajenda 2063 ya Afrika imeweka thamani kubwa sana kwa ukuaji husishi na maendeleo endelevu. Afrika imeshuhudia mafanikio tajika katika matokeo chaguliwa ya maendeleo ya jamii tangu mwaka wa 2000 japo yakidhihirisha kwamba mchakato hima kwa matokeo ya jamii hayajakuwa ya kuhusisha ipasavyo. Zaidi, matumizi ya umma kwa mfano kwa matokeo ya jamii kama vile elimu na afya kwa jumla

---

162 Collier (2006) u. 236
163 Banki ya Dunia (2017) u. 12
164 IMF (2019a)

yamekuwa yakiongezeka hata hivyo mchango wa kuboresha idadi ya tarakimu za matokeo haijakuwa husishi. Kutimiza Malengo ya Maendeleo Endelevu kunahitaji viwango visivyo na kifani vya matumizi ya maendeleo na uwekezaji kutoka kwa nchi za Afrika. Matumizi ya umma yatakuwa mojawapo wa sehemu muhimu kama itakavyokuwa ukopaji kutoka kwa masoko ya nyumbani na ya kimataifa.[165] Na bado bila sera ya kuhakisha uendelevu wa fedha, nchi za Afrika zinahatarisha uwepo wa mgogoro wa fedha. Hili linaibua wasiwasi wa ongezeko la viwango vya deni ya umma ambavyo kwa sasa vinaongezeka kwa kasi haswa kwa sababu ya msingi mdogo wa mapato katika nchi za Afrika. Kwa hivyo, nchi za Afrika zitahitaji kuhakikisha kwamba zifanya ukopaji wa umma kuwa kama chanzo cha fedha za maendeleo, kukiwa na usawazishaji wa hili dhidi ya mahitaji ya kupunguza hatari ya mgogoro wa deni. Kwa sasa deni la nchi za Afrika linaendelea kuongezeka kwa kasi mno na wasiwasi unaibuliwa kwa sababu ya msingi mdogo wa ushuru wa nchi za Afrika.[166] Hili litahusisha jinsi bora zaidi ya kutumia masoko ya deni ya nyumbani na jukumu la masoko kama hayo katika ukuzaji wa kina cha fedha, ushirikishwaji kifedha na ukuaji unaowasaidia maskini. Litahusisha pia jinsi ushirikiano wa kieneo unaweza kusaidia ujenzi wa uwezo na kuimarisha usimamizi wa fedha za umma kote Afrika.

Katika umbele wa maendeleo ya jamii, Afrika imerekodi manufaa tajika katika matokeo ya maendeleo yaliyochaguliwa tangu mwaka wa 2000 licha ya kutokuwepo na ushirikishwaji wa kutosha. Kwa mfano, matumizi ya umma kwa elimu na afya yamekuwa yakiongezeka.[167] Dhidi ya hali hii, mafanikio ya Afrika kwa jumla katika matokeo ya jamii yanaweza kupanuliwa na kudumishwa iwapo mataifa wanachama yatahusika katika utafutaji wa mapato ya fedha na kwa ufanisi kuyaweka kwa ufadhili wa maendeleo endelevu. Umaskini na ukosefu wa usawa umekuwa ukipungua japo bado ni juu kwa kiwango kikubwa huku kukiwa na tofauti kubwa kote katika maeneo madogo na nchi. Hata hivyo, hatua za kugawana gharama na familia katika huduma za elimu na afya kumesababisha ongezeko

---

165 UNCTAD (2018)

166 ADB (2018a). Taza pia mkusanyiko wa data ATAF, Waris na Magara (2019).

167 Roberts (2003)

la ukosefu wa usawa wa upatikanaji wa huduma za umma na kuchangia kasi ndogo ya upunguzaji wa umaskini.[168]

Jukumu la sera ya fedha la kutafuta rasilimali za fedha na kutimiza Malengo ya Maendeleo Endelevu (SDGs) limeelezwa vyema katika Ajenda ya Hatua ya Addis Ababa (AAAA) ambayo ilitoka kwa Kongamano la Tatu la Kimataifa kuhusu ufadhili wa Maendeleo mnamo 2015.[169] Chini ya vipengele sita vya hatua, AAAA ilitambua hitaji la kutafuta nyongeza kubwa ya rasilimali za umma za nyumbani, kwa nyongeza kutoka kwa msaada wa kimataifa ili kupata maendeleo endelevu na kufikia malengo ya maendeleo endelevu. Nchi zimejitolea kuimarisha usimamizi wa mapato kupitia kwa mifumo ya ushuru ya kisasa na ya hatua kwa hatua na ya ufanisi zaidi katika ukusanyaji wa ushuru. Nchi pia zimejitolea kuboresha usawa, uwazi, utendaji bora na ufaafu wa mifumo ya ushuru kwa kupanua msingi wa ushuru na kuzidisha ushirikiano wa kimataifa. Katika upande wa matumizi, AAAA ilisisitiza hitaji la kuimarisha taratibu za udhibiti wa kitaifa kama vile taasisi za juu za ukaguzi pamoja na taasisi zingine huru za uangalizi ili kuimarisha uwazi na usawa wa ushiriki katika mchakato wa uandalizi wa bajeti. AAAA ilitoa wito wa utambuzi wa ruzuku za mafuta ya visukuku ambazo huchochea matumizi mabaya.

Ufadhili ni muhimu sana kwa mafanikio ya Ajenda 2030 na sera nzuri za fedha zitakuwa na jukumu muhimu katika uinuaji wa uwekezaji unaohitajika kutokomeza umaskini na kuhakikisha uwepo wa ukuaji husishi. Sera faafu za fedha, zinaweza kuchangia ukuaji wa uchumi, na mafanikio ya Malengo mengi ya Maendeleo Endelevu (SDGs) na malengo yanayohusiana nayo (T) katika kiwango cha dunia na kitaifa kote kwa sekta mbalimbali.[170]

**Lengo 1: Hakuna umaskini**. Ukusanyaji wa ushuru huchangia hazina za kitaifa ambazo hufadhili mipango ya maendeleo ya kuelekea kupunguza umaskini **(T1.1)**. Sera za fedha fanisi zinazohakikisha faida zinatozwa ushuru pale shughuli zinatekelezwa na faida kupatikana, huongeza ukusanyaji wa mapato. Kanuni za ushuru zinazoweza kutabirika pia ni muhimu kwa biashara ya mpakani,

168 Banki ya Dunia (2016)
169 UNDESA (2015)
170 Malengo haya ni mojawapo wa Ajenda ya UM ya 2030

uwekezaji wa biashara, kubuni nafasi za ajira na ukuaji unaoimarisha ukusanyaji wa ushuru.

**Lengo 6: Maji safi na usafi**. Baadhi ya marekebisho ya fedha (k.m ushuru wa uchimbuaji wa maji, kodi za udhibiti, ruzuku) yanaweza kutekelezwa ili kuzidisha ubora wa maji (T6.3), kuongeza matumizi yanayofaa ya maji (T6.4) na kuzalisha mapato ya kuboresha upatikanaji wa maji (T6.1). Bali na kurekebisha matumizi ya bajeti (k.m ruzuku, msamaha wa ushuru) katika sekta zingine (k.m kilimo, nishati) kunaweza kuongeza ufaafu wa matumizi ya maji yanayohusiana na umma, hivyo kuimarisha Lengo 6 la Maendeleo Endelevu. (SDG6) Ukuaji bora wa uchumi ni ule ambao una nguvu, thabiti, endelevu, unao ongeza uzalishaji na kupelekea kuwepo na matokeo mema ya jamii (kama vile viwango vya maisha vilivyoboreshwa na upunguzaji wa umaskini).[171]

**Lengo 7: Nishati safi na nafuu**. Sera za fedha (k.m ushuru wa nishati, taratibu za bei za kaboni, motisha kwa vinavyoweza kufanywa upya) zinaweza kuzalisha mapato ya kuboresha upatikanaji wa nishati (T7.1), kusaidia uzalishaji wa nishati mbadala (T7.2), kuboresha utendaji bora wa nishati (T7.3), na kuchochea uwekezaji kibinafsi katika muundo msingi wa nishati na teknolojia ya nishati safi (T7a). Kurekebisha matumizi ya bajeti (kama vile ruzuku, msamaha wa ushuru) katika sekta ya nishati unaweza pia kusaidia katika maendeleo ya nishati safi kukiunga mkono SDG7 lakini pia SDG12.

**Lengo 8: Kazi stahifu na ukuaji kiuchumi**. Sera za fedha zinazokuza uwekezaji na uvumbuzi zitavutia uwekezaji wa kigeni wa moja kwa moja (FDI), matokeo yake yakiwa ni uboreshwaji wa nafasi za kazi stahifu, uvumbuzi na uzalishaji wa viwango vya juu tija (T8.2). Sera za fedha pia zinaboresha ufanisi wa rasilimali duniani katika matumizi kwa uzalishaji (T8.4). Zaidi, kurekebisha sera za fedha kupunguza upotoshaji unaochochewa na ushuru kwa leba kunaweza kuongeza motisha wa ajira na kuunga mkono ajira kamili (T8.5).

---

[171] Martinez na Mlachila (2013); Mlachila et al. (2014)

**Lengo 9: Kiwanda, uvumbuzi na muundo msingi**. Sera za fedha zinaweza kuzalisha rasilimali na kuunda motisha wa uwekezaji kibinafsi katika R&D kwa teknolojia za kijani, kusaidia kusitawisha muundo msingi, kusisimua upokezi wa teknolojia safi na zinazofaa kwa mazingira na mchakato wa kiviwanda (T9.4).

**Lengo 10: Ukosefu wa usawa uliopunguzwa.** Mapato yanayotokana na marekebisho ya fedha yanaweza kutumiwa kufidia familia za mapato ya chini, kuzuia athari za jamii, kupunguza ukosefu wa usawa na kuimarisha ukuaji husishi (T10.4). Kurekebisha ruzuku za mafuta ya visukuku (T12.2c) ni njia nyingine ya kupunguza ukosefu wa usawa, kukiunga mkono SDG10 kwa vile ruzuku hizi kwa kiasi kikubwa, hunufaisha makampuni na watumiaji tajiri.

**Lengo 11: Mji na jamii endelevu**. Sera za fedha (k.m ada za uchafuzi wa hewa, ushuru wa utupaji taka ardhini, ada za msongamano, ada za uchomaji taka, ushuru wa magari) zinaweza kuimarisha ubora wa hewa, ushughulikiaji wa taka ya mjini na taka zingine na kupunguza athari za kimazingira za mijini kwa kila mtu (T11.6).

**Lengo 12: Matumizi na uzalishaji unaowajibika**. Sera za fedha (k.m ada za uchafuzi wa hewa, ushuru wa vifaa, ushuru/ada kwa misitu na uvuvi, ushuru wa taka, ushuru wa zao) zinaweza kuchochea usimamizi endelevu na vilevile matumizi ya rasilimali asili kwa ufanisi (T12.2), kupunguza uachiliwaji wa kemikali (T12.4), uharibifu wa chakula (T12.3) na uzalishaji wa taka (T12.5). Zaidi, marekebisho ya ushuru kuondolewa kwa ruzuku za mafuta hatari ya visukuku yanaweza kupunguza utumiaji mbaya (T12c) na kuongeza ufaafu wa matumizi ya umma.

**Lengo 13: Hatua ya tabianchi.** Mapato kutokana na hati rasmi za fedha yanaweza kusaidia uwekezaji kuimarisha uwezo thabiti na wenye mabadiliko. (T13.1), kuchangia kwa ahadi za ufadhili wa mazingira (T13.a) na ujenzi wa uwezo (T13.b). Badala yake, motisha wa fedha (k.m. ushuru wa magari) unaweza kubadili tabia ya mtumiaji kuwa na chaguzi za kaboni ya kiwango cha chini, ikiandamana na juhudi za kuboresha elimu na kuinua uhamasisho kuhusu mabadiliko ya tabianchi.

**Lengo 14: Maisha chini ya maji**. Sera za fedha (k.m. ada za changarawe na kokoto za baharini, ada za utoaji hewa chafu wa meli, ushuru wa mifuko ya plastiki) zinaweza kusaidia kupunguza na kuzuia uchafuzi wa baharini (T14.1) na kuimarisha usimamizi endelevu na ulindaji wa bahari na mifumo ikolojia ya pwani (T14.2). Zaidi, uondolewaji wa ruzuku za uvuvi (T14.6) utaunga mkono Lengo 14 la Maendeleo Endelevu (SDG14).

**Lengo 17: Ushirikiano kwa ukuaji**. Sera za fedha zinaimarisha utafutaji wa rasilimali ya nyumbani (T17.1) na zinaweza kusaidia katika utafutaji wa vyanzo vingine vya ufadhili ikiwa ni pamoja na sekta ya kibinafsi (T17.3). Uundwaji upya au marekebisho ya fedha unaongeza zaidi mapato ya taifa, kudhibiti upungufu wa bajeti na kupunguza migao ya deni kwa Pato Jumla la Taifa (GDP), na unaweza kuchangia katika uhimili wa deni la muda mrefu (T17.4.) Motisha ya fedha kwa teknolojia safi inaweza kuchochea maendeleo, uhamisho, usambazaji na uenezaji wa teknolojia bora zinazoendana na mazingira (T17.7).[172]

Hata hivyo, ni sharti tukumbuke kwamba, serikali hutumia pesa kwa ulinzi na usalama. Nchi zilizo kwenye mizozo na kwa wastani 40% ya nchi za Afrika zimo kwenye mizozo ya aina fulani na kwa wakati fulani basi, matumizi kwa bahati mbaya huwa ni ya kununua zana za vita na vilevile vita vina uchumi wake.[173] Kwa lazima, hili limekuwa na matokeo ya uharibifu wa maendeleo yaliyomo kama vile ilivyofanyika Libya wakati wa kuporomoka kwa Gdhafi na hivyo basi ujenzi wa maendeleo ni sharti uanze tena. Mzozo wa fedha ambao Schumpeter ana tetesi kuwa unasukuma mbele taifa, hautilii maanani uharibifu ambao mzozo unaweza kusababisha na japo nchi ina uongozi bora, itakuwa na huduma za ustawi wa jamii na muundo msingi zilizoroteka zaidi.[174]

---

[172] Kwa mujibu wa UNEP (2016) na ICC (2018)
[173] Mradi wa Data ya Mahali na Tukio la Mzozo wa Kivita (2014)
[174] Schumpeter (1942)

Mara nyingi pia sisi husahau kwamba serikali kama vile binadamu, inaweza kuwa na matumizi ya juu kuliko ilivyonuiwa lakini pia kuwa na matumizi ya chini kuliko ilivyotarajiwa. Hili linapotokea, kunakuwa na upunguaji katika bajeti ya kitaifa kwa kiwango sawa na hiki na vilevile upunguzaji wa ukusanyaji na pale iwezekanavyo, upunguzwaji wa viwango vya ushuru. Mifumo endelevu ya ushuru ina uwezo wa kupunguza au kukabiliana na ukosefu wa usawa, lakini ni lazima iunganishwe na matumizi faafu ya mapato ya ushuru na mifumo sikivu ya ustawi/manufaa ili kufikia maendeleo endeleza. Hata hivyo, "iwapo ushuru utaondoa manufaa yanayohamishwa kwa jamii maskini, ili kwamba jamii fulani za watu maskini zinalipa ushuru zaidi kuliko vile zinapokea kupitia uhamishaji," basi malengo ya mfumo endelevu yanaweza kuathiriwa. "Kufanya mfumo kwa jumla kuwa endelevu hakuhitaji kila ushuru binafsi kuwa endelevu".[175] Kwa kusisitiza kwamba walio na mapato ya juu wanapaswa kutoa mgao waa juu wa DRM, ni muhimu kuhakikisha kuwa ugawaji wa mizigo ya ushuru ni wa usawa.

## 2.3. Hitimisho

*Hakuna jua linalotua bila historia zake.*

Methali ya Wazulu

Uhalali wa fedha ni lengo ambalo kila taifa linapaswa kulenga iwe ni kiasi gani cha bajeti, na linaweza kutimizwa kwa kuhakikisha kwamba mfumo wa fedha ni wazi, wenye dhima, wenye manufaa, fanisi na faafu, wenye usawa na haki. Hata hivyo, kanuni hizi zinapaswa kutumikizwa kote kwa mfumo wa serikali ya taifa, katika nadharia ya kifedha ya taifa, kwa muundo wa serikali, utawala, jinsi zinavyofadhili taifa na biashara za umma pamoja na maingiliano baina ya serikali na wadau wote ikiwa ni pamoja na jamii iliyo muhimu sana.

Tukiwa tuna uwezekano wa kuziweka nchi za Afrika zinazoendelea kama zilizo na uwezekano wa kutagaa kishenzi milki za taifa la fedha na ushuru. Kanuni na falsafa zingine zinapaswa kuakisiwa ili kuweka wazi mwelekeo ambao sheria na jamii zinatangamana kwa ajili ya kuruhusu kanuni kuratibu sheria za fedha

---

175 Mirrlees (2011)

na kuwezesha ukusanyaji na mgao wa rasilmali za nyumbani. Kukiwa na uhalali wa fedha ukiwa msingi wa utafutaji wa rasilimali za nyumbani za taifa, mtu anapaswa kuhakikisha kwamba haya yako kwa kina kwa hali kama hiyo, yanashughulikiwa kwa kina katika viwango vyote vya serikali na wadau wenza ikiwa ni pamoja na sio kuwekea mpaka wahusika: wale ambao wanaakisi, kuunda na kutumia sheria za fedha na pili, kupitia kwa vijenzi vya kinadharia vya uelewa na kanuni za mwongozo wa sheria za fedha na ushuru.

# Mfumo wa Sheria ya Fedha na Sera

*Utajiri, ukiuutumia, utakwisha; mafunzo ukiyatumia, yanaongezeka.*

Methali ya Waswahili

Sura ya kwanza inaweka wazi muktadha wa Kiafrika: uchumi wake, historia na mfumo wa kifedha wa sasa pamoja na changamoto anuwai zinazokumba ukusanyaji na ugawaji tena wa fedha wa nchi binafsi na eneo. Sura ya pili inaweka wazi darubini ambazo kupitia kwazo, kitabu hiki kitasonga mbele ikiwa ni pamoja na kutambua sehemu muhimu za mapato na matumizi ya fedha. Kuna tetesi kwamba kuna kanuni kuu ambazo ni: uwazi, uwajibikaji, dhima, ufanisi, na ufaafu, zote zikiwa kwenye mfungamano ndani ya kikapu cha usawa na haki. Sura hii itajikita ndani kwa aina za mifumo ya fedha iliyopo kwa nadharia na halisi, katika mataifa mbalimbali ya Afrika. Kuelewa mifumo iliyopo kutamsaidia mtu kuteua mfumo ambao unafaa katika muktadha mahsusi wa mataifa.Utajiri ukitumiwa utakwisha lakini usimamizi wa utajiri na kujifunza jinsi ya kuutunza vyema pia kuna matumaini ya kuongezeka. Sura hii itatoa ramani ya mafunzo ambayo tumejifunza kuhusu bara la Afrika kwa msingi wa aina za mifumo tuliyonayo. Mifumo ya fedha inaweza kugawanywa kwa kategoria tafauti: kwanza, kwa kutegemea chanzo kikuu cha rasilimali, pili, aina za matumizi na tatu, aina ya muundo wa kiutawala wa fedha.

## 3.1. Mifumo kwa msingi wa miundo ya kiutawala

*Iwapo shamba lako la mahindi li mbali, ndege watayala mahindi yako.*

Methali ya Wakongo

Mkataba wa Afrika wa Ushiriki Pendwa katika Maendeleo na Mabadiliko, unatoa sifa za Afrika kama iliyo na utawala wa kati wa kiwango cha juu na hivyo kuwa na wito wa ushirikishwaji wa watu katika uundaji wa sera za maendeleo, mipango na michakato.[176] Hili linakuwa muhimu kwa hatua za kwenda mbele, hata hivyo kufikia sasa ni nchi 4 tu za Afrika ambazo zimechagua miundo ya ugatuzi ambazo ni: Ethiopia, Nigeria, Afrika Kusini na Kenya, lakini hili halizifanyi kuwa na ugatuzi wa kifedha.

Kuna aina tatu kuu za mifumo ya kiutawala ya fedha: kwanza, pale ambapo majukumu na ufadhili yanasimamiwa katika sehemu moja, mara nyingi katika serikali kuu pamoja na mfumo wa kati. Wa pili ni pale ambapo ufadhili na majukumu yanaibishwa kwa vitengo vya kiutawala vilivyo karibu na watu. Mfumo wa tatu ni mchanganyiko ukiwa na baadhi ya majukumu na fedha unaoendeshwa katika kiwango cha kati na mengine yakiwa yamegatuliwa au kunaibishwa kwa viwango vya chini vya kiutawala.[177] Swali linalojiri kwa akili ni ipi iliyo bora kwa mataifa ya Afrika, maeneo madogo au hata bara zima. Jibu lake huwa si sahili au rahisi kamwe na sura hii haitajaribu kulijibu swali hili lakini itaweka wazi maoni anuwai na jinsi yanavyotumika katika bara la Afrika kutia motisha mjadala na majadiliano yanayoendelea hadi kufikia kilele kidogo cha makubaliano, kuna chaguzi tatu: mfumo katikati; mfumo wa ugatuzi au mfumo mchanganyiko ambao ni mchanganyiko wa hiyo miwili.

### 3.1.1. Mfumo wa umoja au wa katikati

Nyingi ya nchi za Afrika ni za mifumo ya katikati. Ingawa serikali za mfumo wa katikati zina nguvu za kutoza na kutumia ushuru ambazo zimebainishwa kwa katiba, kwa mahitaji, shirikisho fulani sharti lihakikishe zibainishwa. Mipangilio ya fedha ya nguvu za kutoza na kutumia ushuru zote ziko kwa msingi wa mkataba kati ya serikali za katikati ambazo huungana kuunda shirikisho kama ilivyo nchini Nigeria na Afrika kusini. Hata ingawa serikali kuu lazima iwe na nguvu za fedha, vitengo vinavyoiunda vinabaki kuwa na haki ya uhuru wa kuendesha shughuli za fedha kivyao. Mara nyingi nguvu za fedha za serikali kuu huwa zimebainishwa katika vipengele vya katiba ambavyo vinaweza kufasiliwa zaidi na fasiri za mahakama.[178]

---

176 Umoja wa Afrika (1990) aya. 5 na 8
177 Banki ya Dunia (2005)
178 Kipngetich (2001) u. 4

Majukumu ambayo kwa kawaida hayajagatuliwa ni pamoja na: kwanza, majukumu ya nguvu za kutoza ushuru na matumizi; pili, sheria ya usawa inayosema kwamba ushuru utakuwa wa usawa kote nchini. Tatu, sheria ya mgao inayoandaa njia ya usawa wa ushuru wa mapato kote nchini. Nne, ushuru kwa uuzaji nje ya nchi umekatazwa. Mipaka fulani pia inaweza kuwekwa: vitengo buniwa vilivyogatuliwa vya kiutawala kama vile jimbo/wilaya/kaunti, vinakatazwa haswa kutoza ushuru sio tu kwa uuzaji nje ya nchi bali pia bidhaa zinazoingizwa nchini kutoka nje. Vipengele vya kinga vinakataza utozaji ushuru wa katikati kwa majimbo/kaunti na pia kinyume chake kinatumika.

### 3.1.2. Mfumo uliogatuliwa au usio wa katikati

Ugatuzi au uhamishaji wa madaraka unahusu uhamishaji wa haki za kisiasa, kiutawala na usimamizi wa fedha, majukumu na nguvu kati ya serikali kuu au ya kitaifa na serikali za viwango vya chini. Waandishi wengi wanaona kwamba, uhamishaji huu wa mamlaka pia unahusisha uhamishaji wa majukumu na uwajibikaji kutoka kwa serikali kuu au ya kitaifa hadi kwa vitengo vidogo vya kitaifa ambavyo ni nusu huru.[179] Zaidi, tetesi ya kinadharia ya uhamishaji wa majukumu hadi kwa viwango vya chini vya serikali ni kwamba, ukaribu wa waundaji wa sera za nyumbani au viongozi kwa wananchi, huongeza mtiririko wa habari na kuwezesha wananchi kuelewa vyema, kufuatilia na kuwaweka uwajibikaji maofisa wa serikali.[180] Kutokana na hayo, viongozi waliochaguliwa wa gatuzi hizi, hutilia maanani utoaji wa huduma ili wachaguliwe tena. Kuna tetesi kuwa usimamizi uliogatuliwa unahimiza uangalizi mkubwa kutoka kwa wananchi.[181] Kwa mujibu wa ugatuzi wa fedha, ni muhimu kuelewa kwamba nguvu za kutoza ushuru kwa jumla zinahusisha elementi tatu ambazo ni: muundo wa mfumo wa ushuru; usimamizi wa ushuru; na ukaguzi na kuripoti mapato ya ushuru.

Kwa mujibu wa Kiser na Sacks[182], tathmini ya ugatuzi katika nchi za Afrika zinaonyesha matokeo mchanganyiko. Kwa nadharia,

---

[179] Banki ya Dunia (2001)

[180] Hasnain (2008) u.1; Heald na Mcleod (2010); Brosio na Outreville (2011) u. 7-14

[181] Wagana et al. (2016) u. 3

[182] Kiser na Sacks (2009) u. 192

ugatuzi "unaweka usimamizi karibu na watu, huku ukuiongeza uwezo wao wa kuudhibiti."[183] Huku ugatuzi ukiwa unaweza kuongeza ufanisi wa kiutawala na kuhalalisha serikali za mitaa juu ya serikali ya kitaifa, ugatuzi wa usimamizi wa ushuru si kamili. Mojawapo wa athari hasi za ugatuzi kwa mujibu wa Kiser ba Sacks ni ongezeko la idadi ya vyombo vya kisheria katika kiwango cha serikali za mitaa kama ilivyofanyika nchini Uganda, Zimbabwe na Kenya.

Aina hizi za vipengele vya kikatiba vya taifa vimo kwa kategoria nyingi. Katika nafasi ya kwanza, katiba nyingi za kitaifa huwa na mipaka ya ushuru na matumizi. Baadhi ya mipaka hii ni ya sifa kubwa, kwamba inawekea mipaka kiwango cha deni ambalo linaweza kukopwa, kiwango cha utozaji ushuru, au ukuaji kwa kiwango cha matumizi. Mipaka mingine ni ya sifa za kiutaratibu, inaagiza kwamba, aina fulani za deni sharti ziidhinishwe kwa kura ya wengi, au zinaihitaji kura ya wengi kabisa kabla ya mabunge kuanza kutoza ushuru au kupata madeni. Na tena kuna vipengele vingine vya fedha za umma, ikiwa ni pamoja na mahitaji kwamba ushuru na migao itolewe kwa kusudi la umma, na vilevile mahitaji ya mabunge kwamba yakubali bajeti iliyo na usawa. Ilielezwa kwamba, kwa muda wa miaka mitano iliyopita, mabunge yamebuni njia zote za kiubunifu za kukwepa mipaka hii ya kikatiba, kwa sehemu moja kupitia kwa kufasili upya ushuru, deni na nyenzo za umma ili yasiwekwe kwenye mizani ya vipengele hivi vya kikatiba. Kuhusu nguvu za usimamizi wa fedha, waandishi wengi wana tetesi kwamba, ugatuzi wa fedha kwa jumla unaweza kuchukua miundo mitatu ambayo ni: uhuru kamili wa fedha; mfumo wa mapato yaliyotengwa; na mfumo wa uhamishwaji wa fedha na usawazishwaji.[184]

#### *3.1.2.1. Uhuru wa fedha*

Chini ya mpangilio wa uhuru kamili wa fedha, vitengo vilivyogatuliwa, kabisa hutegemea mapato yavyo vyenyewe. Hili lina maana kwamba, majukumu ya matumizi na majukumu ya kutafuta mapato yamegatuliwa kwa vitengo vidogo vya kitaifa. Vitengo vilivyogatuliwa, hivyo basi vina nguvu sio tu kwa kutoza ushuru, bali pia kuunda sheria kuhusu sera za fedha zinazobaisha msingi wavyo

---

[183] Kama ilivyo hapo juu.
[184] Banki ya Dunia (2005)

wa ushuru, na uwezo miongoni mwa mengine. Wanaotetea mpangilio huu wanahoji kuwa, ikiwa kila kitengo kilichogatuliwa kinategemea kabisa mapato yake yanayoweza kutozwa ushuru, kutakuwa na motisha wa kupunguza viwango vya ushuru ili kuvutia shughuli nyingi za kiuchumi na hivyo uwezo wa ushuru unaotozwa.[185] Zaidi, kwa jumla wanasiasa wanapaswa kuwajibika kutafuta idadi kubwa ya fedha ambazo wao hutumia.[186]

*3.1.2.2. Mfumo wa mapato yaliyotengwa*

Chini ya mapato yaliyotengwa, kila kitengo kilichogatuliwa kinapokea mapato ya ushuru yaliyozalishwa ndani ya mipaka yake. Ni muhimu kujua kwamba hili linaweza kutumika kwa aina zote za ushuru, huku jumla yake ikisababisha kulemewa kwa kibajeti kwa kitengo kilichogatuliwa au kwa mbadala, aina fulani za ushuru pekee. Katika hali ya baadaye, matokeo yatakuwa kwamba, mapato yaliyotengwa yatahusisha elementi moja ya mali ya vyanzo vya mapato kwa vitengo vilivyogatuliwa. Katika hali zote mbili, vitengo vilivyogatuliwa vina mamlaka ya kutoza kikamilifu ushuru ulioathiriwa (kwa mfano. vitengo vina nguvu ya kutoza ushuru na kuweka sheria kwa masuala yote ya sera za ushuru yanayotukia hapo. Mwisho, chini ya mfumo wa uhamishwaji na usawazishaji, rasilimali na mahitaji ya kila kitengo kilichogatuliwa, yanatiliiwa maanani katika ubainishaji katika ugawaji wa uhamisho huu kwa vitengo vilivyogatuliwa. Hili mara nyingi ni kwa sababu tawala zilizogatutiliwa huwa ni tofauti kutokana na uwezo, wingi wa idadi ya watu na maendeleo au mahitaji ya muundo msingi kwa kila mtu.

*3.1.2.3. Uhamisho wa fedha*

Chini ya mpangilio huu, serikali kuu kwa kawaida hubaki na udhibiti mkuu wa mapato ya ushuru japo vitengo vilivyogatuliwa vina mamlaka ya kikatiba ya kutoza kategoria fulani za ushuru. Ugatuzi wa fedha katika muundo huu una sifa za kujitegemea wa vitengo vilivyogatuliwa kuhusu uhamisho kutoka kwa serikali kuu na kwa kiasi kikubwa ni kwa msingi wa matumizi kinyume na msingi wa mapato. Kwa mujibu wa wataalamu wengi kuhusu ushuru, ugatuzi

---

185 Heald na Mcleod (2010) u. 4

186 Kama ilivyo hapo juu.

unaleta changamoto kutokana na ushuru wa ukusanyaji wa mapato au usimamizi.

## 3.2. Mifumo yenye msingi kwa vyanzo vikuu vya mapato

Mara nyingi, uteuzi wa mfumo wa usimamizi wa ushuru kwa jumla unachochewa na gharama ya uendeshaji na kiwango cha ufanisi miongoni mwa mazingatio mengine.[187] Hata hivyo, kuna kategoria nne pana za mipangilio ya kitaasisi kwa kuhusiana na ukusanyaji wa ushuru.[188] Hizi ni: kurugenzi moja katika Wizara ya Fedha,; kurugenzi nyingi katika Wizara ya Fedha; Taasisi unganifu isiyo na uhuru kamili, na taasisi unganifu isiyo na uhuru kamili ikiwa na halmashauri.

Chini ya muundo wa kwanza, majukumu ya usimamizi wa ushuru ni wajibu wa kitengo kimoja cha kishirika ndani ya mfumo wa Wizara ya Fedha au cha kiwango sawa nayo.[189] Chini ya muundo wa kurugenzi nyingi, majukumu ya ukusanyaji na usimamizi wa ushuru ni wajibu wa vitengo vingi vya kishirika vilivyomo ndani ya wizara ya Fedha. Ni vyema kuelewa kwamba, vitengo hivi kwa kawaida hujumlisha taasisi husika za mapato kwa maeneo madogo ya kitaifa au vitengo. Chini ya muundo wa tatu, majukumu ya usimamizi wa ushuru ni wajibu wa taasisi za mapato zisizo na uhuru kamili, ambapo mkubwa wake huripoti kwa waziri wa serikali. Mwisho, chini ya muundo wa nne, majukumu ya usimamizi wa ushuru ni wajibu wa taasisi unganifu isiyo na uhuru kamili, ambapo mkubwa wake huripoti kwa waziri na kwa usimamizi wa halmashauri iliyo na maofisa wa kutoka nje.

Ni muhimu pia kujua kwamba, viashiria vya utendaji wa vitengo kama hivi vya ushuru au taasisi za mapato kwa jumla hurejelea:[190]

i) Kuridhika kwa walipaushuru kutokana na huduma zilizotolewa na kwa jumla mitazamo yao kuhusu usimamizi wa wakala wa mfumo wa ushuru;
ii) viwango vya utekelezaji wa walipaushuru vilivyotimizwa;
iii) upunguzwaji wa mzigo wa utimizaji; na
iv) mtazamo wa ushirikishwaji wa waajiriwa au kuridhika.

---

[187] OECD (2014a)
[188] OECD (2008a) u. 12
[189] Kama ilivyo hapo juu.
[190] Kama ilivyo hapo juu. u. 58

Mamlaka ya Ushuru ya Tanzania (TRA), kwa mfano, huajiri takribani watu 3,600, ambao ni wengi sana ikilinganishwa na watu 1500 nchini Uganda na 250 nchini Rwanda[191]. Hata hivyo, ukitazama wastani wa kidunia wa 0.82 wafanyakazi wa ushuru waliopo kwa kila raia 1000, TRA haifanyi vyema ikiwa na 0.087 kwa raia 1000 [192] Kwa nadharia, wafanyakazi wana mafunzo mema, laki kisa cha hivi majuzi kuhusu watu shahada za kughushi inadhihirisha kuwa wengi ambao hawajahitimu wamo maofisini. Mnamo Aprili 2017 karibu watumishi wa umma 10,000 walifutwa kazi kwa sababu ya jambo hili. Zaidi, hakuna kozi ya chuo kikuu kuhusu ushuru na kwa hivyo TRA huenda ikawa ina upungufu wa wafanyakazi waliofunzwa vyema, hata hivyo sio wao pekee. [193]

Serikali hulazimisha aina nyingi za ushuru. Huku walipaushuru wakiwa wanaweza kufikia, kuhesabu na kulipa ushuru, mamlaka za ushuru pia zimewezeshwa na sheria kudai ushuru. Kwa mfano nchini Kenya, Sehemu ya 5 (1) Kipengele 469 cha Sheria ya Mamlaka ya Mapato ya Kenya, inaipa nguvu Mamlaka ya Mapato ya Kenya kukusanya na kupokea mapato yote kwa niaba ya Serikali ya Kenya. Katika nchi nyingi, watu binafsi hulipa ushuru wa mapato wanapopata pesa, wanalipa ushuru wa matumizi wanapotumia pesa hizo, pia wanalipa ushuru wa mali wanapomiliki nyumba au ardhi na wakati mwingine kulipa ushuru wa mali watakapo kufa. Nchini Nigeria, Huduma ya Mapato ya Ndani ya Shirikisho ina mamlaka chini ya sehemu ya 8 ya Sheria ya (usimamizi) Huduma za Mapato ya Ndani ya Shirikisho la Nigerian ya kupata, kukusanya, kuhesabu na kushurutisha malipo ya ushuru wakati unawadia kwa Serikali au ajenti zingine zake. Nchini Morocco, ni Usimamizi Mkuu wa Ushuru ambao hutekeleza majukumu haya katika viwango vya kitaifa na vya kimtaa.[194] Kwa nchi nyingi za Afrika, serikali kuu na serikali za mtaa (katika mifumo iliyogatuliwa) zote hukusanya ushuru. Nchini Guinea, ushuru unatozwa hasa kwa manufaa ya Jimbo la shirikisho. Ni kiwango kidogo kabisa cha ushuru wa maendeleo ya mtaa na ushuru wa silaha za vita kinachotozwa serikali za mitaa. Mapato ya utawala

---

191 UN (2000) para. 7

192 OECD (2014b) u. 13

193 Ng'wnakilala (2017)

194 Ufalme wa Morocco (2019)

wa mtaa hayatoshi.[195] Kurugenzi ya Ushuru ya Kitaifa imeundwa na mikoa 33 ya usimamizi wa fedha, maeneo saba ya kiutawala, pamoja na jiji la Conakry ambalo hufurahia hadhi fulani ya jamii iliyogatuliwa.[196]

Kuna miundo mingi ambayo mfumo wa fedha unaweza kutegemea kwa msingi wa chanzo kikuu cha mapato. Nchi zingine kama Nigeria hadi mwaka wa 2018 zilitegemea kodi ya mafuta kwa zaidi ya 50% ya mapato yake.[197] Mifumo mingine inaweza kuwa na utegemezi mkubwa kwa biashara ya serikali katika kilimo au vivutio. Muundo wa tatu unaweza kuwa ule ambao unategemea zaidi msaada. Miaka ya 1990 na mwanzo wa 2000, nchi nyingi za Afrika zilitegemea kwa karibu kabisa bajeti ya msaada na deni ili kuimarisha bajeti zao za kitaifa.[198] Mwisho, ni utegemeaji wa taifa kwa ukusanyaji wa ushuru kutoka kwa wakazi wake. Huku kila mfumo unakuwa na changamoto zake, nchi nyingi barani Afrika hivi leo aghalabu zinategemea ushuru kwa kiwango fulani na utegemeaji wa kiwango cha chini wa rasilimali kwa sababu ya kupungua kwake.[199] Hili linaweza kutegemea aina nyingi za ushuru zilizotekelezwa na ngazi za serikali ambazo zinaweza kutozwa ushuru. Mifumo hii huwa ni tofauti na huja kwa aina tatu kuu: pasi na ushuru; ushuru mmoja moja na ushuru mwingi.

Hivi majuzi, mataifa huru ikiwa ni pamoja na yale yaliyo kwa mzozo na yanayoondoka kwa mzozo na vilevile mataifa yaliyo na idadi kubwa ya rasilimali asili kama Sudan Kusini, Somalia na Libya hayakukusanya au hayangeweza kukusanya ushuru. Nchi zingine huenda zikawa na ushuru mmoja unaotumika katika taifa kwa mfano, mataifa ya Gulf yalianza kutekeleza ushuru wa nyongeza ya Thamani kama ushuru mmoja mnamo mwaka wa 2017, hata hivyo hili ni tukio la kipekee katika ulimwengu uliofinyilika kifedha[200] Kutekelezwa huku kwa ushuru mmoja kunachukuliwa kuwa kwa hakika, zaidi kuliko na usawa, na faafu kwa gaharama.[201] Unafaa pia katika mataifa ambayo yameondokea mzozo, mataifa machanga/mapya na vilevile

---

[195] Jamhuri ya Guinea (1990) Kipengele 339 – 354
[196] Taasisi ya Kitaifa ya Takwimu ya Guinea (2018)
[197] Odhiambo na Olushola (2018) sura 1 sehemu 3
[198] Omotola na Saliu (2009) u. 87
[199] OECD et al. (2016) sura 1
[200] Zubeldia (2017)
[201] Kwa mfano, mfumo wa Kiislamu wa ulipaji ushuru unafuata kanuni hii.

mataifa ambayo awali hayakuwa na ushuru ili polepole kuwaingiza raia kwa shughuli ya ulipaji ushuru.

Mifano ya kihistoria ya ushuru mmoja pia unahusisha muundo wa ushuru mmoja ambao ni ushuru wa watu wazima wote au ushuru mkuu. Unalazimisha ushuru kwa mtu kwa sababu yeye aliishi kwa jamii na hakuwa na tegemeo la mapato au biashara. Nchini Kenya,[202] Uganda, Afrika Kusini, Zimbabwe, Sierra Leone, Zambia na nchi zingine, kihistoria huu ulikuwa ushuru wa nyumba ya kitamaduni. Kumekuwa na tetesi kwamba, ushuru wa watu wote wazima u karibu kutoegemea upande wowote na haupotoshi muundo wa shughuli ya kiuchumi. Pia tetesi ilikuwa kwamba, ungeweza kubadilishwa kwa upesi kulingana na mahitaji ya serikali na kila mwanajamii alichangia kukimu serikali, ukipanua eneo la ulipaji ushuru huku ukitoa uhamasisho na uwajibikaji kwa akili za walipaushuru kuhusu shughuli za serikali. Hata hivyo, ushuru huu haushughulikii ukosefu wa usawa katika afya na mapato ndani ya nchi, huumiza zaidi sehemu za nchi zilizo maskini kuliko zile tajiri na utazifanya sehemu maskini kubadili mtindo wa matumizi huku ukiwa hauna athari zozote kwa sehemu tajiri. Zaidi ya hayo, ushuru wa watu wote wazima huenda usiwe ni ushuru wa mapato wa kutosha na unaweza kutekelezwa kwa kuwajali walio maskini kabisa katika nchi.[203] Matumizi ya ushuru wa watu wote wazima ulikuwapo Ugiriki, Roma na Uingereza ya kale na hata katika baadhi ya koloni zao.[204] Katika Rwanda ya baada ya mauaji ya halaiki, serikali ya Kagame alijadiliana uwezekano wa kutekeleza ushuru wa kiwango sawa.[205] Ushuru mmoja umekuwa na vikwazo vingi sana kwa vile si rahisi kubainisha kodi za kiuchumi na za biashara, ni kwa nini kodi ya biashara ivute kodi ilhali miundo mingine ya mtaji mkuu hubaki kuwa na msamaha, kodi haitawahi kuwa mapato ya kutosha na ushuru huu inasemekana kamwe hauwezi kusaidia ukuaji wa uchumi. Uchumi hauna lengo moja tu la ukuaji. Kwenda kwa ushuru

---

[202] Waris (2013a)

[203] Bhatia (2018)

[204] Katika historia ya Kenya, muundo wa ushuru ulioanzishwa Kenya wakati wa ukoloni ulikuwa ushuru wa watu wote wazima au ushuru wa nyumba za msonge kama ulivyojulikana pale ambapo ushuru ulitozwa na serikali ya mkoloni kwa kila nyumba ya msonge iliyomilikiwa na mtu mmoja. Kusudi kuu la ushuru huu lilikuwa ni kupunguza ndoa ya wanawake wengi na vilevile kuwaingiza watu kwa uchumi wa fedha ambao baadaye ungesaidia shughuli za serikali ya kikoloni.

[205] UNCTAD (2012) u. 7, 17

wa aina nyingi ni jambo lisiloepukika. Itakuwa ukosefu wa haki wa kiwango cha juu kutoza ushuru kwa mapendeleo lakini mchanganyiko wa aina za ushuru unaonekana kuwa bora zaidi kwa upunguzaji wa athari mbaya huku ukiimarisha athari za manufaa.

## 3.3. Mfumo wa fedha kwa msingi wa mlipaushuru aliyelengwa

*Hakuna anayejaza kinywa chake kwa chakula kwa kukitoa kwa meno ya mwingine.*

Methali ya Igbo

Kwa jumla, ushuru ni sharti uidhinishwe na jamii, kwa kupitia kwa katiba au sheria, au pale ambapo maamuzi yanafanywa ambayo hayampendezi mlipaushuru kwa kupitia kwa vikundi shinikizi vya jamii. Zaidi, katika nadharia, kwa jumla tulidhania kuwa serikali ina shughuli za usimamizi ambazo ni wazi na fanisi kupitia kwa mfumo wa ushuru unaoweza kutiishwa. Hivyo, nadharia na utendaji wa mfumo wa ushuru na sera unaweza kuwa una tofautiana na mwengine na mara nyingi pendekezo la ushuru, ambalo kinadharia linaweza kuwa nzuri na la kupendeza, hubidi kuachwa nje kutoka kwa mtazamo wa kiutendaji.

Kazi ya serikali katika sekta hii ni kimbele kubainisha tija ya ushuru ili uweze kuhalalishwa. Iwapo ushuru una uwezekano wa kutozalisha, nasi inashauriwa kuachana nao. Uzalishaji wa ushuru unapimwa kwa kiwango cha mapato dhidi ya gharama ya kuusimamia au gharama ya ufanisi na makadirio ya mapato dhidi ya mapato halisi. Mapato yanagawika kwa sehemu tatu. Kwanza, ushuru kwa mapato na matumizi. Hii ni pamoja na ushuru ada zilizopokelewa kwa upokezi wa mapato na matumizi kama ushuru wa shirika, zinazojulikana, ushuru wa matumizi, ushuru wa riba, na ushuru wa aina nyingine yoyote unaotumika. Pili, ushuru kwa mali na shughuli kuu. Hii ni pamoja na ushuru wa aina za utajiri mahsusi na kuhamishwa kwake kama vile ushuru wa mali, ushuru wa utajiri, ushuru wa zawadi, ushuru wa nyumba, mapato ya ardhi na ushuru wa stempu na ada za usajili. Mwisho, ushuru kwa bidhaa na huduma. Hii ni pamoja na ushuru kwa uzalishaji, mauzo, ununuzi, usafiri na matumizi ya bidhaa na huduma. Ushuru umeainishwa kwa kategoria tatu kuu; kulingana na athari na matukio ya ushuru; chombo ambacho kinapaswa kutozwa ushuru na kiwango cha ushuru kinachotumika. Athari ya ushuru inamaanisha mtu anayetozwa ushuru na tukio la ushuru linarejelea mtu ambaye anabeba mzigo wa ushuru.[206] Chini ya kategoria hii, kuna aina tatu za ushuru; Ushuru wa Moja kwa Moja na Usio wa Moja kwa Moja.

### 3.3.1. Ushuru wa moja kwa moja

Huu ni ushuru ambao athari na tukio ushuru ni kwa mtu mmoja. Ushuru huu unamhitaji mlipaushuru kulipa ushuru moja kwa moja kwa mamlaka ya ushuru. Dalton anaeleza ushuru wa moja kwa moja kama "ule ambao kwa hakika unalipwa na mtu ambaye kisheria anatozwa"[207] Mill anafasili ushuru wa moja kwa moja kama "ule ambao unadaiwa kutoka kwa mtu yule yule ambaye anahitajika"[208] Mifano ya ushuru wa moja kwa moja ni pamoja na ushuru wa mapato, ushuru wa kifo, ushuru wa shirika, ushuru wa utajiri, ushuru wa matumizi, ushuru wa zuio, na ushuru wa chambele.

Manufaa ya ushuru wa moja kwa moja ni pamoja na: kwanza, upo chini ya sheria ya usawa na hivyo mzigo wake umegawa kwa usawa. Hivyo, kwa sababu hali ya uendelevu wake, mapato ya mtu yanapoongezeka, kiwango cha ushuru nacho kinaongezeka. Pili, uko kwa msingi wa sheria ya uhakika wa wakati, kiwango na namna ambavyo unapaswa kulipwa. Serikali pia ipo kwa nafasi nzuri ya kupanga kwa vile ina uhakika wa kiwango inachotarajia kupokea kutoka kwa mlipaushuru. Tatu, gharama ya ukusanyaji ni ya chini na hivyo aina hii ya ushuru inatosheleza sheria ya uchumi. Mlipaushuru hulipa moja kwa moja kwa serikali. Nne, ushuru wa moja kwa moja hutosheleza sheria ya unyumbufu kwa sababu ya uwezo wake wa kubadilika. Serikali kwa urahisi inaweza kuongeza au kupunguza kiwango cha ushuru kama inavyoonelea inafaa. Tano, ushuru wa moja kwa moja unaeleweka rahisi na walipaushuru. Sita, ushuru wa moja kwa moja uko chini ya msingi wa sheria ya matamanio na hivyo unalipwa na wale tu wanaohitajika. Kwa mfano, ni wale tu walioajiriwa ambao wanapaswa kulipa ushuru wa mapato.

---

[206] Waris (2013a) u. 19

[207] Dalton (2009)

[208] Kama ilivyo hapo juu.

Saba, ni muhimu kwa kusudi la ugavi wa utajiri na upunguzaji wa ukosefu wa usawa wa mapato na utajiri. Hali ya uendelevu wa ushuru wa moja kwa moja huhakikisha kwamba watu maskini walio chini ya kiwango cha chini kabisa cha ushuru wana msamaha wa ushuru wa mapato. Vinginevyo, wale walio na mishahara ya juu wanalipa kiwango cha juu cha ushuru kulingana na mishahara yao. Kwa namna hii, ushuru wa moja kwa moja unatimiza hitaji la mamlaka ya kati kwa haki ya jamii na uchumi, na watu wanatozwa ushuru kwa haki huku ikiakisi mabadiliko endelevu kwa mapato yao.

Mwisho, ushuru wa moja kwa moja unakuza roho ya kuwajibika kijamii miongoni mwa walipaushuru. Walipa ushuru wanauelewa kwamba wanalipa ushuru kwa serikali, kwa hivyo wanazingatia kwa karibu shughuli za serikali huku wakiweka udhibiti kwa matumizi mabaya ya fedha za umma. Kwa upande wake, serikali inawajibika kwa kugharamia matumizi ya umma kwa makusudi ya ustawi wa umma.

Kasoro za ushuru wa moja kwa moja ni pamoja na: kwanza, ushuru wa moja kwa moja si pendelewa kwa vile mlipa-ushuru lazima alipe moja kwa moja kutokana na mapato yake. Pili, ushuru wa moja kwa moja hukiuka kanuni ya utotatitazaji kwani malipo ni ya jumla na kwa pamoja. Zaidi, wauzaji, wafanyabiashra, wazalishaji miongoni mwa wengine wanalazimika kutii taratibu zinazohusiana na mapato yao. Mahitaji haya ni ya tata na hivyo wataalamu wa ushuru wa mapato wanahitajika ili kusaidia watu kama wale ambao wamejiajiri ili watimize kikamilifu masharti ya sheria. Tatu, ushuru wa moja kwa moja unatoza kwa hadhari ya serikali ambayo huweka viwango na kufafanua ushuru. Ukosefu huu wa kutowahusisha wengine unaleta elementi ya udikteta. Nne, ushuru wa moja kwa moja ni wa kutatiza na hivyo mlipaushuru atajaribu iwezekanavyo kukwepa kuulipa na wakati mwingine hata akisaidiwa na wataalamu wa ushuru jinsi ya kukwepa ushuru. Hili linazua hali ya kutoaminika na pia kusababisha serikali kupoteza mapato.

Tano, ushuru wa moja kwa moja hautozwi vikundi vyote vilivyo na mapato kwa vile walio na mapato ya chini hawachangii chochote kwa hazina kupitia kwa ushuru. Sita, ushuru wa moja kwa moja huathiri pakubwa akiba na uwekezaji kwa sababu ya ukweli kwamba, jinsi mapato yalivyo juu, ndivyo kiwango cha ushuru kinavyoongezeka hivyo kumyima mlipaushuru nafasi ya kuweka akiba na kuwekeza zaidi. Matokeo yake yakiwa ni ya kukatisha watu tamaa ya kufanya kazi zaidi. Mwisho, ushuru wa mashirika huwa ni wa kukatisha tamaa viwanda na mashirika ambayo yanahusika na uzalishaji wa bidhaa muhimu.

**Jedwali 11. Nchini ambazo zina kiwango cha chini cha mishahara**

Chanzo: https://wageindicator.org/labour-laws/decent-work-map

Nchi zote za Afrika hutoza ushuru wa mapato japo kwa kutofautiana kwa baadhi. Nchi kama Rwanda haina kiwango cha chini cha mshahara na kwa hivyo mapato yote yanatozwa ushuru hata yawe ni ya chini kiasi gani.[209] Nchi zingine kama vile Namibia zina kiwango cha chini cha mshahara cha dola za Namibia 50,000 (takribani dola za Marekani 3,500 )[210] na nchini Kenya, dola za Marekani 125 za kwanza hazitozwi ushuru wa mapato.[211] Kwa mashirika, viwango vya ushuru wa mapato huwa ni tofauti kati ya 3-15% nchini Mauritius[212] na 30% nchini Kenya na Afrika Kusini.

209 Taifa la Rwanda (2005)
210 Deloitte (2015)
211 KRA (2019)
212 Mamlaka ya Mapato ya Mauritius (2019)

Ukosefu wa usawa huu unaoelekezwa kwa walipaushuru hata wawe ni nani, unakiuka sheria za usawa. Zaidi, viwango tofauti vinavyotozwa kwa msingi wa kiwango ambacho mtu binafsi anapata dhidi ya ushirikiano, ina sababisha ukiukaji wa kanuni ya ibn Khaldun ya haki na usawa.[213]

*3.3.1.1. Ushuru wa mapato wa kibinafsi*

Ushuru wa mapato ya mtu binafsi unaojulikana kama ushuru wa mapato ya kibinafsi (PIT), ni ushuru kwa mapato ya mtu. Mapato huwa ni pamoja na ujira, mishahara, na mapato mengine kutoka kwa kazi ya mtu; riba iliyopatikana kutoka kwa akaunti za akiba na aina fulani za dhamana; kodi (mapato kutoka kwa mali iliyokodishwa), mirabaha iliyopatikana kutokana na vitu vilivyowekewa hatimiliki kama vile, uvumbuzi na vitabu; na migao ya hisa. Mapato pia yanahusisha mapato makuu ambayo ni faida zinazopatikana kutoka kwa mauzo ya soko la hisa, ujenzi, au uwekezaji mwingine ambao thamani yake imeongezeka kwa muda. Mnamo 2015 Taifa la Guinea lilikuwa nambari 184 kutoka kwa chumi 190 kuhusu urahisi wa ulipaji ushuru.[214] Katika mchakato unaoendelea wa ugatuzi, Utaratibu wa Serikali za Mitaa ulikubaliwa mwaka wa 2006. aUtaratibu huu ulishinikiza uhuru wa uanzishaji na ukusanyaji wa ushuru na uwekaji wa viwango vya ushuru kwa serikali za mitaa.

Serikali za kitaifa za nchi nyingi za Afrika zinawataka wananchi kujaza fomu za ushuru wa mapato ya kibinafsi kila mwaka. Katika nchi kama vile Uganda, Nigeria na Kenya, hesabu za deni la ushuru na kujaza fomu za ushuru ni wa kiotomatiki kabisa kupitia kwa jukwaa la kielektroniki la ushuru. Kila mlipaushuru ni lazima ahesabu deni lake la ushuru - kiasi cha pesa ambacho anadaiwa na serikali. Kuhesabu huku kunahusisha hatua nne. Kwanza, mlipaushuru anahesabu mapato jumla yaliyorekebishwa- mapato ya mtu kutoka kwa vyanzo vyote vinavyotozwa ushuru na kuondoa matumizi fulani yanayopatikana wakati wa kupata mapato hayo.

Pili, mlipaushuru anabadilisha mapato jumla yaliyorekebishwa kuwa mapato yanayopaswa kutozwa ushuru-idadi cha mapato kinchopaswa kutozwa ushuru-kwa kuondoa idadi mbalimbali za

---

[213] Kama ilivyo hapo juu Khaldun (1377)
[214] WB (2017) u. 73

misamaha na makato. Baadhi ya makato huwepo ili kuimarisha usawa wa mfumo wa ushuru. Makato mengine yanakubaliwa ili kuvutia tabia za aina fulani. Kwa mfano, serikali zingine zinaidhinisha makato ya michango ya hisani kama motisha kwa watu binafsi watoe pesa kwa kusudi stahilifu.

Tatu, mlipaushuru anahesabu kiasi cha pesa anachostahili kulipa kwa kutazama jedwali la ushuru, ambalo linaonyesha kiasi kamili anachopaswa kulipa kwa viwango vingi vya mapato yanayotozwa ushuru. Watu walio na mapato ya juu zaidi wanafuata jedwali la viwango, ambalo ni orodha ya viwango vya ushuru mbalimbali unaotozwa mapato, ili kuhesabu kiasi cha ushuru wanachopaswa kulipa.

Mwisho, mlipaushuru anatoa ushuru uliolipwa kwa mwaka huo pamoja na miamana ya ushuru inayokubalika ili apate idadi ya mwisho ya deni la ushuru. Baada ya kuhesabu idadi ya ushuru unaopaswa kulipwa, ni lazima mlipaushuru atume habari hii kwa serikali na kutangaza kiasi kinachodaiwa. Walipaushuru wengi, badala ya kuwa wadaiwa pesa, wao hurejeshewa pesa na serikali baada ya kujaza na kutuma fomu za ushuru, kwa sababu walikuwa na kiasi kikubwa cha ushuru ambacho kilikuwa kimekatwa kutoka kwa ijara na mishahara yao mwaka huo.

Ushuru wa mapato hufurahia uungwaji mkono mpana kwa sababu mapato huchukuliwa kama kiashiria kizuri cha uwezo wa kulipa wa mtu binafsi. Hata hivyo, ushuru wa mapato ni mgumu kusimamia kwa sababu upimaji wa mapato huwa mara nyingi ni mgumu. Kwa mfano, watu wengine hupokea sehemu ya mapato yao 'kwa aina' -kwa njia ya bidhaa na huduma badala ya kulipwa pesa. Wakulima huwapa wafanyakazi wa shambani chakula, nayo mashirika yanaweza kuwapa wafanyakazi wao magari ya kampuni na maegesho yasiolipiwa. Iwapo serikali itachukua ushuru wa mapato kwa pesa badala ya 'kwa-aina' basi watu watakwepa kulipa ushuru kwa kuchukua kiasi kikubwa cha mapato yao kama bidhaa na huduma ikiwa ndiyo fidia yao.

Kwa kuwa ushuru wa mapato unatozwa vyanzo vya mapato, ushuru wa orodha ya wapokea mshahara unaweza kutumika tu kwa ujira na mishahara. Waajiri hukata ushuru wa orodha ya waajiriwa wanaopokea mishahara mara moja kutoka kwa mishahara ya waajiriwa hawa na kisha kuiwasilisha kwa serikali. Ushuru wa orodha ya wafanyakazi wapokea mshara huwa ndicho chanzo kikuu cha ufadhili wa mipango ya bima ya jamii, kama zile zinazotoa msaada kwa maskini, wazee, wasio na ajira na walemavu. Hata ingawa watunga sheria walioweka ushuru wa orodha ya wapokea mishahara walinuia kusawazisha mzigo wa ushuru miongoni mwa waajiri na wafanyakazi, hili huenda lisiwezekane kimatendo. Baadhi ya wataalamu wa uchumi wanaamini kwamba ushuru huu huwafanya waajiri kulipa mshahara mdogo kabla ya kutozwa ushuru kwa waajiriwa kuliko vile wangewalipa, na hivyo kabisa kuwatwika waajiriwa mzigo wa ushuru.

*3.3.1.2. Ushuru wa mapato wa Shirika*

Kwa mashirika mengi ikiwa si yote, katika nchi za Afrika, yawe kaajii au yasiyo kaaji, lazima yalipe ushuru wa mapato yao halisi (faida) kwa serikali. Nchini Kenya, kwa mfano kuna kiwango kimoja sawa kwa makampuni lakini kwa nchi zingine kiwango hiki kinaweza kuwa tofauti. Nchini Morocco kwa mfano, kiwango hiki ni endelevu na huwa ni kati ya 10% na 30% kwa mapato ya shirika yaliyozidi dirham za Morocco milioni 1. Zaidi, kiwango cha juu cha 37% kinatumika kwa makampuni ya kukodisha na ya mikopo. Nchini Nigeria, kiwango hiki ni 30% kwa makampuni wenyeji na yasiyo wenyeji na nchini Afrika Kusini, kiwango kimoja sawa cha 28% kinatozwa. Ushuru wa Mapato ya Shirika (CIT) ni mojawapo wa aina ya ushuru ulio na ubishani sana. Hata ingawa sheria inachukulia mashirika kama yaliyo na uhuru wa uwezo wa kulipa ushuru, chumi nyingi zinatambua kwamba ni watu halisi pekee-kama vile wanahisa wanaomiliki makampuni-ambao wanaweza kubeba mzigo wa ushuru. Zaidi, CIT inapelekea kuwepo na ulipaji maradufu wa ushuru wa mapato ya shirika. Mapato yanatozwa ushuru kwanza kama shirika na mara ya pili kutozwa wakati wanahisa wanalipwa migao ya hisa zao. Hivyo, mapato ya shirika yanabeba mzigo mzito wa ushuru kuliko mapato ya watu binafsi au aina zingine za biashara. Nchi za Afrika zinaweza kukabiliana na suala hili kwa kupuguza ushuru unaotozwa migao ya hisa. Kwa mfano nchini Kenya, migao ya hisa kutoka kwa kampuni huwa haitozwi ushuru zaidi isipokuwa ushuru wa zuio na iwapo kampuni imeorodheshwa kwa soko la hisa, basi kuna uwezekano wa kuwepo na ushuru wa mapato makuu lakini huu kwa sasa hautozwi tangu 2016 nchini Kenya. Ni muhimu pia kutambua kwamba chini ya utawala wa sasa wa ushuru, malipo ya mgao wa hisa wa makampuni ya kigeni hayatozwi ushuru. Nchini Morocco, malipo ya mgao wa hisa ya makampuni wenyeji kwa kawaida yanajumlishwa na faida za biashara lakini yanakatwa 100% kwa makusudi ya kuhesabu mapato yanayotozwa ushuru.

Baadhi ya wataalamu wa uchumi wamependekeza kufutwa kwa CIT na badala yake ushuru utozwe wamiliki wa mashirika (wanahisa) kupitia kwa PIT. Wanafunzi wengine wa mfumo wa ushuru wanaona CIT kama gharama inayolipwa na mashirika kama fadhila maalumu kutoka kwa jamii kwa kiwango kilichopunguzwa. Cha muhimu zaidi kwa fadhila hizi ni dhima ya ukomo kwa wanahisa. Hili lina maana kwamba, wakopeshaji hawawezi kudai mali ya kibinafsi ya wanahisa kwa sababu dhima ya wanahisa kwa deni la shirika ina kikomo kwa kiasi walichowekeza kwa shirika.

Ni muhimu pia kutambua kwamba, katika tawala zingine, makampuni pia yanapaswa kulipa ushuru wa mapato makuu kwa mujibu wa mapato aliyoyapata kutoka kwa uhamisho wa mali na rasilimali. Hii inajumlisha pesa, ardhi, haki ya kibinafsi kwa mali, pesa na mali isiyohamishika. Nchi kama vile Afrika Kusini, Rwanda, Tanzania na Kenya zinatoza ushuru wa mapato makuu kutoka kwa makampuni. Hata hivyo nchini Kenya, mnamo Juni 1 Januari 2016, makampuni yana msamaha wa ushuru wa faida za mauzo ya rasilimali kutokana na hisa ambazo zinauzwa katika soko la hisa ambazo zimepewa leseni na Mamlaka ya Masoko ya Hisa. Katika baadhi ya nchi, faida kutokana na mauzo ya rasilimali huenda ikaondoa hali ambazo nchi ina mkataba na nyingine wa kutoza ushuru maradufu. Kwa mfano, nchini Rwanda, faida za mauzo ya rasilimali hazitozwi ushuru kwa makampuni ya nchi ambazo zina DTA na Rwanda, ikiwa ni pamoja na nchi za Afrika Kusini, Belgium na Mauritius.

### 3.3.2. Ushuru usio wa moja kwa moja

Ushuru usio wa moja kwa moja ni ule ambao chini yake athari za ushuru ziko kwa mtu mmoja huku tukio likiwa kwa mtu mwingine. Ushuru usio wa moja kwa moja mara nyingi hufasiliwa kama ushuru unaodaiwa kutoka kwa mtu mmoja kwa matarajio na nia kwamba yeye atajifidia kwa gharama ya mwingine. Hivyo, ushuru huu huendeshwa kwa kanuni ya kuhamisha mzigo wa ushuru kutoka kwa mwuzaji hadi kwa mnunuzi. Huu ni uanishaji kulingana na njia ya ukusanyaji. Huu ni ushuru unaokusanywa moja kwa moja kutoka kwa chanzo-mlipaushuru anayelengwa na sheria. Imedaiwa pia kwamba, ushuru kutoka kwa mapato ni wa moja kwa moja ilhali ule wa matumizi si wa moja kwa moja.

Mlipaushuru lengwa katika hali hii hupitisha malipo au mzigo wa ushuru kwa mtu mwingine anayeulipa ushuru huu mwishowe. Ushuru usio wa moja kwa moja unaweza kuwa mahsusi kufuatana na thamani ya kitu. Wakati unatozwa kwa kila bidhaa au kwa msingi wa kila kipimo, unajulikana kama mahsusi. Kwa upande mwingine, wakati kiasi cha ushuru kimeratibiwa kulingana na thamani ya bidhaa inayotozwa ushuru, ni wa kufuatana na thamani ya kitu. Ushuru wa mauzo kwa kiasi kikubwa ni wa kufuatana na thamani ya kitu. Ushuru wa mapato wakati mwingine huwa ni mahsusi na wakati mwingine ni wa kufuatana na thamani ya kitu na wakati mwingine ni mchanganyiko wa aina hizi mbili. Manufaa ya ushuru wa kufuatana na thamani ya bidhaa ni kwamba umehimiliwa moja kwa moja kwa thamani ya bidhaa na huendana na bidhaa hii. Hivyo, athari ya ushuru imegawika kuwili; athari ya kisheria pale mzigo wa ushuru unalazimishwa kisheria na athari ya kiuchumi ambao ndio mzigo halisi wa kifedha. Ushuru huu huwa ni pamoja na Ushuru wa Nyongeza ya Thamani VAT, ushuru wa forodha na ushuru wa mauzo.

Manufaa ya ushuru usio wa moja kwa moja ni pamoja na: kwanza, ushuru usio wa moja kwa moja ni rahisi kwa vile unalipwa kwa kiasi kidogo wakati bidhaa na huduma zinanunuliwa. Ushuru huu sio mzigo mkubwa kwani wanunuzi hawauhisi kwa vile umejumlishwa kwa bei za bidhaa. Pili, unauwezekano wa kubadilika kwa vile serikali inaweza kuongeza au kuongeza viwango vya ushuru unaopaswa kulipwa, hali hii ikiufaya kuwa nyumbufu na wa kubalika rahisi. Tatu, ni ushuru wa uchumi kwa vile wazalishaji na wanunuzi wana wajibu wa kukusanya na kuwasilisha ushuru moja kwa moja kwa serikali. Nne, ushuru huu ni jumlishi kwa bei na hivyo kuwepo na uwezekano mdogo sana wa ukwepaji. Wauzaji jumla na wa rejareja kwa urahisi hutimiza wajibu wao wa kukusanya ushuru na hivyo hawana ugumu wa kuuwasilisha kwa serikali. Mteja anaweza tu kukwepa ushuru huu kwa kutonunua bidhaa na huduma. Wazalishaji hukwepa ushuru huu kwa kuuza bidhaa ambazo hazijaingizwa kwa orodha ya bidhaa na kwa kutotoa risiti ya bidhaa zilizouzwa.

Tano, ushuru usio wa moja kwa moja unaweza kuwa na manufaa kwa kuzuia matumizi ya bidhaa zilizo na madhara; yaani bidhaa ambazo ni hatari kwa afya ya mtumiaji. Serikali hutoza ushuru wa juu kwa bidhaa kama sigara na pombe ikasababisha bei yake kupanda kwa lengo la kupunguza matumizi bidhaa hizi. Mwisho, Ushuru usio wa moja kwa moja ni kifaa ambacho serikali inatumia kutekeleza sera za uchumi. Ushuru usio wa moja kwa moja unaweza kutozwa kwa bidhaa za kutoa nje ya nchi na hivyo kuzifanya kuwa ghali zaidi na hivyo kuwepo na ushindani mdogo kwa bidhaa zilizozalishwa nchini ambazo zitakuwa na ushindani mkubwa kwa sababu ya bei za chini Serikali pia inaweza kuhimiza maendeleo ya tasnia fulani kwa kupunguza au kuondoa ushuru usio wa moja kwa moja unaotozwa.

Mapungufu ya ushuru usio wa moja kwa moja ni pamoja na: Kwanza, sio chanzo hakika cha mapato kwa vile serikali haiwezi kubainisha athari za ushuru ulio kwa bei za bidhaa. Iwapo bidhaa fulani haihitajiki, kuongeza ushuru kunaweza kuwa na athari hasi kwa hitaji na hivyo kuathiri mapato yanayokusanywa kutoka na zile zitakazouzwa. Pili, ni ushuru wa kurudisha nyuma kwa hali yake na ambao unamaanisha kuwa, hata bila kujali uwezo wa mteja wa kununua, wanunuzi wote hulipa ushuru sawa. Kwa hivyo unakosa kutimiza kanuni za kupindukia za haki kama ilivyofafanuliwa na Ibn Khaldun na sheria za usawa kwani mzigo wa ushuru ni mzito zaidi kwa watu maskini. Tatu, ushuru usio wa moja kwa moja unakuwa ghali kwa taifa ambalo linawaajiri wakaguzi wanaokagua kuhakikisha kuwa wazalishaji, wauzaji jumla na rejareja wanalipa ushuru kama inavyotakikana.

Nne, athari ya ushuru usio wa moja kwa moja ni ongezeko la bei ambalo moja kwa moja lianaathiri hitaji. Wakati hitaji la bidhaa au huduma linateremka kwa sababu ya ongezeko la bei, moja kwa moja linaathiri uzalishaji na vivyo hivyo ajira na nafasi za kazi. Tano, ushuru usio wa moja kwa moja huzindisha mfumuko wa bei kwa sababu ya athari zake kwa bei za bidhaa. Gharama ya juu ya bidhaa inasababisha kuwepo kwa hitaji la mishahara ya juu na kwa hivyo kuathiri gharama na hivyo ongezeko zaidi la bei. Mwisho, kutokana na ukweli kwamba ushuru usio wa moja kwa moja unajumlishwa kwa bei ya bidhaa, walipa ushuru kwa hakika huenda wasijue wanalipa ushuru. Kutojua huku huenda kukasababisha walipaushuru wasidai kutoka kwa mamlaka taarifa ya hesabu ya jinsi pesa hizo zimetumika.

Kutokana na mtazamo wa Ibn Khaldun na uhalali wa fedha, ushuru usio wa moja kwa moja unaonekana kuwa ni wa kukandamiza maskini ilhali unawapendelea matajiri kwa vile wote hulipa kiasi sawa kulingana na matumizi yao. Zaidi, katika nchi zinazoendelea, mara nyingi ikiwa sio kawaida, hazikumbwi na changamoto za utoshelevu wa chakula, chakula cha msingi huwa kinatozwa Ushuru wa Nyongeza ya Thamani (VAT) na hili huzorotesha utoshelevu wa chakula kwani bei za chakula na mavazi zinaelekea kupanda zaidi kuliko ilivyo katika nchi zilizostawi. Ushuru usio wa moja kwa moja kwa hivyo unapaswa kukwepwa kabisa ikiwa taifa linajaribu kuendeleza uhalali wake wa fedha pamoja na uhusiano kati ya taifa na jamii. Ushuru wa matumizi ni ule unaotozwa kwa mauzo ya bidhaa au huduma. Aina muhimu zaidi za ushuru wa matumizi ni ushuru wa mauzo ya jumla, ushuru wa bidhaa, ushuru wa nyongeza ya thamani na ushuru wa bidhaa

*3.3.2.1. Ushuru wa mauzo jumla*

Ushuru wa mauzo jumla unatoza kiwango cha ushuru kama hicho kwa bidhaa za aina nyingi na katika hali zingine, huduma pia. Japo wauzaji kisheria wana wajibu wa kulipa ushuru wa mauzo, na kwamba wauzaji wanakusanya ushuru huu kutoka kwa wateja, mzigo wa ushuru wowote wa mauzo mara nyingi hugawanya kati ya mwuzaji na mteja. Mataifa mengi huwa na msamaha wa ushuru wa mauzo kwa bidhaa muhimu kama vile mboga na vyakula na dawa za maagizo. Watu binafsi na biashara wote hulipa ushuru wa mauzo. Katika baadhi ya nchi za Afrika Ushuru wa Mauzo ulibadilishwa na Ushuru wa Nyongeza ya Thamani (VAT).

*3.3.2.2. Ushuru wa bidhaa*

Serikali za shirikisho/kitaifa na jimbo/ manispaa/mtaa hutoza ushuru wa bidhaa ambao ni ushuru wa mauzo ya bidhaa au huduma mahsusi. Ushuru wa bidhaa pia unajulikana na kama ushuru wa mauzo chaguliwa. Bidhaa ambazo zinatozwa ushuru wa bidhaa katika nchi za Afrika ni pamoja na bidhaa za tumbako, vinywaji vya kulevya, petroli na baadhi ya bidhaa za anasa. Ushuru wa bidhaa huwa unatekelezwa kwa msingi wa kila kitu kimoja au kwa kila kifurushi cha sigara au kwa kila lita au galoni ya petroli au kwa asilimia isiyobadilika ya bei ya mauzo.

Wakati mwingine serikali hutoza ushuru wa bidhaa kwa miradi mahsusi. Kwa mfano, wapiga kura katika jiji wanaweza kuidhinisha ushuru kwa vyumba vya mahoteli kusaidia kulipia kituo kipya cha mikutano. Baadhi ya serikali za kitaifa zinatoza ushuru wa bidhaa kwa tiketi za ndege ili kusaidia kugharamia maboresho ya uwanja wa ndege au usalama wa shirika la ndege. Mapato kutoka kwa ushuru wa petroli kimsingi hulipia ujenzi na maendeleo ya barabara kuu. Ushuru wa bidhaa uliowekwa ili kupunguza matumizi ya bidhaa kama vile ushuru kwa sigara na vinywaji vya vileo mara nyingi hujulikana kama 'ushuru wa dhambi'.

Aina nyingine ya ushuru wa bidhaa ni ushuru wa leseni. Mataifa mengi huhitaji watu kununua leseni ili kufanya shughuli fulani kama vile uwindaji, uvuvi, kuendesha gari, kumiliki biashara na uuzaji wa vinywaji vya vileo. Katika nchi nyingi za Afrika, ushuru wa bidhaa unatawaliwa chini ya sheria ya bidhaa au ya ushuru wa forodha. Nchini Morocco, ni Sheria ya Forodha na Bidhaa Kifungu 472 ya 1994, nayo Nigeria ikiwa ni Sheria ya Usimamizi wa Forodha na Bidhaa. Nchini Kenya, ni Sheria ya Ushuru wa Bidhaa, Na. 23 ya 2015.

#### *3.3.2.3. Ushuru wa Nyongeza ya Thamani*

Katika nchi nyingi za Afrika, njia pendelewa ya utozaji ushuru wa matumizi ni ushuru wa nyongeza ya thamani (VAT), hata hivyo njia hii imeanzishwa kimakusudi na IMF kama sehemu ya masharti yao na inabaki kuwa mfumo usio wa haki na wa kurudi nyuma. Katika mfumo huu wa ushuru, mwuzaji hulipa serikali asilimia fulani ya thamani iliyoongezwa kwa bidhaa na huduma katika kila hatua ya uzalishaji. Thamani inayoongezwa katika kila hatua ya uzalishaji ni tofauti kati ya gharama ya vifaa vya mwuzaji na bei ya kuuza. Kwa kawaida, VAT ni ushuru wa mauzo jumla unaokusanywa katika hatua nyingi. Mtumiaji wa mwisho wa huduma au bidhaa hulipa VAT.

Katika nchi nyingi za Afrika, kiwango cha ushuru wa nyongeza ya thamani VAT huwa ni kati ya 0% na 20%. Kwa mfano, nchini Afrika Kusini, kiwango chake ni 15%. Ushuru wa Nyongeza ya Thamani VAT nchini Nigeria ni 5% kukiwa na pendekezo la kuuongeza hadi 15% huku Morocco kiwango cha wastani kikiwa ni 20% kukiwa na viwango mbalimbali vya chini kwa shughuli fulani zilizoteuliwa. Katika nchi za Afrika Mashariki, kiwango cha Ushuru wa nyongeza ya Thamani kwa hali ambapo bidhaa zina msamaha wa ushuru ni 0%; kwa hali nyingine yoyote, ni 18% ya thamani ya ushuru kwa bidhaa zinazopaswa kutozwa ushuru, thamani ya bidhaa za kutoka nje zinazopaswa kutozwa ushuru au thamani ya huduma zilizoagizwa kutoka nje na zinapaswa kutozwa ushuru.[215] Katika uzalishaji wa unga wa mahindi, kwa mfano, mkulima anakuza mahindi na kuyauza kwa msagaji ambaye huyasaga kuwa unga. Msagaji huuza unga huu kwa mweye hoteli ambaye huupika na kumuuzia mteja. Kwa kila hatua, mzalishaji huongeza thamani kwa bidhaa kwa kuiandaa kwa kutumia mtaji (mashine) na nguvu kazi. Mkulima, msagaji na mwenye hoteli kila mmoja wao hutoza wateja wake ushuru wa nyongeza ya thamani (VAT). Hata hivyo, wanaweza kudai muamana wa kurudishiwa ushuru walioulipa wakati wa ununuzi unohusiana na shughuli za kibiashara, lakini mtumiaji hawezi.

*3.3.2.4. Ushuru wa forodha*

Ushuru wa forodha ambao unajulikana kama ada au ada za forodha ni ushuru unaotozwa bidhaa za kuingizwa kutoka nje au kuuzwa nje. Ada za bidhaa za kutoka nje zinachukuliwa kama ushuru wa matumizi kwa sababu zinatozwa kwa bidhaa za kutumiwa. Ada za bidhaa za kutoka nje pia hulinda viwanda vya ndani kutokana na ushindani kwa kizifanya bidhaa hizi za kutoka nje kuwa ghali kuliko zile za ndani. Kwa kuanza kutumika kwa AfCFTA, bara zima linatarajiwa kuwa eneo huru kutoka forodha.

*3.3.2.5. Ushuru wa mali au ushuru wa mauzo ya uwekezaji*

Kwa kanuni, ushuru wa mali ni ushuru wa utajiri mtu binafsi-thamani ya mali yote ya mtu, kifedha (kama hisa na dhamana) na halisi (kama nyumba, magari na kazi ya sanaa). Kwa utendaji, ushuru wa

[215] Taifa la Kenya (2013) sehe 5

mali kwa kawaida huwa umewekewa mpaka zaidi. Katika nchi mbalimbali za Afrika, serikali kwa jumla hutoza ushuru wa mali kwa mijengo-kama nyumbani, mijengo ya ofisi na viwanda-na ardhi. Kwa kiwango kikubwa, ushuru wa mali ndicho chanzo kikubwa zaidi cha mapato ya serikali za mitaa.

Ushuru wa mali mara nyingi si pendelewa kwa wenye nyumba. Sababu moja ni kwamba, nyumba haziuzwi mara kwa mara, serikali inapaswa kutoza ushuru kwa makadirio ya thamani ya makazi. Baadhi ya wananchi huamini kwamba serikali huthamini kupita kiasi cha nyumba zao na kusababisha kuwepo kwa mizigo mikubwa ya ushuru wa mali ambayo haina usawa. Kwa kutumia Kenya kama mfano, ushuru wa mauzo ya uwekezaji (CGT), ulianzishwa tena mnamo Januari 1, 2015 baada ya kusimamishwa mwaka wa 1985. Unatozwa kwa mapato yote ya mauzo ambayo kampuni au mtu binafsi hupokea kutokana na uhawilishaji (kwa mmiliki mwingine) wa mali iliyo nchini Kenya. Unatumika kwa uhawilishaji wote wa Mali kuanzia Januari 1, 2015. CGT inalipwa na mwuzaji kwa kiwango cha 5% na ndio ushuru wa mwisho.[216]

Ushuru huu pia haupendelewi kwa sababu kuna kiasi kubwa sana cha ardhi ambayo inamilikiwa kitamaduni na iwapo ardhi ya aina hii itauzwa kamwe, ushuru utahesabiwa kwa kiasi chote na inaonekana serikali zote barani hazifahamu mwenendo huu. Changamoto sawa na hii itaikumba ardhi iliyohawilishwa kutoka kwa serikali kinyume cha sheria kama malipo ya ufisadi.

*3.3.2.6. Ushuru wa mali, urithi na zawadi*

Mtu akifa, mali anayoiachia wengine, inaweza kutozwa ushuru. Ushuru wa mali ni ushuru wa mali ya marehemu ambayo inahusisha chochote kile mtu huyo alimiliki wakati wa kifo chake-pesa, mali isiyohamishika, mapato kutoka kwa sera za bima na vifaa vilivyomilikiwa. Serikali nyingi hutoza ushuru kwa mali ya marehemu kabla haijahamishwa kwa warithi wake, japo serikali nyingi hazitozi ushuru wa mali kwa mali iliyorithiwa na mke au mume. Ushuru wa mirathi pia unatoza kodi thamani ya mali ya marehemu lakini tu baada ya mali hii kuhamishwa kwa warithi wake. Warithi ndio hulipa ushuru huu. Ushuru wa mali na wa mirathi wakati mwingine kwa pamoja

[216] Taifa la Kenya (2013) Sehemu 3(2)(f) na Sehemu 34

huitwa ushuru wa kifo. Ushuru wa zawadi ni ushuru wa uhawilishaji wa mali baina ya watu walio hai.

Ushuru wa mali na ushuru wa zawadi huwa na ubishani. Watetezi wahoji kuwa aina hizi za ushuru ni vifaa muhimu kwa usambazaji wa utajiri kwa njia ya usawa katika jamii na kuepusha uwepo wa tawala za wachache wenye nguvu kupindukia. Wanaopinga nao wanahoji kuwa, ni haki ya mtu kuhawilisha mali kwa warithi wake na serikali haina haki ya kuingilia. Ikiwa mtu amelipa ushuru kwa mapato yake wakati wa mchakato wa kulimbikiza mali, wakosoaji wanauliza, ni kwa nini mapato haya yatozwe ushuru tena wakati mali hii inahawilishwa? Wengine wana tetesi kwamba, ushuru wa mali na wa zawadi unawavunja moyo watu binafsi kutofanaya kazi na kuweka akiba ya kulimbikiza mali ya kuwaachia watoto wao. Kwa upande mwingine, uwepo wa ushuru wa mali unaweza kuwachochea watu kujilimbikizia mali nyingi ili kufikia lengo lilopo la baada-ushuru. Kwa sasa barani Afrika, hakuna nchi zinazotoza wananchi wake ushuru wa mali.

### 3.3.3. Aina zingine za ushuru

*Ushuru wa kichwa*, unaojulikana kama ushuru wa hesabu jumla au ushuru wa kichwa unakusanya kiasi sawa cha pesa kutoka kwa kila mtu binafsi bila kujali mapato au hali yake. Ushuru wa kichwa hautumiki sana kwa sababu mzigo wake huwalemea zaidi maskini.

*Ushuru wa uchafuzi* ni ushuru unaotozwa kampuni zinazochafua hewa, maji na udongo zaidi ya kiwango fulani kilichobainishwa na serikali. Ushuru unatoa motisha kwa makampuni kutozalisha uchafu mwingi na hivyo kupunguza uharibifu wa mazingira. Hata hivyo ushuru huu ni kiasi kidogo sana cha jumla ya mapato ya ushuru.

*Ushuru wa amali* ni ushuru unaotozwa shughuli za kifedha. Hii huwa ni pamoja na shughuli za pesa kupitia kwa mabanki, rununu au amali za sarafu.

## 3.4. Uainishaji wa ushuru kwa msingi wa vyanzo vinavyotozwa ushuru

Chanzo cha ushuru ni maelezo ya kisheria kwa chombo chochote pale ambapo ushuru unahusika. Vyanzo vya ushuru kwa upana vinainishwa kwa:

a. Mtiririko sasa wa mapato unajulikana kama ushuru wa mapato;
b. Mali unaojulikana kama ushuru wa mali;
c. Bei ya mauzo ya bidhaa zilizouzwa unaojulikana kama ushuru wa mauzo;
d. Thamani ya bidhaa zilizouzwa nje unaojulikana kama ushuru wa biashara nje/mahuruji;
e. Thamani ya bidhaa zilizoagizwa kutoka nje unaojulikana kama ushuru wa forodha/ushuru wa bidhaa kutoka nje/maduhuli; na
f. Ushuru kwa soko la hisa unaojulikana kama ushuru wa mauzo ya uwekezaji.

Kiwango cha ushuru kina maana ya kiwango cha ushuru kwa kila kitengo cha chanzo cha ushuru. Mfano ni mapato, mauzo kutokana na uzalishaji, matumizi, uagizaji wa bidhaa kutoka nje na uuzaji wa bidhaa nje ya nchi (maduhuli na mahuruji) miongoni mwa vingine. Ushuru unakuwa endelevu wakati kukiwa na ongezeko la mapato nayo dhima ya ushuru huongezeka kwa masharti kabisa na kwa wiano wa mapato, kisa madhubuti kabisa cha ushuru endelevu kinakuwepo kwa mujibu wa uwezo wa kulipa na kinachoambatana na kujitolea kunakoendeshwa na ushuru. Lerner anadhihirisha kwamba, hata kwa vitendo chini kabisa, ikiwa matumizi mengi yanayokisiwa yanarudiwa, kwamba maendeleo ya kufikia ubora wa mapato ungeweza kukagua matumizi ya mapato kwa jamii. Zaidi anatoa tetesi kwamba, katika hali ambapo mwanajamii hana uwezo wa kujiunga, pia ulikuwa ni mwendo wa kufikia usawa wa chini na kwa hatua za polepole. [217]

Hata hivyo, Seligman alishikilia shughuli ambayo itakuwa na uwezo kamili wa kujiunga ambayo ingeweza kukagua uendelevu ambao ungeleta usawa kamili wa mapato. "Mahitaji ya hukumu ya haki kisheria na usawa kisheria ambao unavutia nguvu na thamani ya kile ambacho uso wa ukosefu wa usawa ambao hauepukiki wa uwezo kiasili kuwa dhihaka kwa haki."[218] Wagner anasema kwamba, mfumo wa ushuru ni kifaa chenye nguvu cha ukusanyaji wa ushuru wa

[217] Lerner, Uchumi wa kudhibiti (1959)
[218] Seligman (1908) u. 131

mapato uliogawa na kama ilivyobainishwa na nguvu za soko na taasisi za urithi.[219] Hata hivyo ni hali ambapo ushuru endelevu umepingwa kwa misingi kuwa haupo kwa hali ya kutojulikana na utowezekanaji wa mtu binafsi na mwingine, lakini pia kwa misingi kwamba ushuru endelevu unapaswa kukubalika tu wakati ulinganifu wa matumizi ya mapato uwe kasi zaidi kuliko ongezeko la mapato.

Manufaa yanayopatikana, kwa jumla sio lazima yawe kwa ushuru endelevu na haswa wakati yanachukuliwa kuwa shughuli za utajiri wa serikali. Kiasi cha uendelevu wa viwango vya ushuru kina nafsi muhimu kwa akiba endelevu na mtaji wa nchi unohitajika kutokwa kwa..hata hivyo tetesi kwa kuunga mkono mchakato wa utozaji ushuru kwamba, ni matajiri tu ambao kutoka kwao akiba ya mapato inatoka kwa mujibu wa.. ni kwa nini akiba hii inayo na uwezo isitozwe ushuru.

Kwanza, jinsi matajiri wanalipa kiasi cha chini cha ushuru, ndiyo kunao uwezekano wa mapato kutumika kwa mambo ya anasa. Hivyo, kuna matumizi mabaya ya rasilimali ya uzalishaji. Pili, kwa kutokuwepo na ushuru huu ambapo ... yatakuwa tajiri zaidi na bora yataongezeka. Kwa hakika kwa kukoleza nguvu za kiuchumi kwa matajiri ambao wanaweza kiwa na majaribu ya kuzitumia vibaya. Tatu, ushuru huu huenda ukahatarisha afya ya uzalishaji wa watu na anauita aina mbalimbali za vurugu za kijamii na kisiasa. Ushuru endelevu katika gharama ya chini zaidi ya usimamizi na ukusanyaji.

Ushuru una wiano iwapo utaongezeka kwa wiano sawa na ongezeko la utozwaji ushuru. Usimamizi wa ushuru wa wiano rahisi. Maamuzi yake na rahisi; utekelezwaji wa awamu za viwango vyake ni rahisi. Hata hivyo, ushuru wa wiano unahusisha ushuru kwa familia binafsi katika jamii bila kujali viwango vya mapato yao.

Ushuru wa wiano unaona nafasi ya uhusiano wa walipaushuru mbalimbali. Walipaushuru wote hutumia wiano sawa wa nguvu za kununua kwa hivyo ni rahisi kuelewa uhuru wa wiano. Ushuru wa kiwango sawa kwa woteni ule ambao dhima ya ushuru inapunguka kukiwa na ongezeko la mapato huku, nao ushuru wa kupotoka ukiwa ni ule ambao mapato yanaongezeka lakini dhima ya ushuru inaenda chini. Kuna aina nne za viwango vya ushuru ambavyo vinatumika:

[219] Wagner (1880) u. 381-85

ushuru endelevu, ushuru wa wiano, ushuru wa kiwango sawa kwa wotena ushuru wa kupotoka.

*Ushuru endelevu*

Huu ni ushuru ambao unachukua kiasi kikubwa cha mapato ya watu wakati mapato yao yanaongeka. Dhima ya ushuru inaongeza masharti kamili na kwa kuhusiana au kwa kiasi, kwa masharti yaliyoongezeka. Ushuru wa mapato ya mtu binafsi ni mfano bora wa ushuru endelevu unatumia ushuru ulio kwa vipimo vya ngazi ya viwango.

Manufaa ya ushuru endelevu ni pamoja na: kwanza, kusaidia kutimiza lengo la ugavi tena wa utajiri kwa vile matajiri hulipa ushuru zaidi. Pili, una uhusiano na uwezo wa kulipa. Tatu, ni ushuru wa uzalishaji kutokana na ukweli kwamba, jinsi nguvu ya mapato ya jamii inavyoongezeka, ndivyo navyo mapato ya ushuru. Nne, huleta usawa wa kujitolea kwa kuhakikisha kwamba jinsi mtu alivyo na mapato ya juu, ndivyo anavyolipa ushuru zaidi na hivyo, kiwango cha kujitolea kinadumishwa. Mwisho, usimamizi wake ni nafuu kiuchumi kwa vile gharama ya ukusanyaji haiongezeki kulingana na kiwango cha ongezeko la ushuru.

Mapungufu ya ushuru endelevu ni pamoja na: kwanza, pale viwango vya ushuru vi juu, basi vitazuia uwekaji akiba na uwekezaji. Pili, mamlaka za ushuru haziwahusishi walipaushuru kuhusu viwango vya ushuru vinavyotumika na kwa hivyo ushuru ni wa kidikteta. Tatu, ni wa kumfaa mlipaushuru kwa vile unalipwa kwa pamoja. Mwisho, unafanya kazi kwa dhana kwamba, hali zote zinazoathiri mlipaushuru ni sawa, ilhali kwa ukweli, hali za kila mlipaushuru ni tofauti na za mwingine.

*Ushuru wa wiano*

Ushuru wa wiano ni ule ambao unatoza kiwango au asilimia sawa bila kujali kiwango cha mapato ya mlipaushuru. Manufaa ya ushuru wa wiano ni kwamba ni rahisi kuusimamia ushuru huu na hauegemei upande wowote kwa vile kila mlipaushuru analipa kiwango sawa. Hata hivyo, mapungufu ya ushuru wa wiano ni kwamba, si ushuru wa usawa kwa vile unawalemea maskini na una mapato ya chini ya ushuru.

*Ushuru wa kiwango sawa kwa wote*

Ushuru wa kiwango sawa kwa wote ni ule ambao ni mzito kwa walipaushuru wa mapato ya chini kuliko wale matajiri. Ushuru wa wiano ni ushuru wa kiwango sawa kwa wote. Mfano ni Ushuru wa Nyongeza ya Thamani V.A.T ambao ni kiwango kisichobadilika kwa bidhaa na huduma zinazouzwa, bila kujali uwezo wa mapato ya mnunuzi. Ushuru wa kiwango sawa unaweza kuchukuliwa kama kinyume halisi cha ushuru endelevu kama vile PAYE (Lipa Kulingana na Vile Unalipwa).

*Ushuru wa potoshi*

Ushuru unasemekana kuwa potoshi iwapo walipaushuru wa mapato ya juu wanalipa kiwango cha chini cha ushuru. Hili hutokea wakati kiwango cha ushuru endelevu kinasimama kwa wakati fulani na kiwango hiki kutobadilika au kutokuwa cha mwinuko mkali kama hapo awali. Ushuru wa mapato ni mfano wa ushuru potoshi wakati kiwango cha uendelevu kinafikia kiwango cha juu kabisa na kuanzia hapo na kuendelea, navyo viwango vya mapato vinavyoongezeka, ndivyo viwangwo vya ushuru unaolipwa vinaendelea kushuka. Ushuru potoshi unaweza kutokea pale kiwango cha ushuru kinawekwa juu zaidi kwa aina fulani au ngazi ya mapato ambacho basi kinabeba mzigo wa ushuru. Kutoka hapo na kuendelea, kisha ushuru unatozwa kwa wiano. Kwa upande mwingine, kadri mapato yanavyopungua, ndivyo kiwango kinashuka. Manufaa ya Ushuru Potoshi ni pamoja na: kwamba walipaushuru wa mapato ya juu wanaweza kuweka akiba zaidi na kuwekeza na inawapa watu motisha wa kufanya kazi kwa bidii ili walipe ushuru kidogo kuliko mapato yao. Mapungufu ya Ushuru Potoshi ni kwamba hauwezekani.

### 3.5. Hitimisho

*Ndege wachanga watafungua vinywa vyao kila wakati,*
*hata kwa wale wanaokuja kuwaua.*

Methali ya Tswana

Mifumo kama ilivyo kwa sasa, inaanza kwa kuweka malengo na kisha vyungu vya matumizi vinachezewa. Hata hivyo, ni tatizo dhahiri wakati malengo yanawekwa pakiwa hapana marejeleo dhahiri ya matumizi na kutoridhika huku kwa vyanzo vidogo vya ushuru kunahitaji kuangaziwa na kushughulikiwa. Data iliyojadiliwa katika sura 1 ikionyesha viwango vya chini vya ushuru kwa mashirika na watu binafsi, wakati mwingine vikiwa vya chini hadi 0.3% katika nchi ya Malawi, kunasababisha wasiwasi mwingi sana wakati vyanzo vivyo hivyo vya ushuru vinatozwa ushuru mara kwa mara kutoka mitazamo mingi tofauti. Kuna hitaji kwamba, Waafrika wanapotazama mifumo ikiibuka na kadri elimu ya idadi ya watu inakomaa, watagundua kwamba mifumo hii inaweza kuwa inaangamiza maisha yao iwapo haitekelezi matakwa.

## Kanuni zinazoongoza uandalizi wa Bajeti ya Mapato na Matumizi

*Fisi aliye na mwana hali chakula chote kilichopo.*

Methali ya Wakamba

Lengo la ukusanyaji wa mapato ndilo kusudi la ukusanyaji wa rasimali ya taifa ili kusaidia au kutimiza malengo fulani, kanuni ndizo sheria zinazopaswa kuzingatiwa wakati wa uundaji wa mfumo wa fedha, ambapo sifa ni maelezo mapana ya mfumo wa fedha uliobuniwa kwa kuzingatia kanuni zilizopo. Malengo ya mfumo wa fedha kwa uchumi wowote yameunganishwa na sera jumla za serikali. Malengo hutofautiana kati na ndani ya nchi. Malengo haya yanaweza kuwa kinzani na sharti yasuluhishwe na mfumo wa ushuru.

Mfumo wa fedha hautarajiwi kutimiza kikamilifu malengo yake yote tarajiwa. Kwa mfano, Ushuru wa nyongeza ya Thamani VAT unachukuliwa kama aina ya ushuru usio wa moja kwa moja, lakini jinsi ulivyokumbatiwa katika nchi zinazoendelea, si kama vile ulivyokuwa umeundwa. Mapendekezo ya kurekebisha ushuru wa moja kwa moja unashughulikia maeneo mengi yakiwa ni pamoja na, kubadili ushuru wote wa moja kwa moja (au angalau ushuru wa mapato) na ule wa matumizi.[220] Au kwa kubadili ushuru wa moja kwa moja wa kibinafsi na Ushuru kwa Gharama na Matumizi ya Kibinafsi. Kuweka pamoja ushuru wote wa moja kwa moja kuwa ushuru mmoja. Kuratibu ushuru wote wa moja kwa moja kwa namna ambayo unaweza kupatikana kwa sawia kwa msingi wa ripoti moja ya kina. Kamati na makamishna mara kwa mara wamewekwa pamoja katika nchi mbalimbali kusoma tatizo la utozaji ushuru na kutoa mapendekezo ya marekebisho yake. Nchi za Afrika kama Kenya hazijaachwa nyuma kwa jambo hili. Nchini Kenya kwa mfano, tangu kuwepo kwa tume ya uchunguzi wa ushuru ya 1956, taasisi nyingi zilibuniwa kuchunguza tatizo hili, lakini baada ya 1970, japo kuwepo

[220] Prest (1979)

na tume za masuala mengine kama ardhi na katiba, umuhimu kama huu kwa kusikitika, haujaelekezwa kwa ushuru.[221]

Hata hivyo, nchi nyingi zinazoendelea zinakumbwa na tatizo la ukosefu wa akiba tosha na ulimbikizi wa mtaji.[222] Kuna hitaji la kukuza bidhaa mahsusi zilizo na mapungufu tofauti katika usambazaji wa bidhaa na kuhitajika kwake. Hazina ya gharama za jamii inapaswa kuundwa na kudumishwa. Na viwanda vya kimsingi sharti vianzishwe ili kutoa msingi wa uchumi wa viwandani. Uondolewaji wa tofauti zote za kieneo unachangia katika uimarishaji wa maendeleo ya kilimo na viwanda katika maeneo ya nchi ambayo hayajaendelea. Maduhuli (bidhaa kutoka nje ya nchi) yasiyohitajika yanapaswa kuwekewa vikwazo nayo mahuruji (biashara nje) ikihimizwa kwa wingi.

Mfumo wa ushuru ulio na usawa na endelevu unaweza kukosa kuwa motisha cha uwekaji akiba na ulimbikaji wa mali. Mfumo wa mapato ya mauzo ya uwekezaji unavunja moyo ujenzi wa mali haswa wa uwekezaji. Hivyo, nchi kama Kenya ina tatizo la sifa za kile kijulikanacho kama uchumi kuwili.[223] Kitamaduni, ushuru usio wa moja kwa moja ulipigania maendeleo ya nchi ukiwa kama bidhaa zilizokusanywa na kuathiri chanzo cha ugavi. Nchi ambayo ina athari ya mfumko wa bei, tetesi ilikuwa kwamba, kupunguza ushari, utozaji wa ushuru kwa bidhaa za uwekezaji, mali ghafi na bidhaa za kati sharti uepukwe. Utozaji ushuru wa bidhaa kwa hivyo, ni sharti ujikite kwa matumizi ya mwisho pekee ya bidhaa na pia viwango na maeneo yazo, yanapaswa kuwa ya uteuzi wa juu sana. Wakati bidhaa za anasa na zile za matumizi dhahiri zinapaswa kutozwa ushuru wa juu, bidhaa za matumizi kwa makubwa kabisa au za mahitaji muhimu zinapaswa kuwa na ushuru wa chini kabisa.

---

221 Waris (2007) u. 289

222 Junker (1967)

223 Steele (1975)

## 4.1. Mifumo ya bajeti

*Iwapo utakuwa mwangalifu kwa chungu chako, chakula chako hakitaungua.*

Methali kutoka Mauritania, Nigeria, na Niger

Neno "Bajeti" linatokana na neno la kikale la Kifaransa *bougette* lililo na maana ya mfuko mdogo. Mwanzoni, neno "bajeti" lilirejelea hotuba ya kila mwaka ya Chansela kuhusu fedha za nchi. Baadaye, neno hili likahusishwa na taarifa za kifedha au mipango pekee katika muktadha wowote. Kwa vile ni lazima ushuru wa mapato uthibitishwe upya ndani ya nafasi ya kipindi cha kila mwaka katika bajeti, ikiwa tarehe hii ya mwisho ya makubaliano ya kupitisha sheria hii haijatimizwa, serikali itapoteza nguvu zake za kutoza ushuru na itahitajika kurejesha ushuru wa mapato ambao ulikuwa umekusanywa. Kidesturi, Hotuba ya Bajeti haikatizwi. Lakini ni desturi ambayo imekuwa ya kuheshimiwa katika kuikiuka kuliko kuizingatia. Iwapo rasilimali za fedha ni muhimu, basi suala la jinsi serikali zinaamua ni nini na ni kiasi gani cha kukusanya na kutumia ni muhimu pia. Kwa hivyo, kwa miaka ya hivi karibuni, kumekuwepo na ongezeko la mvuto ndani na nje ya serikali jinsi sera ya maamuzi ya ushuru yanafanywa, na ni nani aliye na uwezo wa kushawishi matokeo ya sera.

### 4.1.1. Bajeti na sera ya fedha

*Bangili moja haina mlio.*

Methali ya Wakongo

Sera ya bajeti ni moja ambayo serikali hubainisha jinsi itakavyokusanya na kutumia rasilimali ya taifa ili kutimiza malengo fulani.[224] Sera ya uchumi mkuu ni kifaa kinachotumiwa na serikali kudhibiti ukuaji wa uchumi. Sera ya fedha za serikali ni kutumia matumizi ya serikali kushawishi uchumi.[225] Kimsingi serikali hutumia sera ya fedha kuimarisha ukuaji wenye nguvu na endelevu na pia

[224] Crain (2004)
[225] Easterly na Rebelo (1993)

kupunguza umaskini.[226] Wakati waundaji sera wanatafuta kushawishi uchumi, wana vifaa viwili vikuu vya kutumia- sera ya fedha na sera ya hazina ya serikali Mabanki Makuu kwa njia isiyo ya moja kwa moja hulenga shughuli kwa kushawishi ugavi wa fedha kupitia kwa marekebisho ya riba, kifaa cha akiba ya banki na ununuzi na mauzo ya amana za serikali na fedha za kigeni.[227] Serikali hushawishi uchumi kwa kubadili viwango na aina za ushuru, umbali na muundo wa matumizi na kiasi na namna ya ukopaji.

Serikali kwa njia ya moja kwa moja na isiyo ya moja kwa moja hushawishi jinsi rasilimali zinatumika katika uchumi. Mlinganyo msingi wa hesabu ya mapato ya kitaifa ambao hupima mazao ya uchumi au jumla ya pato la taifa (GDP) - kulingana na matumizi, husaidia kuonyesha jinsi hili linafanyika. Sera ya fedha (hazina ya serikali) ambayo huongeza hitaji la jumla moja kwa moja kupitia kwa ongezeko la matumizi ya serikali kimsingi inaitwa panuzi au "legevu." Kwa ukinzani, sera ya fedha mara nyingi huchukuliwa kama kinzani au "kaze" iwapo itapunguza hitaji kupitia kwa matumizi ya chini.[228]

Taifa la Guinea lina ushuru wa mapato wa USD 12,201,000 mabao ni kutokana na ushuru wa mapato, ushuru wa nyongeza ya thamani, kodi za forodha, ushuru kwa mauzo ya uwekezaji, ushuru wa kushikiliwa kutoka chanzo chake, na ushuru wa kupitia mpakani. Zaidi, wana mapato yasiyotokana na ushuru ya USD 704,000; na mapato ya kutoka nje 2,317,000 yakitoka kwa msaada na USD 1,625,000 kutoka kwa mikopo.[229] Hata hivyo, iwapo basi mtu atajaribu kulinganisha data ya kina kabisa na sera ya bajeti, itakuwa ni vigumu kung'amua ni nini nchi inalenga kufanya na jinsi inavyonuia kufadhili mabadiliko yoyote yanayotekelezwa kupitia kwa bajeti.

Bali na kutoa bidhaa na huduma kama vile huduma za umma, barabara kuu, au elimu msingi, malengo ya sera ya fedha hutofautiana. Kwa kipindi kifupi, serikali zinaweza kujikita kwa shughughuli za uthibiti wa uchumi mkuu- kwa mfano kupanua matumizi au kupunguza ushuru ili kuamsha uchumi unaodidimia, au kukata kabisa matumizi, au kuongeza ushuru ili kuzuia ongezeko la mfumko wa bei,

---

226 Horton na El-Ganainy (2018)
227 Bajpai (2019)
228 Kama ilivyo hapo juu.
229 Taifa la Guinea (2017) u. 11

au kusaidia kupunguza hatari za kutoka nje. Kwa kipindi kirefu, lengo linaweza kuwa ni kuimarisha ukuaji endelevu au kupunguza umaskini kwa hatua kwa upande wa ugavi ili kuboreshsa muundo msingi au elimu. Japo malengo haya kwa upana yanapatikana kote kwa nchi, umuhimu wayo hutofautiana kulingana na hali za nchi. Kwa kipindi kifupi, vipaumbele vinaweza kuakisi duru ya biashara au mwitiko kwa janga la kiasili au ongezeko kubwa la bei za chakula na mafuta duniani. Kwa kipindi kirefu, viendeshi vinaweza kuwa viwango vya ustawi, demografia, au kuweka wakfu mali asili. Hamu ya kupunguza umaskini inaweza kulenga gharama za kipindi kirefu zinazoonekana kutokea zilizo na uhusiano na idadi ya watu inayozeeka. Katika nchi zinazozalisha mafuta, waandaa sera wanaweza kulenga kusawazisha sera ya fedha na maendeleo pana ya uchumi mkuu kwa kupunguza duru inayounga mkono matumizi- kwa kupunguza milipuko ya matumizi wakati bei za mafuta zinapopanda na kujiepusha na upunguzaji wa kuumiza, bei hizi zinaposhuka.[230]

Hili linatendeka kupitia mpango wa maendeleo wa miaka mitano, ambapo kiini kikuu kipo kwa maendeleo viwanda na maendeleo ya binadamu. Mpango huu unaweka malengo ya ukuaji kwa sekta mbalimbali, usajili katika mifumo mbalimbali ya elimu, maambukizi ya HIV na huduma ya usambazaji maji ili kwamba maendeleo yafikiwe. Malengo haya yameangaziwa katika ugavi wa bajeti, na takribani 22.1% ya bajeti ikiwa haijumlishi ulipaji deni la umma ikienda kwa elimu, 9.2% ikienda kwa utunzaji wa afya na 4.5% kwa usambazaji wa maji. Matumizi kwa operesheni za amani na usalama kwa kiasi fulani ni ya chini.[231] Matumizi ya majeshi nchini Tanzania ni kati ya 1.12% na 1.13% ya Jumla ya Pato la Taifa (GDP), ikiwa ni ya 88 kutoka kwa nchi 132.[232] Hii ni ya chini ikilinganishwa kwa mfano na, Sudan Kusini 10.32% na 4.35% ya Marekani. Kutoa mfano wa matumizi ya nchi hii, katika kipindi cha kwanza cha nusu mwaka wa fedha wa 2016-2017, nchi ya Tanzania ilitumia bilioni za Tanzania TZS 388.4 kwa operesheni za amani na usalama, na pia kiwango kikubwa kwa elimumsingi isiyolipishwa cha bilioni za TZS 124.9, na kwa huduma za utunzaji wa afya, bilioni za TZS 235.2.

230 Horton na El-Ganainy (2018)
231 Taifa la Tanzania (2016) 2; 22
232 CIA (2017a)

Jumla ya fedha za maendeleo zilizogawiwa mamlaka mbalimbali ilikuwa ni bilioni za TZS 1,608.6, ambazo zinatumika kwa ujenzi wa barabara, usambazaji wa nguvu umeme vijijini, usambazaji wa maji na upanuzi wa viwanja vya ndege miongoni mwa mengine.[233] Hata hivyo, data inayotolewa kwa tarakimu za asilimia, ikiwa haitaonekana karibu na kiasi halisi kinachotumika, basi inaficha uwezo wa fedha za taifa kwa mtu wa kawaida au hata kwa mtu ambaye hana uelewa wa mambo ya kiuchumi.

Nchini Guenea, mapato ya nchi hii ya 8% inatumika kulipa riba ya deni. 23% inatumika kwa mshahara na ujira wa maofisa na wakala wengine wa taifa kwa huduma ya taifa kama walimu, madaktari, polisi, jeshi, majaji na kadhalika (nk). Zaidi, wanatumia 21% ya bajeti kwa ununuzi wa bidhaa na huduma. 16% inatumika kwa ruzuku na uhawilisho. Mbali na hayo, inatumia zaidi ya 30% ya bajeti yake kwa matumizi ya uwekezaji. Hivyo, bajeti imegawanyika kati ya sekta anuwai kama vile maendeleo vijijini, muundo msingi, sekta ya jamii, uchimbaji -madini- maji na nishati na utawala kama ilivyoonyeshwa katika jedwali la 5 hapa chini.

**Jedwali 5. Uainishaji wa Bajeti ya Guinea ya 2005-2015**

| **Mapato** | **asilimia** | **Matumizi** | **asilimia** |
|---|---|---|---|
| Ushuru | Hamna sera | Riba ya deni | 8 |
| Deni | Hamna mpaka wa juu | Matumizi ya kawaida | 23 |
| Msaada | Hamna mpaka wa juu | Bidhaa na huduma | 21 |
| Biashara | Hamna mpaka wa juu | Ruzuku na na uhawilishaji | 16 |
| | | Uwekezaji | 30 |
| | | Ulinzi | 2 |
| | | **Jumla** | **100** |

Chanzo Mwandishi

Kama ilvyoonyeshwa katika jedwali hapo juu, tunaona bajeti iliyo na usizitisho kwa maendeleo ya taifa na kupitia kwake inafuatilia ufarakishaji wa umaskini. Mbinu hii ilisababisha kuwepo kwa kampeni za taifa za kilimo mwaka wa 2011-2012 ambayo ilipelekea

[233] CIA (2017b)

kushuka kwa upungufu utoshelevu-kibinafsi wa chakula kwa 40% mwaka wa 2007-2010. Kwa upande mwingine, kukosekana kwa usambasaji wa nguvu umeme katika maeneo fulani yalisababisha uasi pendelewa.[234] Zaidi, bado kuna ukosefu wa uwazi kuhusu sio tu vyanzo vya mapato, lakini pia mapato yaliyoachanwa nayo kwa njia ya misamaha na marupurupu.

### 4.1.2. Majukumu ya bajeti

*Anayekula chakula cha mwanamume mwingine chake nacho kitaliwa na wengine.*

Methali ya Waswahili

*4.1.2.1. Jukumu la ugawaji*

Utaratibu wa soko unafaa zaidi kwa utoaji wa bidhaa za kibinafsi. Dhana ni kwamba, matumizi ya bidhaa na huduma ni kwa msingi wa utengaji isipokuwa tu ulipe na ni ya ushindani. Serikali ni lazima iingilie kati pale soko haliwezi kushughulikia hali mahsusi. Hata hivyo, hili linatilia mkazo mchakato wa kisiasa huku likipuuza ushikishwaji wa umma kwa madai kwamba mtu lazima aingize picha kama mbadala wa utaratibu wa soko. Upigaji kura wa kutumia kura lazima uchukue nafasi ya upigaji kura kwa mashindano ya dola. Kwa vile wapigakura wanajua watakuwa wahusika katika uamuzi wa upigaji kura, wataiona kwa manufaa yao kupiga kura kwa namna ambayo matokeo yatakuwa karibu na ya mapendeleo yao. Maamuzi kupitia upigaji kura unakuwa mbadala wa udhihirisho wa mapendeleo kupitia kwa soko, na ukusanyaji wa mgao wa gharama ambao umefanyiwa uamuzi, lazima utekelezwe kupitia kwa mfumo wa ushuru. Iwapo tutasema kwamba bidhaa za umma zinatolewa hadharani, ina maana kwamba zinafadhiliwa kupitia kwa bajeti na kutolewa bila malipo. Namna zinavyozalishwa haijalishi. Tukiangalia sekta ya umma katika akaunti za kitaifa, gharama ya vitu kama hivyo kupitia kwa mishahara ya wafanyakazi wa umma na ununuzi kutoka kwa mashirika ya kibinafsi, uzalishaji wa umma wa bidhaa za kibinafsi sharti upunguzwe kabisa.

[234] Ladepeche Diplomatique (2013); Diallo (2017)

*4.1.2.2. Jukumu la usambazaji*

Hii pia ni sehemu mojawapo ya ukinzani katika mjadala wowote wa bajeti kwa vile ina jukumu muhimu katika ubainishaji wa sera za ushuru na uhawilishaji. Kwa kutokuwepo na vyombo vya sera, ugavi wa mapato na utajiri unategemea kipengele cha ugavi wa utajiri k.m. Uwezo wa mapato ya kibinafsi na umiliki wa utajiri uliolimbikizwa na ule wa urithi.[235] Umakini wa ugavi unaonekana kubadilika kutoka kwa shughuli za kitamaduni kukiwa na misimamo husiani ya mapato, na kwa jumla hali ya usawa, huku kukiwepo na mapato ya kupita kiasi kwa walio kwa ngazi ya juu na kukiwa na mapato yanayotosha tu kwa walio kwa ngazi ya chini. Hivyo, mjadala wa sasa unaohimiza uzuiaji wa umaskini, mjadala huu ukiweka ni kipi kinachochukuliwa kuwa ni mipaka inayokubalika au ya chini kabisa kwa mwisho wa chini badala ya kuweka kiwango cha mwisho cha juu kama ulivyokuwa wasiwasi mkubwa wakati mmoja.

Miongoni mwa vifaa vya fedha, ugavi tena unatekelezwa zaidi moja kwa moja na:

* Utaratibu wa uhawilishaji ushuru kwa kuchanganya na ushuru endelevu wa mapato ya juu na ruzuku kwa kaya za mapato ya chini
* Ushuru endelevu uliotumika kufadhili huduma za umma ambazo haswa hunufaisha kazi za mapato ya chini
* Mchanganyiko wa ushuru kwa bidhaa zinazonunuliwa zaidi na watumizi wa mapato ya juu kukiwa na ruzuku kwa bidhaa zinazotumiwa sana na watumizi wa mapato ya chini

*4.1.2.3. Jukumu la uthabiti*

Uthabiti haupatikani moja kwa moja ila unahitaji uelekezi kisera.[236] Bila hilo, uchumi huonekana kukumbwa na msukosuko mkubwa, kwa vile kuna ongezeko la utegemeanaji kimataifa, nguvu za ukosefu wa uthabiti zinaweza kusambazwa kutoka nchi moja hadi nyingine hili likizidisha utata wa tatizo lililopo. Kiwango jumla cha ukosefu wa ajira na bei katika uchumi hutegemea kiwango cha dai jumla, likiwa na uhusiano na uwezekano au uwezo wa thamani ya uzalishaji kwa bei iliyopo. Kiwango cha dai ni shughuli ya maamuzi

---

235 Sweeney na Rachln (1987)
236 Musell (2009)

ya utumiaji wa mamilioni ya watumiaji. Kutokana na hilo, maamuzi haya hutegemea sababu nyingi kama vile, mapato ya zamani na ya sasa, nafasi ya utajiri, upatikanaji wa mkopo na matarajio. Katika kipindi kimoja kile, kiwango cha matumizi huenda kisitoshe kupata ajira kamili ya nguvu kazi na rasilimali zingine. Hatua za upanuzi za kuongeza dai jumla basi zinahitajika. Matumizi pia huenda yakazidi mapato yaliyopo chini ya masharti ya uajiri wa juu na hivyo huenda yakasababisha mfumko wa bei. Katika hali kama hizo, hatua za kuzuia zinahitajika ili kupunguza dai.

Hatua za sera zilizopo za kushughulikia matatizo haya huhusisha hata za kifedha na fedha.

* Vyombo vya kifedha. Iwapo itaachwa kwa vifaa vyake, mfumo wa banki hautazalisha kwa usahihi usambazaji huo wa fedha ambao ni kwa upatanifu na uthabiti wa uchumi lakini utaendelea kusisitiza mazoea yaliyopo ya uyumbayumbaji. Usambazaji wa pesa ni sharti udhibitiwe na mfumo wa banki kuu na kurekebishwa ili kuendana na mahitaji ya uchumi kulingana na uthabiti wa muda mfupi na ukuaji wa masafa marefu. [237]

* Sera ya ya kifedha. Migao ya pesa taslimu, hawala za serikali, viwango vya kipunguzo, viwango vya riba na viwango vya ubadilishaji n.k basi ni sehemu ya lazima ya sera ya uthabiti. Upanuzi wa usambazaji wa pesa unaonekana kuongeza ukwasi, kupunguza viwango vya riba na hivyo kuongeza kiwango cha dai, kukiwepo na kikwazo cha kifedha kinachofanya kazi kwa mwelekeo kinyume.

* Vyombo vya fedha. Kuongeza matumizi ya umma kutakuwa kwa upanuzi na dai litaongezeka, mwanzoni katika sekta ya umma na kupitishwa kwa soko la kibinafsi. Upunguzaji wa ushuru vivyohivyo utakuwa wa upanuzi kwani walipaushuru hubaki na kiwango cha juu cha mapato na huenda wakatarajiwa kutumia zaidi. Athari za upanuzi za upungufu wa fedha, zikilinganishwa na sera kali za kifedha, zitasababisha ongezeko la kiwango cha riba.[238]

Nchini Tanzania, bei ya chakula iliongezeka kwa kiwango kikubwa mwanzoni mwa mwaka wa 2017 kwa sababu ya ukame wa

---

[237] IMF (2019b)
[238] Bajpai (2019); IMF (2014) u. 5

muda mrefu. Katika masoko ya mtaani, bidhaa za chakula kama mahindi na mawele ziliuzwa kwa bei maradufu ya mwaka uliotangulia ikisababisha familia nyingi karibu kushindwa kununua chakula. Inaonekana hakuna uingiliaji kati wa bei za chakula hata ingawa hili ni muhimu kwa uthabiti wa uchumi. Kwa kuunganishwa na mapato ya chini ya watu wengi, mtazamo huu wa uholela unaweza kuwa na utata, lakini kulingana na kiashirio hiki, unaweza kuifanya Tanzania kuwa taifa la fedha.[239]

## 4.2. Kanuni elekezi za mifumo ya fedha

Kanuni za mifumo ya fedha ni vigezo vya kuainisha mazingatio ya sera lakini yenyewe haijakamilika. Mijadala kuhusu mapato na matumizi huhusisha masikilizano kibiashara,[240] na hivyo hukumu za kisiasa au za thamani. Hakuna suluhu ya ajabu kiteknikali ambayo ni sahihi. Hata hivyo, japo hakuna kanuni dhahiri kuhusu msaada, madeni biashara au biashara ya serikali, kanuni zinazohusu ushuru zimefasiliwa wazi zaidi. Kuna tetesi kwamba, ili mfumo wa ushuru kutimiza malengo fulani, unateua na kuzingatia kanuni fulani ambazo zinabainika kama sifa zake.[241]

Mfumo bora wa ushuru kwa hivyo ni ule ulioundwa kwa msingi wa seti za kanuni zinazofaa. Hata hivyo, malengo ya ushuru yanakinzana na yenyewe na kwa kawaida huwa kuna hitaji la uelewano.[242]

Kanuni za ushuru zina asili yake toka kwa mwanafalsafa wa Afrika wa karne ya 10, Ibn Khaldun. Ndiye aliyekuwa wa kwanza kuweka kanuni za sheria za ushuru.[243] Kwa msingi wa uchukulio kwamba hakuna mtu anayependa kulipa ushuru, Ibn Khaldun alitetea wiwango vya chini vya ushuru ili kwamba motisha wa kufanya kazi usiuliwe na kwamba ushuru ulipwe kwa hiari.[244] Kanuni hii baadaye

239 IPS (2017)

240 ubadilishanaji unaotokea kama makubaliano

241 Waris (2008) u. 274

242 Kama ilivyo hapo juu. u. 276

243 Azim (2015)

244 Hii pia ilirejelewa na Laffer ambaye alihoji na kuwa na maoni kwamba, kiwango cha juu cha ushuru hupunguza masafa ya ushuru kwa sababu hupunguza shughuli za uchumi.

iliwekwa wazi na David Ricardo na kurudiwa na Stiglitz na tangu hapo kurejelewa kama sheria ya haki. Ni kanuni kuu ambayo Ibn Khaldun alitetea kwamba sharti iwe mwongozo wa kufanya maamuzi yote ya fedha. Haki ikiwa ni mojawapo wa uhalali wa fedha kama ilivyojadiliwa katika Sura ya 2, hujenga uelewano bora kati ya taifa na jamii.

Hata hivyo, nchi nyingi duniani ikiwa ni pamoja na za Afrika huweka chumi zao kwa msingi wa kanuni sawa lakini kama vile zilibainishwa na Adam Smith katika Utajiri wa Nchi.[245] Kanuni ya kwanza ya Smith ilikuwa kwamba, ushuru wowote unapaswa kuwa na uhusiano na uwezo wa kulipa, iwe kwamba hautakuwa wa kuua motisha wa kufanya kazi zaidi au kulimbika wa uwekezaji. Kwa ukinzani wangu kwamba kanuni ya 'uwezo wa kulipa,' ndani ya kanuni yenyewe inashindwa na kwamba, ushuru badala yake unatumika katika ngazi ile ya msingi kuongeza umaskini.[246] Akijadili kuhusu uwezo wa walipaushuru wa kulipa ushuru, Ibn Khaldun alihoji kuwa, serikali ikiwa aminifu, watu huwa na urafiki, " ushuru huzaa mapato makubwa kutoka kwa tathmini ndogo."[247] Hata hivyo, hili pia linagusia sheria ya ushuru ya Smith ambayo inapendekeza kwamba, gharama ya ukusanyaji ushuru inapaswa kuwa ya chini iwezekanvyo kwa serikali na mlipaushuru.

Taifa la Somalia likiwa linapambana na vita vya kikabila limeshindwa kugawa tena mapato yake kwa vile ushuru katika nchi hiyo ni adimu. Kwa kuwa malipo ya fedha husaidia kupunguza umaskini, bado 51.6% ya Wasomali huishi chini ya mstari wa umaskini. Kwa upande mwingine, maeneo yaliyo na maendeleo zaidi ndani ya Somali kama vile Puntland, yaliweka mpaka wa ushuru kuwa USD 22 kwa kiwango cha 2% ambacho ni chini ya USD 1 kwa siku lakini 2% ikawa ni senti 88 au chini ya USD 1 kwa ushuru ikiufanya kutokuwa mzigo mzito. Hivyo basi, hawasukumi raia wao chini kwa kuwatoza ushuru maskini, lakini badala yake wanahakikisha raia hawa wamo ndani ya mpaka wa ushuru na hivyo kutumia njia zingine za kustawisha eneo lao kwa kutoza ushuru sehemu ya watu matajiri.[248]

---

[245] Kwa jumla zama Smith (1776)
[246] Buhai (2006)
[247] Ibn Khaldun et al. (1377) u. 230
[248] Banki ya Dunia (2004) u. 24

Kwa upande mwingine nchini Tanzania, kwa mfano, ushuru wa mapato una kategoria tano na utozwaji ushuru ni endelevu kadri mapato yanavyokuwa ya juu. Kiwango cha kwanza cha 10% kinaanza kwa mapato ya kila mwaka ya TZS 1,200,000 au USD 528.774, ambacho ni karibu USD 1.5 kwa siku, ikiwahitaji walipaushuru wanaopata takriban USD 45 kwa mwezi ..kulipa.. Dola za Marekani 4 ambacho ni kiasi cha juu sana. Hili linatoa motisha kwa watu wanaojaribu kukwepa kulipa ushuru na hivyo kukaa nje ya mfumo wowote rasmi, jambo ambalo linaweza kukwamiza maendeleo ya mfumo fanisi wa fedha..[249]

Kanuni ya John Locke, inayoungwa mkono na wanafalsafa wa Kifaransa wa karne ya 18 inashikilia kwamba, binadamu ana haki ya matunda ya kazi yake.[250] Hili linaelekeza kwa imani dhahiri ya kifilosofia kwamba, ni ukinzani katika jamii huru kwa serikali kuchukua zaidi ya nusu ya matunda ya jasho la binadamu. Je serikali ya watu ina haki ya kuchukua kwa lazima zaidi ya thuluthi moja ya matunda ya jasho la binadamu katika nchi zinazoendelea? Katika karne ya 18, wenye hekima endelevu kama vile Locke[251] na Hume[252] walihisi kwamba ilikuwa ni makosa. Hata hivyo, katika nchi nyingi za Afrika kuna tetesi kwamba kuna ukusanyaji wa zaidi ya 50% ya mapato jumla ya mtu binafsi, nyingi za ushuru zikiwa ni pamoja na bila kuwekea mipaka, ushuru wa mapato ya kibinafsi, uhuru wa VAT, ushuru wa forodha na ushuru wa bidhaa, ada za shughuli za banki na pamoja na kodi za bidhaa za petroli, ada za maendeleo na mapato ya uwekezaji.

Nyongeza ya pili ni kanuni dhahiri kwamba, ushuru haupaswi kutumika kama kifaa cha kupumbaza jamii; kama vile matumizi ya mitandao ya jamii kuhusu ushuru mpya nchini Uganda, lakini kwa umuhimu, matumizi ya serikali ni kifaa kama hicho kwa sababu kusudi lake kuu ni kugawa upwa utajiri na kuwasaidia wale ambao hawawezi kujisaidia. Serikali pia ni sharti ifadhili ulinzi wa ufalme na kulinda wale ambao ni maskini kabisa katika jamii. Kuandaa ushuru ambao haswa unatimiza kusudi la jamii, kiutetesi sio tu ukosefu wa

249 Taifa la Tanzania (2016)
250 Locke (1690) Sura 5 sehemu 27
251 Kama ilivyo hapo juu.
252 Hume (1748)

ufanisi kiuchumi, bali unaotenganisha kijamii na kamwe haujawahi kukubalika na jamii huru kama njia yenye busara ya kusonga mbele.

Kanuni nyingine ambayo kwayo msingi wa ushuru umewekwa ilidhihirika kabisa miaka 200 iliyopita lakini kwa ukweli imetambulika tu katika miaka ya 20 hadi 30 iliyopita na ni kwamba, hakuna nchi inaweza kuingia kwa uchochoro wake wa utozaji ushuru ikiwa imetengwa kutoka kwa mifumo ya majirani zake. Hakuna jamii ya kibiashara iliyo wazi na huru kama vile Kenya, inayoweza kuchukua mfumo wa ushuru uliotenganishwa na majirani na washindani wake; ndiyo maana kukaundwa Jumuiya ya Afrika Mashariki na Soko Jumla la Afrika Mashariki na Kusini mwa Afrika na pamoja na halmashauri zingine za eneo la kiuchumi. Haiwezi kuwa na mwelekeo mwingine tofauti na ule uliochukuliwa na jamii zinazofana na zake. Inaweza kufikiriwa kwamba ushuru unaweza kubumburushwa kuelekea upande mmoja au mwingine, lakini hakuna jamii inaweza kuchukua mwelekeo mwingine kinyume na ule uliochukuliwa na historia, majirani, marafiki na pia washindani.

Hili linakwenda kinyume na dhana ya kwanza kuwa, ushuru unapaswa kuhusishwa na uwezo wa kulipa. Katika jamii ya kisasa kama inavyodhihirishwa na mtazamo wa Tanzania, ushuru wa mapato sio tena njia iliyo na usawa zaidi ya kutafuta mapato.[253] Wazo kwamba ushuru wa mapato unawaumiza zaidi matajiri kuliko maskini, sio la kweli. Piketty anaeleza ushuru wa utajiri kama njia iliyolengwa vizuri ya kupunguza ukosefu wa usawa.[254] Kwa kudhania, unachukua kutoka kwa matajiri hawa bila kuwaumiza maskini au wale wa daraja la kati. Mojawapo wa maajabu ya uchanganuzi takwimu wa waki huo ni kwamba, ushuru huu utamfanya kila mtu kuwa maskini zaidi.[255] Hili ni kwa sababu dhana kwamba ushuru ndiyo njia ya kipekee ya kutimiza ukusanyaji ushuru wa daraja umepitwa na wakati. Kwa vile sasa sisi ni watumizi wa jamii na msambao wa utajiri kote kwa jamii umepata mwelekeo, ushuru wa haki zaidi ambao kwa pakubwa unaelekezwa kwa uwezo wa kulipa ni ule haswa wa anasa au usio na umuhimu kwa watumiaji ushuru na sio tu ushuru jumla wa mapato.

---

[253] Jamii ya Fabian (2000)
[254] Fox (2015)
[255] Schuyler (2014)

Mabadiliko ya mfumo wa ushuru unahusika sana kwa maendeleo ya chumi kukiwa na mfumo na viwango vya ushuru ambayo sharti vichunguzwa upya mara kwa mara.[256] Mfumo bora wa ushuru ni lazima uendane na wiano na jamii. Serikali zinapaswa kuweka malengo ya kitaifa ambayo baadaye huakisi mahitaji ya kijamii na hivyo kusaidia jamii kuboresha maendeleo na kupunguza umaskini. Ni sharti ichukue mtazamo, matatizo na muktadha wa walipaushuru wote bila kupoteza mwelekeo wa uwezekano kiusimamizi au malengo ya jamii na haki ya uchumi. Mfumo unaoteuliwa unapaswa kuwa na matokeo ya ukusanyaji mapato tosha kwa matumizi na maendeleo ya taifa huku ikibaki kuwa na nyumbufu kutosha ili kufanya kazi kwa mahitaji yanayobadika ya uchumi wa jimbo, watu na kitaifa, kieneo na kidunia.

Mfumo bora wa uchumi unatambua haki msingi za walipaushuru.[257] Mlipaushuru anatarajiwa kulipa ushuru wala si kunyanyaswa, hivyo, sheria za ushuru zinapaswa kuwa za lugha sahili na dhima ya ushuru inapaswa kubainika kwa uhakika. Mbinu na wakati wa ulipaji unapaswa kutilia maanani urahisi kwa mlipaushuru kwa kiwango cha juu iwezekanavyo. Na kwa wakati huo mfumo wa ushuru sharti uwe na usawa na endelevu. Nchi nyingi kwa sasa zina manifesto ya haki za Mlipaushuru kufafanua hili.

Chumi zilizoendelea za soko huru zinakumbwa na mabadilikobadiliko ya kimzunguko; mfumo bora wa ushuru unapaswa kuwa nyumbufu kutosha ili kukabiliana na hili. Vyanzo vyote vya akiba vinavyowezekana na mlimbiko wa uwekezaji vinapaswa kuchunguzwa. Uhaba wa akiba za kibinafsi na uwekezaji ulipelekea kuwepo na utegemeaji mkubwa kwa akiba za bajeti katika chanzo kikuu cha mlimbiko wa uwekezaji. Katika sekta ya kibinafsi, mfumo wa ushuru unapaswa kuwashawishi wateja matumizi ya bidhaa zinazodumu. Kodi za juu zaidi zinapaswa kutumika kuzuia uingizaji nchi wa bidhaa za anasa na kuzuia athari za mwigo wa mienendo ya matumizi. Hivyo, dai la bidhaa za anasa linapaswa kupunguzwa huku matumizi na upunguzaji wa uzalishaji wa bidhaa fanisi yakihimizwa zaidi. Tatizo lingine linalokumba chumi zinazoendelea za nchi za Afrika ni lile la kutofautiana kieneo. Hatua

---

256 N'Yilimon (2014)

257 Cadesky, Hayes na Russell (2016)

za ushuru zinapaswa kuundwa ili kuzima mwelekeo huu na kuleta ukuaji wa uchumi ulio na usawa. Ukuaji huu una uwezekano wa kukumbwa na tatizo la mfumuko wa bei. Mfumo bora wa ushuru unapaswa kuzima nguvu za mwanguko wa bei.[258]

Ibn Khaldun, Smith, Ricardo na Stiglitz walitoa seti hii ya kanuni.[259] Smith aliamini kwamba sekta ya kibinafsi ilkuwa na utendaji bora kuliko ile ya umma na kwamba, wajibu mkuu wa ukuaji wa uchumi sharti upewe sekta ya kibinafsi. Sheria hii zina falsafa ndani yake na hudhihirisha utambuzi wa hali za utendaji wa usimamizi wa ushuru na athari zake. Hata hivyo, kwa mtazamo wa maendeleo katika filosofia ya uchumi na matatizo ya mataifa ya sasa, kanuni chache zaidi zilipendekezwa na maandiko ya baadaye. Zile nne za mwanzo ni kanuni za Ibn Khaldun Adam na Smith huku zile zimesalia zikiwa ni za wasomi wengi mbalimbali.

### 4.2.1. Sheria ya usawa au haki

*Mtu mmoja ni uji majimaji; watu wawili au watatu ni donge la ugali.*

Methali ya Wakuria

Watumishi wa kila Taifa wanapaswa kuchanga ili kusaidia serikali kwa karibu iwezekanavyo, na kwa kiwango sawa na uwezo wao; yaani; kwa kiwango cha mapato ambacho wao hufurahia chini ya ulinzi wa taifa.[260]

Sheria hii inaangazia haki za kiuchumi. Inasema kwamba, matajiri wanapaswa kulipa ushuru wa juu kwa sababu ulinzi wa taifa unakubalika kwa mapato na ufurahiaji wa mapato ya ziada.[261] Kuna viungo viwili vya ushuru huu. Uswa wima: Watu walio katika hali sawa wanapaswa kulipa viwango sawa vya ushuru. Usawa Mlazo: Watu walio na viwango tofauti vya mapato wanapaswa kuchukuliwa tofauti. Usawa wenye manufaa: Wale ambao wanapata manufaa zaidi kutoka kwa serikali wanapaswa kulipa ushuru zaidi. Hata hivyo, hii iliweka haki tu kwa masuala ya kiuchumi na usawa na sio kwa sehemu

---

258 Shere (1948)

259 Aliziita sheria za ushuru. See Smith (1944) u. 777-779

260 Smith (1944) Kitabu cha V: Sura II:, Sehemu II

261 Marimuthu na Ganesan (2016) p. 18

zingine kama zilivyobainishwa na Khaldum ambazo ni pamoja na haki ya jamii pia.

### 4.2.2. Kanuni za uhakika

Ushuru ambao kila mtu binafsi anapaswa kulipa unapaswa kuwa wa uhakika na sio wa kiholela. Wakati wa malio, njia ya malipo na kiwango cha kulipa zinapaswa zote kuwa wazi na za kueleweka kwa mlipa ushuru na kwa mtu yeyote mwingine. Walipa ushuru hawapaswi kuwekwa kwa hali ya kiholela na kwa maamuzi ya maofisa wa ushuru ambayo inazalisha usimamizi fisadi wa ushuru.[262] Sababu kadhaa zinufanya ushuru kuwa hakika. Kwanza, wakati wa ushuru: Wakati wa ulipaji wa ushuru unapaswa kujulikana kabla. Pili, eneo: Mahali pa kulipa ushuru lazima pajulikane. Tatu, Kiwango: Kiwango kinachopaswa kulipwa sharti kijulikane kabla. Nne, Sababu za kulipa; hapawezi kuwa na ushuru bila kuwa na sheria na ni sharti pawe na sababu za kuwepo na ushuru huu k.m kutafuta mapato ya serikali. Hatimaye, njia ya kulipa. Ni pesa ipi halali ya kulipa deni inayohitajika. Kwa siku zilizopita ilikuwa ni kubadilishana bidhaa ila sasa tunatumia pesa halali. Mabadiliko ya ndani hufanyika kila baada ya miaka miwili, lakini michakato ya ushuru ya kupita mipaka inachukua muda mrefu kukubaliana na kuweka fomula kwenye vipengele vinavyokubali upandaji kwa asilimia ndogo baada ya kipindi kisichobadilika au uendaji chini kwa msingi wa ukuaji wa uchumi, unaweza kuwa wa kutegemewa.

### 4.2.3. Sheria za kufaa

Namna na wakati wa ulipaji ushuru sharti kadri inavyowezekana, uwe wa kumfaa mlipa ushuru. Mfumo uliopo unaweza tena kuakisi ukusanyaji unaoangazia hali za taifa na mlipaushuru.

### 4.2.4. Sheria ya uchumi

Sheria hii inapendekeza kwamba gharama ya ukusanyaji ushuru inapaswa kuwa ya kiwango cha chini iwezekanavyo kwa serikali na kwa mlipaushuru. Haina maana kwa serikali kutoza ushuru ambao umeenea sana na vigumu kusimamia hali hii ikiongeza mzigo usiohitajika kwa jamii na ongezeko la gharama za usimamizi kwa

[262] Japet (2018) 26

serikali. Hivyo, kuna hitaji la wafanyakazi bora wa kiusimamizi, teknolojia ya kisasa na uhusiano mwema kati ya serikali na mlipaushuru. Kwa mlipaushuru, rasimali zalishi ya watu huumia tukitambua kwamba walipaushuru hawa huonekana kuukwepa. Ni lazima awe mwaminifu na makini kulinda haki zake. Stiglitz pia anaongeza ufanisi wa uchumi: ushuru lazima uidhinishe mgao fanisi wa rasilimali. Kwa mfano katika muktadha wa ufadhili wa afya barani Afrika, ufanisi unaweza kumaanisha kugawa 15% ya bajeti ya taifa kwa afya kama ilivyokubaliwa na mataifa yote ya Afrika katika Tamko la Abuja. Kwa pamoja na uwazi, hili linaweza kuwa na matokeo ya mzigo wa ushuru unaotambulika kwa urahisi na ulioandaliwa kisiasa ambao jamii itauona kuwa wa kutamanika.

### 4.2.5. Sheria ya ushalizaji

Ni sheria inayojulikana pia kama sheria ya utoshelevu wa fedha, mfumo wa ushuru unapaswa kupata mapato ya kutosha kutoka kwa hazina na serikali hivi kwamba hakutakuwa na hitaji la kuwepo kwa upungufu wa ufadhili. Mataifa mengi siku hizi yanafanya kazi na upungufu wa ufadhili na matumizi ya upungufu yamepelekea kuwepo na tofauti katika mzigo wa deni la watoto. Kwa miaka 5 iliyopita, mzigo wa deni nchini Kenya kwa mfano, umeongezeka kutoka USD 800 hadi USD 1500 kwa kila mtoto anayezaliwa, na kwa kinyume, mtoto anayezaliwa nchini Norway ni milionea. Hata hivyo, sheria hii inaendelezwa kwa dhana kwamba, taifa lazima liweze kukua kwa hali halisi na rasilimali. Kadri miaka inavyopita, mapato yanapaswa kuongezeka hivi kwamba mapato ya mwako wowote ule yanakuwa zaidi kuliko ya mwaka uliotangulia.

### 4.2.6. Sheria ya ongezeko la bei

*Tunagawana jua moja lakini si nyumbani kwetu.*

Methali ya Wakalejin

Mapato ya ushuru yanapaswa kuwa na mwelekeo halisi wa kuongezeka kadri ya ongezeko la mapato ya taifa hata ingawa viwango na eneo la ushuru havijafanyiwa marekebisho.

### 4.2.7. Sheria ya unyumbufu

Inapaswa kuwa na uwezekano wa mamlaka, pasi na kuchelewa kusikotakikana, kufanyia marekebisho mfumo wa ushuru, kwa kuzingatia eneo na viwango vyake, ili kufaa mahitaji yanayobadilika ya uchumi na ya hazina.[263] Inahitajika kwamba fedha zielekezwa upya inapohitajika. Kwa hali za dharura ya afya, hili linapaswa kuwa ndani ya vigezo fulani bila kuwa na ucheleweshaji. Kwa mfano, wakati wa ukosefu wa mahindi nchini Kenya, ushuru uliondolewa ili kuwa na uthabiti wa bei na kudumisha utoshelevu wa chakula. Hata hivyo, hili kwalo ni tata kwa vile Ushuru wa Nyongeza ya Thamani haukuwahi kunuiwa kuwa ushuru wa wa bidhaa muhimu ila wa bidhaa za anasa. Zaidi, kanuni hii inajaribu kuhakikisha kwamba hakuna ushuru unaopaswa kuwa na athari kubwa kifedha kwa mfuko wa rasilimali ya taifa ili kwamba usababishe msukosuko wa fedha.

### 4.2.8. Sheria ya urahisi

Mfumo wa ushuru haupaswi kuwa changamano kupita kiasi.[264] Unapaswa kuwa rahisi kueleweka, kusimamia na sio kuzua matatizo ya ufasiri na migogoro ya kisheria. Sheria ya tisa: urahisi unahitaji mifumo ya ushuru isiwe changamano, iwe rahisi kueleweka, kusimamia na kufasirika. Kwa hii, Stiglitz anaongeza kwamba mfumo lazima uwe na mwitiko wa urahisi kwa mabadiliko ya hali za kiuchumi. Kuna tetesi kwamba urahisi umepotea kadri jamii inavyokua na uchumi kuwa changamano ikipelekea kuwepo kwa 'urahisichangamano' kama ilivyojadiliwa katika sura ya tatu. Kwa mfano, mnamo 1973 wakati serikali ya Kenya ilichukua masuala yake ya ushuru kutoka kwa Jumuiya ya Afrika Mashariki EAC, Sheria ya Ushuru wa Mapato ilikuwa ya kurasa 11 na hii leo, sheria hiyo hiyo ina ukubwa wa zaidi ya mara 15. Sheria ya Mapato ya Marekani ina Juzuu 12 za zaidi ya kurasa 400.

Kufikia mwaka wa 2017, serikali ya Guinea ilianzisha uelekezi wa raia kwa bajeti. Kutokana na mwongizo huu, serikali inajaribu kutoa uhamazishao zaidi kwa mapato na matumizi ya taifa ili kuwafahamisha watu kuhusu mchakato wa bajeti na sababu za kulipa ushuru. Bajeti hii inaweza kupatikana kwa Facebook na tofuti ya

---

263 Blum (1976)

264 Hariharan (2009) Sura 1

serikali na data zilizotolewa na mifumo yote ya Mfumo wa Kitaifa wa Takwimu, viashiria vikuu vya maendeleo ya uchumijamii nchini Guinea, ripoti za tafiti na baadhi ya hifadhidata zinaweza kupatikana kwa tofuti ya taasisi ya kitaifa ya takwimu ya Guinea.[265]

### 4.2.9. Sheria ya utofauti

Mapato ya ushuru hayapaswi kutegea vyanzo vichache mno vya mapato ya umma.[266] Hili husababisha kutokuwa na uhakika kwa Hazina. Iwapo mapato ya ushuru yanatokana na vyanzo anuwai, basi kupunguka kokote kwa mapato ya ushuru kwa msingi wa sababu yoyote moja, kutakuwa kidogo sana. Hata hivyo, wingi wa aina za ushuru sharti uepukwe kwani unaweza kusababisha gharama isiyohitajika ya ukusanyaji na hivyo kukiuka sheria ya uchumi. Uanuwai kama anavyohoji Stiglitz, unahitaji kwamba lazima pawe na vyanzo anuwai vya mapato ya taifa kama vile kushiriki kwa serikali kwa biashara na ushuru.

## 4.3. Misamaha ya kanuni za fedha

### 4.3.1. Katiba, sheria na sera ya misamaha

Huku sheria ikihitaji rasilimali zote kukusanywa, nchi nyingi huwa na sheria za nyongeza ili kutoa aina mbalimbali za upendeleo kwa sekta mbalimbali za jamii kwa kutimiza malengo anuwai ya sera zao kama vile kupunguza umaskini, kuhimiza uwekezaji au hata upanuzi wa uchumi. Hata hivyo, data haswa ya seti za misamaha na thamani ya mapato ya serikali inaachiliwa kutokana na kutofikiwa kwake kote barani kukiwa na data chache inayopatikana kwa kiwango cha nchi kwa nchi. Kwa mfano, Tanzania hutoa misamaha mingi sana kwa makundi pendelewa. Serikali imeanzisha Maeneo Maalumu ya Kiuchumi (SEZ) ili kuimarisha ukuaji haraka wa uchumi kwa kuwavutia wawekezaji na teknolojia kupitia kwa motisha wa fedha na biashara. Ibara ya 28 ya Sheria za Maeneo Maalumu ya Kiuchumi inatoa aina mbalimbali za misamaha ya ushuru. Maeneo haya Maalumu ya Kiuchumi (SEZ) ni pamoja na, kwa mfano, bustani za Habari Teknolojia na Mawasiliano (ICT), bustani za sayansi na

---

[265] Taifa la Guinea (2017)
[266] Chand (2008) p. 103

teknolojia, bandari huru, maeneo ya maendeleo ya utalii na Maeneo ya Uzalishaji Mahuruji (EPZ). Kwa hili, makampuni ya EPZ hufurahia misamaha ya ushuru hata ya aina nyingi. Mfano ni msamaha wa kutofanya malipo yoyote ya ushuru wa shirika kwa kipindi awali cha miaka 10, jambo linaloeleza ni kwa nini makampuni ya uchimbaji madini nchini Tanzania hubadilisha majina kila baada ya miaka kumi. Kwa mfano ni ulipaji wa kodi za forodha, Ushuru wa Nyongeza ya Thamani (VAT) na ushuru wowote mwingine unaotozwa malighafi na bidhaa za uwekezaji zinazohusiana na uzalishaji katika EPZ's, msamaha wa kutolipa ushuru wote na kodi zilizowekwa na mamlaka za mtaa; na orodha ikizidi kuwa kubwa.[267] Aina zote za sekta zinaweza kuhusika, kama vile, kilimo, uchimbaji madini, uzalishaji chuma, viwanda vinavyozalisha vitu vidogovidogo, elektroniki n.k. Zaidi, kuna upunguzaji jumla wa Ushuru wa Nyongeza ya Thamani kwa uchimbaji madini, petroli na gesi.[268]

### 4.3.2. Majukumu ya kimkataba na deni

Vipengele vya uthabiti vina sifa mbaya na kwa sababu nzuri. Hivi ni vipengele vinavyowekwa kwa mikataba ya kitaifa na ya kibiashara ambavyo vinashikilia kwamba, mabadiliko yoyote ya sheria yatakayofanyika baada ya kutiwa saini kwa mkataba, hayatatumika kwa wahusika wa mkataba huo. Hili hata hivyo halidhalilishi tu uhuru wa taifa, bali ina maana kwamba, ujanja katika sheria hauwezi kurekebishwa kwa kulingana na biashara hiyo haswa. Sababu ni kwa nini mhusika katika ulipaji ushuru ana nguvu za kukwepa sheria za taifa, inabakia kuwa isiyo ya kawaida na mara nyingi ikiwa na ubaguzi wa kupindukia dhidi ya watu na jamii, na haupatikani kamwe katika nchi zilizoendelea.

Vivyo hivyo, deni huonekana kuwa na masharti kama vile yale ya IMF na masharti mengi ambayo yanaathiri uhuru wa taifa wa kufanya maamuzi ambayo taifa linayaona kuwa bora kwa watu wake na ambayo yanadhalilisha uongozi na uhuru pamoja na haki za ushuru za taifa hilo.

---

267 Taifa la Tanzania (2017a) ibara 21 na 28
268 Taifa la Tanzania (2017b)

### 4.3.3. Majukumu ya mkataba

Kwa mujibu wa ripoti kutoka kwa Action Aid, nchi ya Senegal inatoa motisha mwingi sana wa ushuru kwa wawekezaji kama vile, viwango vya ushuru wa shirika vilivyopunguzwa au hata vipindi vya wakati fulani vya kutolipa ushuru. Nchi ya Senegal inajaribu kuwavutia wawekezaji wa moja kwa moja wa kigeni kwa nchi hiyo. Kwa njia hii, hupoteza ushuru mwingi sana wa mapato unaoweza kupatikana, bila kuwepo na ongezeko la kazi na la nafasi za ajira lengwa kulingana na ripoti ya Action Aid. Motisha huu huwasukuma wanajamii hadi kiwango cha chini kabisa miongoni mwa mataifa ya Afrika Magharibi na hili linaweza kuangamiza ushuru wao wa mapato.[269]

Kuna utawala maalumu wa mashirika ya kigeni yaliyoidhinishwa. Biashara nje yao ikiwa ni zaidi ya 80% ya mapato, ushuru wa shirika ni 15% tu. Wastani wa CTI ni 30%. Wanapaswa pia kuwa na misamaha kama vile: kutokuwepo na kodi za forodha kwa magari ya matumizi na utalii na kwa magari yanayotumika kusafirisha mazao, kutokuwepo na ushuru kwa mishahara, kutokuwepo na kodi za usajili, kutokuwepo na kodi za hakimiliki, kutokuwepo na ushuru wa mali na kutokuwepo na ushuru kwa rasilimali na hisa. Wakati makampuni yanaweza kuthibitisha kuwa mahuruji ni fanisi na mapato yanarejeshwa nchini Senegal, yanakubaliwa kuondoa 50% kwa ushuru wao wa mapato. Kuna baadhi ya nchi pia ambamo makampuni yanapendelewa. Nchi ambazo zimekamilisha DTA na Senegal pale viwango vya ushuru wa migawo ya hisa, riba na mirahaka vinakubalianwa mara nyingi inaishia kuwapo na kiwango cha chini cha ushuru. [270]

Kwa hivyo misamaha huvutia wawekezaji na serikali hudai kwamba inaleta pesa zaidi kwa nchi kuliko kwamba inapoteza kutokana na misamaha hii. Hata hivyo misamaha hii inaharibu kanuni za utozaji ushuru za usawa na uwezo wa kulipa. Inaonekana kweli ni ukosefu wa haki kwamba, watu wanaoishi chini ya mstari wa umaskini wanapaswa kulipa ushuru ilhali wanabiashara wanaotengeneza mabilioni ya pesa hawalipi, hili likiibua wasiwasi wa uhalali wa fedha na mfumo wa ushuru. Zaidi, utafiti wa motisha wa

---

[269] Action Aid (2015)

[270] KMPG (2016) u. 4

uwekezaji unaonyesha kwamba 91% ya wawekezaji wangewekeza tu hata bila kuwepo na motisha.[271]

## 4.4. Hitimisho

Malengo makuu ya ukusanyaji wa mapato ya taifa ni: kwanza, kuidumisha serikali; pili, ugawaji tena wa mapato; tatu, kutokamilika wazi kwa soko; nne, uthabiti wa uchumi; tano, kupambana na tabia zinazokinzana na jamii; sita, kutekeleza sera za serikali, na mwisho, kuratibu tofauti za jamii ndani ya jamii ili kuwezesha walio maskini kuishi maisha yaliyo na hadhi ya utajiri. Japo tatizo kuu katika kila nchi hutofautiana, nchi zote zinahitaji kuwa na wasiwasi nalo: kwa kuzidisha njia zao za ukuaji wa uchumi, kufuatilia matukio ya umaskini wa kupindukia na husiani na kuhakikisha kuwepo kwa uthabiti wa mapato na ajira na ukosefu sugu wa ajira, mara nyingi unaofungamana na migogoro ya kieneo.

Kuna mzozo usioepukika kati ya sera zilizofasiliwa na uwezo wa kuzitekeleza. Mfumo wa ushuru umekubalika kisiasa na kwa kutekeleza uwezo wa kiutawala wa mamlaka, zaidi, unaonekana kufanya kazi kwa kusudi linaloingiliana. Usawa na uwekaji pamoja wa utafutaji wa rasilimali pia unalazimisha uelewa wa mzigo wa ushuru ni nini na jinsi ushuru huu unavyogawa kati ya sekta na watu binafsi. Utozaji ushuru unapaswa kuwa endelevu na sio mzigo, na kutovutia mkwepa kulipa ushuru na viwango vyake vinapaswa kuwa nafuu. Viwango vya ushuru vya kupita kiasi vinakwenda kinyume cha uwekaji akiba na kusababisha uchumi wa pesa nyeusi.

[271] Taifa la Tanzania (2012); OECD (2014a)

## Watengenezaji, Watekelezaji na Wafasili wa Sheria ya Fedha na Sera

*Wakati moto unaanzia madhabahuni, hakuna tahadhari inaweza kuchukuliwa.*

Methali ya Uganda

Kusudi la sheria na jinsi linavyofasiliwa ni muhimu sana katika uelewa wa sheria yoyote katika nchi. Katika sheria ya fedha na ushuru mijadala inaonekana kuzunguka iwapo ushuru ni 'rahisi' au 'changamano'?[272] Kwa leo, kuna mgawanyiko wa iwapo ushuru ni rahisi au changamano. Kwa hakika mijadala yote miwili inafaa lakini mwishowe, mfumo wowote wa kisheria ukitegemea idadi ya sheria, uwazi wa istilahi, kiwango cha elimu ya wananchi pamoja na sifa zinginezo nyingi, unaweza kuwa na matokeo ya fasili wa sheria ambayo inaweza kubadilika kutoka kuwa rahisi hadi kuwa changamano kwa nyongeza ya kila neno katika sentensi. Sheria ya fedha na sheria ya ushuru zinajulikana vyema kwa idadi kubwa ya sheria na uchangamano wa fasili zake. Wasomi wengine wauliza iwapo urahisishaji huu kama hata unawezekana.[273] Kuna mjadala kwamba, urahisishaji unaweza kupunguza au kuongeza haki.[274] Hii leo, katika baadhi ya nchi kama Marekani na Australia, kanuni za ushuru wa mapato peke yake ni zaidi ya kurasa elfu moja kwa urefu[275] au unaotoshana na urefu wa mtoto wa miaka kumi.

Harakati za kurahisisha sheria za ushuru na fedha zinaweza kusababisha hali inayojulikana kama "urahisichangani" Kulingana na waandishi mbalimbali, matumizi ya lugha sahili kueleza sheria changamano za ushuru, fedha na kanuni, mara nyingi husababisha "urahisichangamano" unaotokea pale ambapo maelezo wazi na rahisi

---

[272] Tickle (2018)

[273] See McCaffery (1990)

[274] Simon (1987)

[275] Haya ni makadirio ya kukisia tu yaliyopatikana kutoka kwa tathmini ya sheria na kanuni zote za ushuru zilizochapishwa upya na wachapishaji wa Serikali nchini Kenya. Juzuu hizi hazina kurasa zinazofuatana hili likitatiza hesabu inayobainika.

ya sheria yanatolewa lakini hayaangazii uchangamano uliopo au kupunguza uchangamano kama huo kupitia kwa mabadiliko rasmi ya kisheria.[276] Uchangamano kuongeza hali ya ukosefu wa usawa wa mapato kwa mlipaushuru na mara nyingi kwa tetesi, mlipaushuru wastaarabu watakuwa na gharama ya chini kabisa.[277]

Sheria na kwa upanuzi wake, fedha na sheria ya ushuru, kwa kiwango cha chini kabisa unahusu msingi wa kikatiba, sheria na sera. Hili huenda lisionekane kuwa lisilo la kawaida kwa sheria yoyote. Hata hivyo, changamoto zaidi ni kwamba, miswada ya fedha ikiwa na marekebisho kila mwaka inapitishwa, sera za serikali zikibadilishwa kila baada ya uchaguzi wa kitaifa na majibu kwa uchumi unaobadilika pamoja na hali za kiteknolojia wakati mwingine yakifanyika hata kila siku, na hili hufanya sheria za fedha na ushuru kuvunjwa na matokeo yake yakiwa ni uwepo wa baadhi ya sheria zenye juzuu kubwa zaidi. Kama sheria changamano zinaimarisha haki kunategema iwapo sheria za ushuru zinatumika kubainisha matokeo yote ya ushuru. Hata hivyo, swali la ubainashaji wa sheria umekumbwa na utata kwa miongo mingi[278] na linaendelea kuwa mada ya mjadala kwa wasomi wa kisheria.[279] Kwa kiwango fulani sheria si dhahiri, haiwezi kuhakikisha usawa kwa vile si sheria inayoamua matokeo. [280] Kwa kiwango fulani sheria ni dhahiri, bado pia kunaweza kuwa na hakikisho la usawa iwapo inaweza tu kuwa dhahiri kwa kuwa dhalimu. Wale wanaochagua mtazamo wa kiufafanuzi wa uundaji sheri za shuru wanaamini kuwa wamevumbua njia salama kati ya udhalimu na kutokuwa dhahiri. Ili kuelewa vyema sheria za fedha na ushuru, kuna njia nyingi tofauti za kupima mitazamo hii.

[276] Blank na Osofsky (2017)
[277] Kama ilivyo hapo juu.
[278] Frank (1930); Hart (1994); Llewellyn (1960); Fuller (1958)
[279] Cornell (1988); Fis (1982); Fuller (1958); Kellogg (1990)
[280] Iikiwa sheria si dhahiri, haipaswi kuzuia usawa pia.

## 5.1. Mbinu

*Ukizuru nyumbani kwa vyura, inama.*

Methali ya Anang

Katika sehemu zote za sheria, angalau kuna kategoria mbili za ukosefu wa udhahiri wa kisheria, ukosefu wa udhahiri kiutendaji na ukosefu wa udhahiri kinadharia.[281] Ukosefu wa udhahiri wa kiutendaji unahusu kutambua kwamba utekelezwaji wa sheria kwa kweli ni biashara ya uchangamano tosha wa kukubali baadhi ya ufichaji au ufasili ambao unaweza kubadili matokeo ya mwisho. Ukosefu wa udhahiri kiutendaji kimsingi ni kutambua nguvu za majaji za kuunda matokeo tofauti kwa namna ambayo wanayaweka maswala yao na kutambua au kukosa kweli. Ukosefu wa udhahiri kinadharia ni mtazamo wenye nguvu zaidi wa ukosefu wa udhahiri wa kisheria. Umbo hili la ukosefu wa udhahiri kimsingi hautokani na udhaifu wa binadamu au uwezekano wa ufisadi lakini kutoka kwa matatizo asili katika matumizi ya lugha na katika kuingilia kati kwa mtazamo kati ya sheria na ukweli. Nadharia hii ya ukosefu wa udhahiri kisheria unashikilia kwamba sheria haitoi mamlaka kwa tokeo moja katika hali yoyote ile na hili hupelekea kuwepo na mfano awali uliokuwa wa kawaida katika koloni za zamani za Uingereza.[282] Hii inamaanisha kesi inayoamriwa na jaji, kwa mfano, inaweza kuamriwa kwa usahihi kwa mhusika yeyote ndani ya mipaka ya sheria. Kwa vile 50% ya nchi za Afrika hufuata sheria za mfumo wa sheria andikwa, hili linamaanisha kuwa nyingi ya nchi hizi zinazingatia mfano awali au ukosefu wa udhahiri kisheria.[283] Ikichukuliwa kupindukia, imani katika ukosefu wa udhahiri kinadharia inaweza kumfanya mtu kuwa na uamuzi kwamba sheria kamwe haibainishi matokeo ya kesi.[284] Mifumo ya sheria za kiraia ambayo ni pamoja na koloni za zamani za Ufaransa, kimsingi ina misimbo mingi sana, hata hivyo, matokeo yake ni kuwa iwapo hakutakuwa na kipengele mahsusi, basi hakuna nafasi ya jaji kutumia nguvu ya kutengeneza sheria. Koloni zote za zamani za

---

281 Endicott (1996) u. 669

282 Kress(1989) 283

283 Miller (1993) 10

284 D'Amato (1989)

Ufaransa, Ureno na Ubelgiji bado zinatumia mfumo huu isipokuwa tu Rwanda ambayo imechukua mfano awali. Burudi kama mwanachama wa Jumuiya ya Afrika Mashariki (EAC) inapaswa kuwa inafanya mabadiliko ya sheria kufuata mfumo wa mfano awali au kutumia ukosefu wa udhairi kisheria.

Uchangamano wa ushuru una sura nyingi.[285] Ni mada inayoweza kuangaliwa kutoka kwa mitazamo mingi, ikiwa ni pamoja na ile ya mlipaushuru, serikali, mtayarishaji wa ripoti ya ushuru, mpangaji, msomi na mlipaushuru. Jaribio lolote la kutoa sifa au kuainisha uchangamano wa ushuru una uwezekano kimsingi kuwa dhalimu. Haswa, maamuzi mbalimbali ya uchangamano ambayo mtu anaweza kufikia, yanaweza kuingiliana na kuhusiana katika mtindo ambao unasababisha tatizo la uchukuliwaji tofauti na thamani finyu. Ni wa aina mbili: uchangamano fafanuzi na uchangamano kihukumu. Uchangamano fafanuzi unahusiana na kiwango cha habari na elimu ambayo sharti ichukuliwe ili kuanza kuamua swali la ushuru.[286] Hivyo, urefu na undani wa sheria za ushuru pamoja na uingiliano wazo, una uhusiano wa moja kwa moja kwa uchangamano wazo uliofafanuliwa. Uchangamano kihukumu unarejelea mizigo ya kiakili, kimaadili na kifilosofia ambayo swali la ushuru linaweza kuulizwa kwa yule anayezielewa sheria. [287]

## 5.2. Falsafa ya serikali

*Upendo wa mfalme si mbaya, lakini mfalme anayekupenda ni bora zaidi.*

Methali ya Wolof

Hii ni filosofia ya vyama vya kisiasa vilivyo mamlakani. Kwa kila utawala mpya wa kisiasa, kunakuwa na sera na filosofia ya chama. Iwapo hili litafasiliwa vyema, basi unapata karibu uwazi wa moja kwa moja kwa mwelekeo wa mzunguko uchaguzi unaofuatia mara nyingi ukiwa ni baada ya takribani miaka mitano kama ilivyo nchini Kenya na Afrika Kusini au kipindi cha miaka 7 kama ilivyo kwa nchi kama

---

[285] McCaffery (1991, u. 1270-72) alitoa maelezo ya kategoria tatu za uchangamano wa ushuru: uchangamano kiufundi,, uchangamano kimfumo na uchangamano kiutekelezi.

[286] Brezinsky (2016) u. 23

[287] Ibid and Partlow (2013) p. 307

vile Rwanda na Senegal. Hata hivyo, kukiwa na miungano na siasa za kikabila kunakuwepo ukosefu wa uhakika zaidi katika sheria na fedha kwani mfumo unapendelea na mapendeleo huchukua nafasi kwa karibu kila siku ambao unasababisha hata ukosefu wa uhakika zaidi kwa wale walio nje ya mduara wa tabaka la kisiasa.

Hata hivyo, vyanzo vya sheria ndiyo hatua ya kwanza kabla ya mtu kutafuta maingiliano kuhusu fasili. Kitamaduni katika nchi za sheria zilizoandikwa kama vile Ghana, Uganda na Kenya, vyanzo vya sheria ya ndani ni: katiba, mikataba, sheria za bunge, sheria ya kesi, kanuni na hatimaye matini za kiakademia na matendo bora.[288] Vyanzo vya sheria vya kimataifa ni pamoja na: kanuni za kimataifa zinazofungamanisha mataifa na hazikubali msamaha wowote, mikataba, tamaduni, matendo ya taifa, na matini za kiakademia.[289] Nchi zingine za Afrika kama vile Gabon na Algeria zinazingatia mfumo wa sheria ya kiraia. Zingine ikiwemo Afrika Kusini hutumia mkusanyiko wa utawala wa sheria za kiraia na zilizoandikwa. Kwa kuelewa sheria na kwa kirefu sheria za fedha zinazojadiliwa katika sura hii, mtu anapaswa kuelewa kwamba, katika hali ya sheria za ndani, maandiko yanayorejelewa kwa uelewa na ufasili wa sheria ni wazi. Hata hivyo, matumizi ya vifaa vya kimataifa kwa fasili ya ndani kunasababisha ugumu mkubwa sana haswa kwa hali ya ukosefu wa udhahiri kisheria.

## 5.3. Mtengenezaji sheria na mpangaji wa sheria

*Ushauri ni mgeni: Iwapo atakaribishwa,*
*Anakaa atakesha usiku huo; iwapo si hivyo, anaondoka siku hiyo hiyo.*

Methali ya Malagasy

Sheria na sheria ya ushuru inahusishwa na dhahania mbili binafsi, mtengeneza sheria na mpangaji. Mtengeneza sheria hutafuta wiano na ulinganifu na utimilifu wa sheria. Yeye ni mbunge anayepitisha sheria, mtumishi wa umma anyeandika sheria ili bunge liunde mfumo kisheria wa fedha au kushauriana mikataba ya ushuru. Mpangaji hutafuta uhakika na ukweli mwembamba. Mchakato wa utozaji

[288] Hoffman na Rumsey (2012) p. 3
[289] ICJ (1946) ibara 38

ushuru pale ambapo mtengeneza sheria na mpangaji hushiriki, huanza kwa kutengeneza sheria ya kutoza ushuru. Mpangaji anajibu kwa kutumia njia mbalimbali kutoka kwa utekelezwaji hadi changamoto wazi. Kwa kawaida, hatua pendelewa ya wapangaji ni kubuni mkakati ambao unakengeusha nguvu za sheria bila kushuku uhalali wake. Vinginevyo, mpangaji hujaribu kuwa nje ya sheria. Lakini kwa kufanya hivyo, mpangaji atatafuta kumkubalisha mlipaushuru kukwama kwa kiini cha kiuchumi cha kitendo ambacho ni ushuru lengwa.[290] Hii inajazwa na wasimamizi katika serikali za sheria kama vile maofisa wa mapato katika hazina na wizara ya fedha pamoja na mamlaka ya mapato na waandishi wa bajeti ikiwa ni pamoja na Mwanasheria Mkuu.[291]

Mikopo kutoka kwa taasisi kama vile IMF ina masharti kuhusiana na sera za kiuchumi na fedha na mara nyingi sera ya ushuru.[292] Kwa mfano Senegal ni mwanachama wa AFRITAC West. Hili ni shirika chini ya IMF ambalo husaidia mataifa wanachama kwa kuyapa ushauri wa kiteknikali katika uchumi mdogo na maeneo ya usimamizi wa kifedha.[293] Matokeo yake ni kwamba nchi nyingi za Afrika hazina sera za ushuru ambazo zimejitengenezea zenyewe. Kuna hitaji la uwazi kuhusu sera, na uhusika wako, ni kiwango kipi cha ushuru ambacho ni kiasi cha uchumi. Hata hivyo, mataifa yanahitaji kuwa na vilevile uchanganuzi wa gharama ya manufaa kuwa wazi kabla ya hata kuanza mashauriano. Hata hivyo mara nyingi mashauriano yanaitishwa siku moja kabla, na washirriki kuhitajika kuvuka mipaka na kukubali kutia saini. Mara nyingi washaurianaji wanalazimika kushauriana au kuwekwa kwa ndege dakika za mwisho. Kukiwa na ukosefu wa filosofia na sera wazi mbinu hizi za kisiasa hazikwepiki. Matokeo yake ni hasara isiyoepukika ya haki za ushuru; haki za kutoza

---

[290] Juhudi hizi za kukwepa sheria bila kuzivunja na mwitiko zinazovutia kutoka kwa watengenezaji wa sheria ni kisababishi kikuu kimfumo cha uchangamano. Tazama McCaffer (1991) u. 1275-76. Uchangamano huu "wenye nguvu" unaweza kutazamwa kama jambo mzunguko la sheria. Wakati kiwango cha uchangamano unafikia ncha ambapo hauwezi tena kukubalika, ni wakati wa mtikisiko wa volkano kwa namna ya marekebisho ya sheria za ushuru ili kwa kiasi kikubwa ubadili mandhari ya sheria ili kuufanya mchezo wa awali kutokuwa na maana. Id. Kwenye ukurasa wa 1277-79.

[291] Miller (1993) u. 13

[292] Eurodad (2006) u. 3 na 15

[293] IMF (2019b)

ushuru. Mara nyingi mashauriano kwa sasa yanadai masharti ambayo hayawezi kupatikana ili kuzuia mkataba. Huku ziara za kitaifa zikiwa zikitayarishwa mbeleni, kwa sasa zinajaribu kujitayarisha zenyewe. Hata hivyo, uratibu sio rasmi na haupo kwenye msingi wa sera. Hata hivyo, nchi zote hazina nguvu sawa kama zingine na kwa hivyo hakuna sera ya ni nani atakwenda. Ghana na Afrika Kusini zina sera lakini ile ya Afrika Kusini ni ya kina na ina muktadha wa kamati ya Bunge ambayo huzisaili kabla ya kuidhinisha na bunge. Nchini Kenya mikataba ya ushuru haiendi kwa bunge lakini kwa serikali kuu: waziri ndiye anayeiidhinisha. Kutokana na hilo, hakuna uangalizi kidemokrasia na mamlaka za uwezo huwa ni swala la kupingwa. Sheria za uidhinishwaji wa mkataba haihusishi mikataba ya ushuru

Kwa vile mikataba huwaathiri watu wengi mtu hushangaa iwapo ushuru mmoja unaweza kuwa na mkataba unahusu mataifa mengi. Nchini Kenya, mtu anapewa nafuu ya muamana iwapo atakuwa amelipa ushuru kwa nchi nyingine. Viwango vya ushuru kwa kawaida huwa ni sera lakini kimjadala mikataba huleta uthabiti. Hata hivyo, uhakikisho wa uwekezaji na haki mahakamani huchukuliwa kuwa muhimu zaidi. Muundo wa mkataba wa nchi ulio na athari za ushuru ni pamoja na AfCFTA. Hata hivyo, aina mpya zaidi ya mkataba unatengezewa OECD unaojulikana kama Chombo cha Mataifa mengi husika (MLI).[294] MLI ni nzito sana na ina chaguzi nyingi. MLI imerekebisha mikataba yote duniani lakini ili kufanya hivyo, kila seti ya mataifa mawili husika yanapaswa kukubali kurekebisha mikataba hii kipengele kwa kipengele. Changamoto kubwa kwa sasa sio uwezo ila kwa hakika ni data na uwezo wake wa kuelekeza chaguzi za sera. Hata hivyo, ukosefu wa uchanganuzi wazi wa gharama ya manufaa, basi wanaoshauriana pia hawajui nguvu zao. Ni muhimu kukumbuka kwamba mikataba ya ushuru itakuwa ya maana tu baada ya kuwepo na biashara kati ya nchi hizi mbili. Hata hivyo, unapoona nchi ikiwa haijui idadi ya MNEs iliyo nayo kwa haraka, basi haijui kuhusu nguvu. Katika jedwali la 6 hapa chini, kuna orodha ya nchi za Afrika na idadi ya DTAs zilizo nazo kufikia 2018.

[294] OECD (2016a)

**Jedwali 6: Idadi ya Mikataba ya Ushuru Maradufu (DTAs) katika Nchi za Afrika**

| Nchi | Idadi ya Mikataba ya Ushuru maradufu DTAs | Nchi | Idadi ya Mikataba ya Ushuru maradufu DTAs | Nchi | Idadi ya Mikataba ya Ushuru maradufu DTAs |
|---|---|---|---|---|---|
| Algeria | 29 | Gabon | 5 | Nigeria | 15 |
| Angola | 0 | Ghana | 8 | Rwanda | 2 |
| Benin | 2 | Gambia | 0 | Sao Tome and Principe | 0 |
| Botswana | 6 | Guinea | 1 | Senegal | 14 |
| Burkina Faso | 2 | Guinea Bissau | 0 | Seychelles | 14 |
| Burundi | 0 | Kenya | 12 | Somalia | 0 |
| Cameroon | 4 | Lesotho | 3 | Afrika Kusini | 58 |
| Cape Verde | 1 | Liberia | 4 | Sudan Kusini | 0 |
| Jamhuri ya Afrika ya Kati | 0 | Libya | 12 | Sudan | 11 |
| Chad | 1 | Malawi | 8 | Swaziland | 5 |
| Comoros | 1 | Mali | 2 | Tanzania | 8 |
| Congo Brazzaville | 0 | Mauritania | 2 | Togo | 2 |
| Cote d' Ivoire | 10 | Mauritius | 44 | Tunisia | 0 |
| Democratic Republic of Congo | 3 | Morocco | 47 | Uganda | 10 |
| Misri | 49 | Mozambique | 5 | Zambia | 21 |
| Equatorial Guinea | 0 | Namibia | 8 | Zimbabwe | 14 |
| Eritrea | 1 | Niger | 1 | | |
| Ethiopia | 9 | | | | |

Chanzo Mwandishi

Hata hivyo, masuala mawili yanaibuka kutokana na picha inayotolewa na data hii: ni kwa nini nchi hizi zina DTAs na nchi hizi? Je kuna biashara ya kutosha katika ya seti ya nchi hizi mbili ya kuhalalisha kuendelea kuwepo kwa DTA? Ni kwa nini sheria za ndani zilizopo hazitoshi kuzuia ulipaji ushuru maradufu ili kuzuia mashauriano yenye gharama kubwa na ya kutumia muda mwingi ambayo yanakumbwa na ushawishi mkubwa na ukosefu wa usawa wa nguvu.

Kile ambacho si dhahiri ni, ni kwa nini nchi za Afrika zinatumia muundo wa mikataba ambayo ni mapendekezo badala ya kutumia mbinu zilizobuniwa kibinafsi kwa msingi wa shughuli za kiuchumi. Umoja wa Mataifa na Miundo ya OECD DTA ni miongozo na sio pale mwanzo wako unapaswa kuwa mwisho wako. Zaidi, Jukwaa la Usimamizi wa Ushuru la Afrika (ATAF), ECOWAS, SADC na COMESA vilevile lina muundo wa DTA lakini hizi pia zina vipengele ambavyo kila wakati si kwa manufaa ya nchi zinazoendelea. Hivyo bado mjadala unabaki katika nafasi hii ya kwanza kuweka sheria na baadaye itakapohitajika, kutia saini kwa mikataba hii itakapotakikana.

### 5.3.1. Mbinu ya muktadha wa jamii kwa uundaji wa sheria

Mtengenezaji sheria anaweza kutarajia kuwa mpangaji atatafuta kuwa nje ya sheria zinazotoza ushuru na anaweza kuchagua kati ya mikakati miwili tofauti sana ya kuzuia ukwepaji wa ushuru ambao ni halali lakini unaochunguza na kutumia mapungufu yaliyopo katika sheria.[295] Hili linaendana sana na sheria ya mfano awali ya Uingereza inayopatikana sana katika nchi ambazo zinatumia sheria ya mfano awali. Kwa kuingiza sehemu ya sheria ya mbunge ambayo inaanzisha adhabu kwa ukwepaji ushuru, je mtengenezaji sheria anapunguza chaguo la mlipaushuru kwa kutumia mapungufu yaliyopo kwenye sheria, kwa mfano nchini Sheria mpya ya Kenya ya 2015 ya Taratibu za Ushuru?[296]

Mbini ya kwanza ni kuandika sheria hii kwa masharti mapana ili kunasa shughuli zote za kiuchumi zilizo sawa bila kujali namna zinavyoendeshwa. Hii inajulikana kama mbinu ya muktadha wa jamii kwa sababu inawashauri watengeneza sheria watafakari zaidi kuliko sheria yenyewe, ili kuwepo na utekelezwaji wake bora, na badala yake kuangazia haki ya jamii kwa shughuli mahsusi za ushuru katika mielekeo mahsusi. Muktadha wa haki ya jamii unashauri kuwa sheria itumike kwa kuzingatia kusudi lake na kutokana na hilo, kuchukulia

[295] Miller (1993) u. 16

[296] Jamhuri ya Kenya (2015)

sheria kama kitu kilicho zaidi ya sheria andikwa na kutangazwa rasmi. Ni mbinu ambayo kwa makini upatanifu kamili na sheria za ndani za maadili ya ushuru kutoka kwa mtazamo wa mtengenezaji sheria.[297]

Kwenye Katiba ya Kenya ya sasa ya 2010, mijadala ya kanuni za ushuru ni uakisi wa moja kwa moja wa jaribio la mtengeneza sheria (jamii kupitia kwa kongamano la kitaifa la katikatiba na kura ya maoni) la kuweka wazi na kutoa mwongozo wa majukumu na mazao ya wapangaji wale wengine na watengeneza sheria kwa uwazi kuwa na kipaumbele cha mbinu ya muktadha wa jamii.[298] Katiba ya Rwanda pia inazingatia mbinu hii,[299] na vilevile Morocco na Afrika Kusini. Nchini Uganda, mtengeneza sheria amepiga hatua ya kutoa sheria za kuongoza jukumu lake. Hivi karibuni, Sheria ya 2017 ya Taratibu za Ushuru za Uganda, ilifanywa kuwa sheria kwa lengo la kuleta wiano na kuweka pamoja kanuni za sheria za usimamizi wa sheria za ushuru nchini Uganda na kwa makusudi yanayohusikia.[300] Sheria, ambayo inapaswa kuleta ufanisi na utendaji bora katika ukusanyaji na kutii utoaji wa ushuru huenda asitimize lengo hili. Kama vile tu sheria zingine za ushuru, Sheria hii imepingwa na wanasheria na pia wataalamu wa ushuru. Kenya mnamo 2015 pia iliweka Sheria ya Utaratibu wa Ushuru.[301]

---

[297] Miller (1993) u. 16

[298] Jamhuri ya Kenya (2010) ibara 209. Kitamaduni chini ya sheria ya kesi (sheria chini ya maamuzi ya mahakama kuliko iliyo na msingi kwa katiba, sheria au kanuni zingine) mahakama na wasimamizi wa ushuru wanahitajika kusoma sheria kwa manufaa ya mlipaushuru. Kwa wakati wote inapaswa kudumishwa kwamba, kama ilivyobainishwa katika **Khambaita dhidi ya Kamishna wa Ushuru wa Mapato** (1954) 21 EACA 16, ni wajibu wa mlipaushuru kuonyesha kwamba tathmini asili imepita kiasi ili iwe ni wajibu wa mlipaushuru kuridhisha Mahakama Kuu kuhusu suala lote linalozozaniwa. Hata hivyo, hili ni sharti lihuzishwe na ukweli kwamba katika **Williamson dhidi ya Kamishna wa Ushuru** (1955) 22 EACA 227 ni lazima kamishna atilie maanani hali ya kampuni kutoka kwa mtazamo wa kibiashara kama mwanabiashara mwenye busara wala sio kama mwakilishi wa Serikali. Hili kwa dhahiri halikuwa linafanyika katika kesi ya Khambaita ambayo inapaswa kusomwa kwa pamoja na sehemu ya 123 ya Sheria ya Ushuru wa Mapato ya Kenya ambayo inasema kwamba, pale ambapo pana ukosefu wa uwazi kuhusu swali la ukweli wa sheria, kamishna ana chaguo la kujiepusha kufanya tathmini au kuchukua ushuru unaozozaniwa.

[299] Jamhuri ya Rwanda (1990) Sura IX kuhusu Fedha na Ushuru wa Taifa

[300] Jamhuri ya Uganda (2017) Utangulizi

[301] Jamhuri ya Kenya (2015)

Hatima nyingine ya Sheria hizi, wengine wanaafiki kwamba, sheria mpya zitahitilafiana na haki ya mlipaushuru ya kunufaika na sheria za ushuru.[302] Kwa kujaribu kuwa na usawa kati ya haki za mlipa ushuru na ukusanyaji wa ushuru, Mahakama (kama vile katika Kesi ya Bata nchini Kenya [303]) zinashikilia kwamba malipo ya ushuru ni wajibu unaolazimishwa na sheria na siyo shughuli ya kihiari. Kwa hivyo, mlipaushuru hapaswi kulipa zaidi ya kile anachopaswa kulipa kwa mtoza ushuru.[304] Haki ya mlipaushuru ya kupunguza wajibu wake wa ushuru inatokana na kanuni hii, ikiwa tu imo ndani ya mipaka ya sheria. Nchini Uingereza, kesi ya Makamishna wa **Makamisha wa Mapato ya ndani ya Nchi dhidi ya Mtawala wa Westminster** kiti lilikuwa na maoni kuwa ikitokea kwamba kuna njia mbili ambapo shughuli inaweza kuathiriwa, njia ambazo zinahusu athari mbalimbali za ushuru, mlipaushuru anaweza kuchagua njia ambayo ina dhima ya kiwango cha chini.[305] Katika kesi nyingine ya Uingereza ya **W. T. Ramsay Limited dhidi ya Kamishna wa Mapato ya Ndani ya Nchi** mahakama ilisisitiza kwamba njama za ukwepaji ushuru zinawezekana tu iwapo zina maana yoyote ya kibiashara.[306]

### 5.3.2. Mbinu fafanuzi ya uungaji wa sheria

Mwenendo wa kisasa wa uundaji wa sheria umekuwa ni kubainisha hali ambapo ushuru unatumika kwa dakia kwa undani. Hii inajulikana kama mbinu fafanuzi kwa sababu inaziangalia sheria zenyewe kwa utekelezwaji wake bora na kwa kueleza bayana hali zote zinamotumika. Kwa namna iliyoinuliwa zaidi, sio tu kwamba urefu wa sheria unatofautisha mbinu hii, lakini pia mtegemeano wazo tata. Hii inapatikana sana katika mifumo ya sheria za jamii kama Ufaransa na koloni zake za zamani kama vile Gabon na Algeria. Mara nyingi sheria kama hizi haziwezi kutumika tu kwa kutafuta sheria moja inayotumika kwa kesi fulani. Badala yake, mtu ni lazima aelewe sheria

[302] Rotuk (2016)

[303] Jamhuri dhidi ya Mamlaka ya Mapato ya Kenya kwa kufaidi Bata Shoe Company (Kenya) Limited (2014) (eKLR)

[304] Kama ilivyo hapo juu.

[305] Makamishna wa Mapato ya Ndani ya nchi dhidi ya Mtawala wa Westminster [1936] A.C. 1; 19 TC 490

[306] HL 12 *Mar 1981

zote ili kutumia moja wapo wazo, kwa sababu ni uelewa tu wa sheria zote utakaotoa jibu ambalo kwalo sheria zinatumika.[307]

Usanifu huu fafanuzi wa sheria hizi za kiasa ni kwa sababu ya sehemu ya uundwaji wake na watu wachache kwa kipindi kifupi cha wakati. Sifa za uongezekaji wa mbinu ya muktadha wa jamii unakwepwa kwa kiasi kwamba ukwepaji kama huu kwa hakika unawezeka. Kwa vile waunda sheria hawa ni wataalamu, wanaweza kufanya sheria zao kuwa za ufafanuzi mkubwa huku wakidumisha kiwango cha wiano wa kidani. Lengo la muunda sheria ni kutarajia maswali yote yanayoweza kuibuka kabla yaibuke. Kwa njia hii, mbinu fafanuzi inatafuta kuzingatia dhana pana ya muunda sheria ya haki huku pia ikiwa na fahamu ya matamanio ya mpangaji ya kuwepo na udhahiri kwa sababu inaangazia utofauti wa kiufundi, ukamilifu na uhaswa.[308] Japo hii sio mbinu ya sasa kwa nchi nyingi barani Afrika, bado inaweza kutumika. Hata hivyo, hakuna miswada yoyote ya sasa katika bara la Afrika iliyokuwa inazingatia mbinu hii kufikia Julai 2019.

Athari inayotokana na mbinu fafanuzi ni kuifanya mitindo ya mpangaji kutokuwa hatarini kwa jambo la kimuktadha juu ya aina fulani ya mabishano kutoka kwa muunda sheria. Kwa vile muunda sheria ameamua kufafanua msimamo wake dhahiri, kihoja, yeye ana wajibu wa kutii kikamilifu sheria zake mwenyewe. Zaidi, inaonekana kana kwamba mahakama zitaegemea uhalisia katika ufasili wake wa sheria katika hali ya uchanganuzi kama hii. Hivyo, mbinu fafanuzi ya sheria ya ushuru kwa hakika ni kujisalimisha kwa mtazamo wa kimaadili wa mpangaji. Urefu na uhasa wa sheria ni makubaliano fiche kwamba sheria ni kila kitu; kanuni ni sheria nzima. Iwapo lugha hasa ya sheria haiwezi kutumika kwa shughuli, shughuli hii imo nje ya matumizi.[309] Nchini Kenya, katika kesi ya **Jamhuri dhidi ya Kamishna wa Ushuru wa Ndani (Ofisi ya Walipaushuru wa kiwango cha juu) kwa kufaidi wa Barclays Bank of Kenya Limited,**[310] mahakama ilionekana kuzingatia mbinu hii. Kwa kutegemea uamuzi awali wa Jaji Nyamu katika kesi ya **Keroche**

[307] Miller (1993) u. 17
[308] Kama ilivyo hapo juu.
[309] Kama hapo juu u. 21-22
[310] [2015] eKLR

**Industries Limited dhidi ya Mamlaka ya Mapato na wengine 5,**[311] Jaji Odunga alisema:

> Katika aina za kesi hizi kwa hivyo Mahakama haina haki ya kujaribu uvumbuzi kwenye nia ya Bunge lakini imewekewa vikwazo na maneno wazi ya sheria. Katika sheria ya utozaji ushuru mtu anapaswa tu kuangalia kile kilichosemwa wazi kwani hakuna nafasi ya kunuia. Hakuna usawa katika ushuru na hakuna dhahanio la kutoza ushuru. Hakuna cha kusomwa ndani, hakuna kitu cha kudokezwa. Mtu anaweza tu kwa haki kuangalia lugha iliyotumika.

Iwapo sheria zinaweza kubainika sawia na kuwa za haki, labda huku kujisalimisha kwa mtazamo wa mpangaji sio tatizo. Ingewezekana kutimiza matokeo ya haki katika mtindo wa kiufundi, basi udokezaji haungekuwa kizingiti kwa mfumo bora wa ushuru. Vinginevyo, iwapo mbinu ya ufafanuzi inakadiria kupita kiasi au inakosa kuelewa ubainishaji wa sheria na muunganiko ulioko kati ya sheria na matokeo ya haki, matatizo makubwa hutokea na uwezekano wa matokeo yasiyo ya haki sio tu kwa mlipaushuru bali kwa uwezo wa taifa wa kukusanya ushuru unakuwa na uwezekano zaidi.[312]

### 5.3.3. Mbinu mbili zinazokinzana

Kila mbinu katika uundaji wa sheria ina manufaa na mapungufu yake. Mbinu ya muktadha wa jamii inaweza kuwa fupi na ya kueleweka haraka kwenye muhtasari, lakini inategemea mfumo wenye nguvu wa utekelezaji na utayali wa majaji wa kutumia sheria kuyashughulikia kwa namna moja masuala ambayo yanafafana kwa yaliyomo japo hayafanani kimuundo. Mbinu ya muktadha wa jamii pia ni ya kuongezeka na ya kimgeuko. Hivyo, iko chini ya ukosefu wa udhahiri na inaonekana kuhimiza kesi mahakamani. Kwa sababu majaji wengi ambao mbinu hii hutegemea si wataalamu, mbinu hii ya muktadha wa jamii huondoa mamlaka mengi juu ya usimamizi bora wa mfumo wa ushuru kutoka kwa tabaka aali la ushuru. Inaweza kupendekezwa kwamba mbinu ya muktadha wa jamii inajipelekea kuwa na uingiliaji wa kimahakama usio rasmi [313] na kwa kutumiwa

---

[311] [2007] 2 KLR 240

[312] Miller (1993) u. 22

[313] Mahakama isiyo na utaalamu mara nyingi huchukuliwa kama kikwazo kwa sera bora za ushuru. Kwa mfano, Eistice ameita Mahakama ya Upeo "mzinga legevu kwenye sitaha inayobingirika" katika uwanja wa ushuru. Eustice (1989). 17 n. 22

vibaya na mlipaushuru. Badala yake, mtu anaweza kuipa sifa za kuwa kama ya umma na inayoonekana kuingiza elementi ya busara kwa sheria ya ushuru ambayo kwa kiwango kikubwa inaendana na kanuni zilizofafanuliwa kwenye katiba ya nchi.

Mbinu fafanuzi, kwa kinyume, inaonekana kuwapokonya majaji mamlaka ya kufanya maamuzi mabaya. Hata hivyo, kufaulu kwake kunategemea uwezo wa muunda sheria wa kuona mbele zaidi katika kutarajia tofauti zote kwa namna ambayo tukio la kiuchumi linalofanana kisheria linaweza kutokea (au linaweza kulainishwa na mpangaji mwerevu). Kwa sababu hii, sheria za kisasa mara nyingi huwa refu, za kina, zilizo na mwingiliano mkubwa na zinazotafuta kushughulikia dharura zinazoweza kutokea. Zikitazamwa kwa mwelekeo chanya, mbinu hii inatumia ufafanuzi mkubwa na wenye haki kupunguza sheria hadi kwa msururu wa kanuni za kiufundi ambazo utekelezwaji wake uhitaji au kutohitaji busara kidogo ya binadamu ili kufikia tokeo ambalo liachukulia kesi zote kulingana na uzito wazo.[314] Kutokana na mtazamo huu wa upunguzaji, uchangamano wa ufafanuzi wa sheria ya ushuru unahalalishwa na haki sawa wakati unapotumiwa na mtu anayeulelewa. Kwa hakika, umahiri wa sheria unafanywa kuwa mgumu sana na uchangamano wa sheria hizi na hivyo, ni tabaka la wasomi wachache watafanya hivyo. Kwa hili lenyewe litawafanya wengi kutokuwa na haki. Lakini haki ya ubainishi wa sheria ilio mikononi mwa mtu mmoja anayezielewa sheria unaonekana (na wale waunda sheria) kushinda kesi zisizo za haki kutoka kwa uchangamano wake. Fikira hii inayoegemea kanuni ya uendeshaji wa sheria ya ushuru inajaribu kuifanya sheria kuwa kifaa mahsusi na lazimishi kwa uratibu wa shughuli za binadamu. [315]

## 5.4. Wakufunzi wa sheria ya fedha na athari zao

*Agizo kwa kijana ni kama kuchonga kwa jiwe.*

Methali kutoka Morocco

Changamoto inayowakumba wataalamu wa fedha duniani haswa kwa nchi zinazoendelea ni kwamba, wengi wao huwa katika eneo hili

---

[314] Kwa jumla tazama Solether na Coleman (1989)
[315] Miller (1993) u. 21

lakini kwa kawaida huwa hawachagui uwanja huu kama chaguo la kwanza la kitaaluma. Wengi huenda wakawa wametoka kwa taaluma anuwai kabisa kama vile anthropolojia, jiolojia au sayansi ya matibabu ya wanyama. Zaidi, mafunzo barani Afrika kitamaduni hutoka kwa nyanja zilizo na uhusiano wa karibu sana kama vile uhasibu na uchumi. Kutokana na hili, kiwango cha elimu ya watu wanaoingia kwa ushuru kutoka kwa nyanja hizi za kiasili hutofautiana kwa msingi wa iwapo hata wakufunzi hawa wapo. Myanya katika bara ni pamoja na sheria na vilevile uchumi wa umma na mafunzo yanayoegemea maendeleo. Ndani ya uchumi na uhasibu, mafunzo hubaki kuwa ya kitamaduni bila kuwepo na matumizi ya uvumbuzi au wasomi wa Afrika au wakufunzi mara nyingi sana wakiuegemeza mfumo kwenda mbali na ule unaowajali wanajamii. Hii leo katika nchi nyingi, taasisi zinazofunzwa masuala ya ushuru huwa ni mafunzo ya ndani yakitekelezwa na mashirika ya uhasibu au hivi karibuni kupitia kwa mamlaka ya mapato na mafunzo yanayoungwa mkono na taasisi za kimataifa. Miundo hii mbalimbali inatatiza kwa sababu ajenda zake na kuwepo upendeleo kunadhihirika wazi na kutokana na hili, kuna ukosefu wa mafunzo kijumla katika sehemu nyingi za Afrika na hili linaweza kuwa tatizo la kidunia.

Kwa mfano, wakufunzi wakuu wa masuala ya ushuru wa kimataifa na wa mipakani ni OECD, mara nyingi ikiwa ni kwa manufaa ya G30 ambao ni mataifa wanachama. ATAF hufunza masuala ya Kiafrika nayo CIAT masuala ya Marekani ya Kilatini (Latin America), hata hivyo, mafunzo haya yanakuwa na mapendeleo kwa taasisi zinazozifadhili na wakufunzi washauri mara nyingi wakitoka kwa mabara mengine na dunia ya kaskazini. Ndani ya mataifa kama Kenya, kuna taasisi za mafunzo kwa wafanyakazi wa mapato kama vile Shule ya Usimamizi wa Mapato ya Kenya. Nchini kuna Taasisi Sajiliwa ya Ushuru,[316] inayopatikana kwa wote. Pia kunazo taasisi na programu katika vyuo vikuu kama vile Taasisi ya Ushuru ya Afrika katika Chuo Kikuu cha Pretoria nchini Afrika Kusini na mafunzo ya muda mfupi yanayoendeshwa na Kamati ya Masomo ya Fedha katika Chuo Kikuu cha Nairobi Shule ya Sheria.

316 www.taxghana.org

## 5.5. Ni kwa kiwango kipi ambapo sheria ya ushuru inakosa udhahiri?

Kiwango cha ukosefu wa udhahiri katika sehemu yoyote ya sheria kama vile ushuru, huenda ikawa si tofauti na kiwango cha ukosefu wa udhahiri wa sheria kwa jumla. Wasomi na wenye maarifa ya sheria ambao wamejadiliwa hapa mara nyingi huonekana kutotilia maanani jambo hili. Kwa msingi wa sababu ambazo zitatayarishwa katika sehemu ufuatayo, kuna kutoaminika kwamba sehemu zote za sheria ni dhahiri au si dhahiri. Hata hivyo, madai mbalimbali na tetesi ambazo zimeshughulikiwa katika sehemu zinazofuata, zinapata maendeleo yake asili kutoka kwa muktadha wa sheria. Ukosefu wa udhahiri wa sheria umegawanywa kwa kategoria tatu[317]:

1. Ukosefu wa udhahiri wa sheria wa jumla - maana ya vipengele vya sheria inaweza kutiliwa shaka
2. Ukosefu wa udhahiri wa ukweli - ni sharti jaji atafute ukweli wa kutumia sheria chanya
3. Ukosefu wa udhahiri wa Mach/Fayerabend wa hakika – kweli (au maneno ukweli yanategea nadharia ya kisheria na lugha maalumu).

Ukosefu wa udhahiri wa sheria ya fedha au ya ushuru uko kwa kiwango ambapo kuna ufafanuzi wa sheria unaopelekea kuwepo na udhahiri kwa wadau wote walioorodheshwa hapo awali.

### 5.5.1. Ushahidi wa jarabati

Iwapo tutaonyeshana ukweli kuwa wengi wa walipaushuru hulipa ushuru wao kwa viwango ambavyo serikali huamini ndicho inawadai, je hili linathibitisha kuwa ushuru kwa pakubwa ni dhahiri? Baadhi ya watoa maoni wanakubali kuwa udhahiri wa sheria unathibitishwa na idadi ya kesi ambazo hazihitaji kupelekwa mahakamani.[318] Hata hivyo hofu ya mkusanya ushuru haijarejelewa katika mlinganyo huu. Jibu la ukosefu wa udhahiri ni kuhoji kuwa kwa ukweli kwamba walipaushuru wengi hawaendi kwa mahakama ya ushuru kwa hakika haitwambii chochote.[319] Labda ripoti nyingi za ushuru zinaonyesha maono ya mtu binafsi ya kile anachopaswa kulipa. Labda wale

[317] Bogenschneider (2016); Miller (1993) u. 24
[318] Miller (1993) u. 24
[319] D'Amato (1989) u. 166

wanaopaswa kufuatilia uzingatiaji wamezembea sana. Huenda ikawa kesi nyingi zilizofanyiwa ukaguzi hazifikishwi mahakamani kwa sababu kiwango kilicho na utata kinafanya gharama ya mashtaka kutofaa. Katika nchi kama Kenya iliyo na idadi ya watu milioni 44 na wapiga kura milioni 18, walipaushuru sajiliwa wakiwa milioni 6, mtu haridhiki na hoja hii kwani kukiwa tu na watu milioni 2.8 waliolipa ushuru kwa wakati mnamo 2018. Kujua kusoma na kuandika kunaonekana kuwa changamoto kubwa sana kwa nchi zinazoendelea.[320]

Nchini Namibia pale ambapo eneo la ushuru ni pana, Taarifa za Bajeti za Machi 2017 zilibainisha kuwa kulikuwa na baadhi ya mapendekezo ya ushuru ya kuweka ukingo wa misamaha na makato yanayopunguza eneo la ushuru. Kuna pendekezo pia la kuchukua vipengele vinavyohusiana na ushuru wa mapato yanayotokana na uwekezaji. Yatapanuliwa kushughulikia ushuru unahusiana na afya kwa kategoria fulani za mali ya uwekezaji, iwapo kwa sasa kwa jumla hakuna ushuru wa mapato ya uwekezaji unaongezeka, au kuonekana kuongezeka kutoka kwa vyanzo vilimo ndani ya Namibia.[321]

### 5.5.2. Kesi rahisi za ushuru

Njia nyingine ya kubainisha ukosefu wa udhahiri uliokaribu sana na mbinu ya kimajaribio ni kuangalia ni kwa kiwango kipi ambapo kesi rahisi ilivyoenea kama aina ya kesi ya ushuru. Wale wanaoamini sheria kwa kiwango kikubwa si dhahiri, wanakubali kwamba kuna kesi nyingi rahisi. Wasema kuwa kile kitu kinachozuilia hili ni ukweli kwamba inaonekana mawakili kutoka kwa mafunzo yao ya awali kabisa wanaonekana kuzingatia kesi zile ngumu. Katika muktadha huu, kesi ngumu ni zile zote zilizowasilishwa mahakamani. Mawakili kamwe hawazioni kesi rahisi nyingi kwa vile kamwe haziwasilishwi mahakamani.[322] Hizi pia si kesi zinazofanana kwa sababu hakuna kesi mbili ambazo zinafana kwa usahili kamwe. Hii ni sababu moja ni kwa nini sheria si dhahiri. Katika ulimwengu wa tofauti zisizo na kikomo, hakuna sheria moja inayoweza kubainisha tokeo moja sahihi kwa kesi yoyote kwa sababu hakuna kesi ya baadaye ambayo inafanana kabisa

320 Waris (2014a)

321 Ernest na Young (2017); Deloitte (2015)

322 Miller (1993) u. 28

kwa dhana ya kesi ya muunda sheria.[323] Katika kesi ya mlipaushuru kwa vile hakuna mwajiri au mwanabiashara anayeendesha shughuli zake kwa njia ya kufanana, tena uwezekano na vya dhima ya ushuru ni utofauti usio na kikomo. Katika nchi nyingi za Afrika, mizozo kila wakati mwanzo inakuwa na mashauriano hadi tamati kwa usili ndani ya mamlaka ya mapato, na mara nyingi hapa ndipo kesi nyingi za ushuru zinasuluhushiwa haswa katika jamii ambazo hazina utamaduni wa kupeleka kesi mahakamani au hofu ya kutangamana na serikali. Hili haswa ni tatizo pia kwa nchi ambapo ufisadi na mitazamo ya ufisadi i juu. Kuwalipa maofisa wa mapato ili kutamatisha kesi mara nyingi kunaonekana kuwa kunakofaa kwa mlipaushuru kuliko kupitia mchakato rasmi wa usuluhishaji wa mzozo.

Kwa masuala ya ushuru, kuna taratibu za kisheria, kwanza za kiutawala na baadaye za kisheria. Walipaushuru wanaweza kuwasilisha malalamiko yakutoridhika kwao kutokana na tathmini waliofanyiwa kwa njia ya kuandika na kuyawasilisha kwa Kamishna Mkuu. Iwapo haujaridhika na uamuzi wa Kamishna Mkuu, unaweza kukata rufaa kwa 'Halmashauri.' Kutoka hapo unaweza kukata rufaa kwa Mahakama na ikiwa bado, unaweza tena kukata rufaa kwa Mahakama ya Rufaa ambayo ndiyo mahakama ya juu zaidi. Inaonekana hakuna mahakama ya ushuru tofauti, hivyo kuna uwezekano kuwa sio majaji wote watakuwa na uelewa kamili wa masuala haya.

### 5.5.3. Matatizo ya lugha na sheria za ufasili

Sheria nne kuu za ufasili wa kisheria wa sheria zote lazima kwa kuhitajika pia zitumike kwa sheria zinazoshughulikia fedha na ushuru: sheria sisisi (sheria kutokana na maana asili ya maneno), sheria ya kidhahabu (kanuni ya fedha kwamba serikali inapaswa kukopa tu kwa ajili ya uwekezaji wala si kwa kufadhili matumizi yaliyopo) (inatumika wakati sheria sisisi inakuwa ya kipumbavu) sheria ya utani na sheria ya *ejus dem generis* (ambapo ufasili wake ni kwa msingi wa muktadha) ni sheria za ufasili wa kitamaduni unaotumiwa na mahakama nyingi za Afrika ambazo zinafuata tamaduni za sheria za wakoloni wa zamani. Makusudi ya sheria kuu ya fedha na ushuru ni pamoja na

[323] Kama hapo juu 30

sheria za ufasiri wa makusudi ya fedha na ushuru zimejadiliwa katika sehemu ndogo hii:

*5.5.3.1. Ukosefu wa udhahiri wa lugha: Sheria sisisi*

Ugumu wa uelewa wa lugha kwa kurejelea maana za maneno kutoka kwa kamusi yaliyotumika ndani yake una vipengele vingi. Mojawapo wa vipengele hivi ni ukosefu wa udhahiri wa lugha yenyewe. Kwamba lugha inatoa mawasiliano ya kitu ni hitimisho lisiloweza kukwepwa. Hata bila manufaa ya muktadha mahsusi au manufaa ya kujua utambulisho wa mzungumzaji, tunapata maana zaidi kutoka kwa sentensi japo maana yoyote ile inaweza kubadilika na wakati, bado kwa wakati wowote ule, neno lolote litakuwa na baadhi ya maana ambayo inakubalika kwa upana kama ilivyo asili ya neno hilo. Tunapokuwa na motisha chanya wa kiuchumi kwa kusoma sheria, inawezekana kwamba tutazitafuta tofauti hizi maandishi.[324]

*5.5.3.2. Lugha na mwainisho uwili wa umbo-kiini( kanuni kuwa shughuli zinahesabiwa kulingana na uhalisia wa kibiashara na sio kwa umbo la kisheria) Sheri ya utani*

Hata wakati tunaweza kutenganisha kiini na umbo lake, kunabaki shinikizo kinzani la kuheshimu zote mbili, kiini na umbo. Kiutetesi, kuheshimu umbo na kiini cha shughuli hufanya sheria kutabirika. Kuweza kutabirika kunaheshimiwa sana kwa sababu kunaleta uthabiti na hali ya usalama. Sio kwa bahati mbaya, pia kunafungua namna ya wapangaji kuweza kukwepa njama. Hivyo, kwa namna nyingine, kunaweza kuwa na tetesi kwamba shughuli za utozaji ushuru kulingana na kiini chake cha kiuchumi kunaleta haki na kupinga hila za umbo za kunufaika. Hivyo, chaguo kati ya utozaji ushuru kulingana na umbo au kulingana na kiini (iwapo zote mbili zinaonekana tofauti) ni suala la hukumu.[325]

*5.5.3.3. Matumizi ya lugha mahsusi sana*

**Katika kesi ya Inland Revenue dhidi ya Scottish Central Electricity Company** mahakama ilisema ifuatavyo:

---

[324] Kwa jumla tazama Waris (2006), Miller (1993) u. 34
[325] Miller (1993) u. 40

> Hata ingawa utozaji ushuru unakubalika na hata kuwa muhimu katika jamii za kidemokrasia, sheria za ushuru zilizo na athari ya kuwanyima raia wake mali yao kwa kuwekea mizigo ya kifedha na pia ikipelekea kuwa na athari za adhabu, lazima zifasiliwe kwa uangalifu wa juu sana. Kwa hali hii, ni muhimu sana kwamba vipengele vyake ni lazima viwe vya moja kwa moja na dhahiri ili kutoacha nafasi ya utata...utata wowote kwenye sheria kama hii lazima usuluhishwe kwa kumpendelea mlipaushuru na sio Mamlaka za Mapato ya Umma ambazo ndizo zinawajibikia utekelezaji.[326]

Kwa kujaribu kuwa wazi, waunda sheria wanaweza kutaka kutumia maneno bayana zaidi au maneno mengi jambo ambalo linaweza kuongeza utata wa sheria za ushuru. Hata katika hali ambazo maofisa wa ushuru hawaoni utata, bado mizozo hutokea kuhusu ufasili wa istilahi fulani katika sheria za ushuru. Katika kesi ya **Jamhuri dhidi ya Kamishna wa Ushuru wa Ndani (Ofisi ya Walipaushuru wa kiwango kikubwa) kwa manufaa ya Banki ya Barclays Kenya Limited** [2015] eKLR, kesi ikihusu ufasiri wa kile kilichohusu "Malipo ya Milahaka, Jaji Odunga alifuata fikira hii katika uamuzi wake uliopendelea upande wa Mwasilishi.

Mbainishi kwa hivyo anaweza kupuuza mifano ya awali kwa kusema kuwa, basi kuna utata na ukosefu wa uhakika ulio ndani ya matumizi yetu ya lugha lakini kwamba, karibu utata huo wote unaweza kuondolewa kwa matumizi ya fasili mahsusi za kiwango cha juu. Hata hivyo, hili linaonekana la kutiliwa shaka kwani tunaweza tu kufasili maneno kwa kutumia maneno zaidi. Kadri tunavyofasili maneno mengi, ndivyo tunahitajika kufasili maneno mengi, bila ukomo. Hatimaye, hata kukiwa na sheria na fasili mahsusi tunaweza kupata kuwa baadhi ya ukosefu wa uhakika bado unasalia. Tatizo lingine ambalo linatokea ni kwamba kunatokea uwezekano kuwa mtu atafanya makosa kwa sababu kwa kila ufafanuzi, sheria zinazidi kuwa changamano na tata.[327]

*5.5.3.4. Matumizi ya lugha ya kihisabati*[328]

Mara nyingi wakati wa kufunza sheria ya ushuru, wanafunzi huingia kwa darasa la kwanza wakiwa wamebeba kikokotozi ambacho hata hivyo mara nyingi hakihitajiki. Japo sheria za kihisabati zipo kwa

326 [1931] 15 TC 761
327 Miller (1993) u. 40
328 Miller (1993) u. 43-44

sheria ya ushuru, mara nyingi zinatumika hata kwa kanuni hizo refu ambazo hutoa sifa za mbinu fafanuzi kwa uundaji wa sheria. Ukosefu wa haki katika sheria za kihisabati haudhihiriki kila wakati, lakini sifa zake muhimu ni kukosa kutofautisha kati ya hali za kibinafsi katika matumizi yake kwa njia ambayo ni wazi zaidi kuliko sheria zingine. Kwa ufupi, sheria ya kihisabati kwa uwazi kiholela. Uwazi kiholela huu unaonyesha ukosefu wa udhahiri uliopo. Vilevile unaunga mkono wazo kuwa kuna uhusiano kati ya uholela na udhahiri. Matumizi mapana ya sheria ya kihisabati katika sheria ya ushuru labda ndiyo hoja yenye nguvu zaidi inayopendelea ukinzani kuwa sheria ya ushuru ni hakika zaidi kuliko sheria kwa jumla. Sheria za kihisabati zinaweza kuchukua kesi zote kwa ufanano lakini kwa msingi wa hatua finyu ya ufanano. Kwa sababu hii, haki ya mtu binafsi inaweza kuwa inakosa kwa kiwango kikubwa chini ya sheria ya kihisabati. Hivyo, utegemeaji mkubwa wa sheria ya kihisabati una uwezekano wa kudhalilisha uhalali wa sheria ya ushuru. Katika kesi za bei za uhawilishaji, nchini Kenya kwa mfano, kwa vile kuna vigezo 6 vya kuchagua kutoka kwazo, na ulinganifu ni kama hauwezi kutambua mlipaushuru katika kufanya chaguo lake naye mkusanya ushuru katika kuwa na swali kwa chaguo hilo, kunaweza kuleta ukosefu wa udhahiri hata kama ni chaguo lipi litakalochukuliwa.[329]

Lugha ya ushuru na kwa jumla zaidi Kiingereza, Kifaransa, Kiarabu, Kireno au Kihispania, lugha huwa na mawasiliano yaliyo wa maana zinazofanana kwa wangine wetu wanozitumia. Kufanana huku kwa maana kunatuwezesha kutumia lugha kubana chaguzi za wafanya maamuzi katika kesi za ushuru. Hata hivyo, lugha kila wakati huwa na matatizo kwa usimamizi wa sheria za ushuru hata iwe ni vipi mtu anajaribu kuitumia. Iwapo tutatumia istilahi pana, sheria ni tata kwa uso yake. Hata kama tutatumia istilahi za kisanaa, bado zinaweza kuwa na tofauti ndogo za maana kwa watu tofauti. Ikiwa tutatumia fasili fafanuzi tunaweza kukwama kwa utondoti na hivyo kupoteza mwelekeo wa kule tunakokwenda. Na, iwapo tutatumia sheria za kihisabati, tunapoteza nafasi ya juhudi za kuwa na haki. Lakini tunaweza kutamatisha kwa busara kwamba, angalau kesi kwa uchache za ukosefu wa udhahiri zinaweza kuongezeka katika mfumo wa

[329] Waris (2016)

ushuru ambao unazuia uholela wa kiwango kikubwa ambao kwa hali yoyote ile utakuwa tokeo lisilo la haki.

Zaidi, katika muktadha wa Afrika, baadhi ya nchi zimechagua kuamua kesi kwa kutumia lugha mama nazo zingine zikiwa na lugha nyingi za kitaifa. Kwa mfano, Afrika Kusini ina lugha rasmi 11 na hivyo sheria lazima iandikwe kwa lugha hizi zote na zote zina uzito sawa mbele ya sheria, jambo ambalo linaongeza utata wa ni ufasili upi katika lugha tamaduni za Afrika utakuwa na maana kwa wananchi asili pale ambapo ushuru ni dhana ya kigeni na elimu ya fedha ni finyu au hata haipo kamwe. Nchini Rwanda, hadi 2016 kesi za mahakama zilikuwa zinaamuliwa kwa lugha ya Kinyarwanda ambayo ni lugha ya kiasili, ikifanya iwe vigumu kabisa kwa mataifa mengine ya Jumuiya ya Afrika Mashariki kutumia mifano ya kesi hizo au hata kutekelezwa. Hata hivyo kutoka 2016, maamuzi kwa sasa yanafanywa kwa lugha ya Kiingereza.[330]

### 5.5.4. Wajibu wa ufafanuzi wa kisheria

Iwe mbinu ipi tutakayochagua kwa uandishi wa sheria, wapatanishi wa mwisho wa maana zake ni washauriani, mabaraza ya hukumu, wapatanishi na majaji. Uamuzi wowote wa wajibu wa jaji katika mjadala na ukosefu wa udhahiri unaonekana kuchanganya dhana za ukosefu wa udhahiri wa kiutendi na wa kinadharia. Sheria inaweza kwa hakika kuwa na ukosefu wa udhahiri kwa sababu jaji anakosa kuielewa au kuitumia kwa usahihi, au kwa sababu jaji anaielewa vibaya au kimakusudi anapotosha kweli. Sheria inaweza kuwa na ukosefu wa udhahiri kinadharia kwa sababu inaunga mkono zaidi ya tokeo moja na jaji ni lazima achague kati ya matokeo sahihi.[331]

Nchini Kenya, mahakama huonekana kupendelea mbinu kali katika ufafanuzi wa sheria za ushuru panapotokea mzozo. Katika kesi ya **Jamhuri dhidi ya Mamlaka ya Mpato ya Kenya kwa manufaa ya Kampuni ya Viatu ya Bata (Kenya) Limited**,[332] mahakama ilisisitiza kuwa katika ufafanuzi wa sheria za ushuru, lugha wazi ya Bunge inapaswa kuzingatiwa isijekuwa bidhaa na huduma ambazo Bunge haikutaka zitozwe ushuru zinatozwa ushuru kutokanana

[330] Waris (2014b)
[331] Miller (1993) u. 44
[332] [2014] eKLR

ufafanuzi mbaya wa sheria wa mkusanya ushuru. Ili kufikia kusudi hili, Mahakama ilikuwa na maoni kuwa sheria za ushuru sharti zifafanuliwe kikamilifu. Wajibu wa mahakama, inavyosemekana, ni kuvumbua nia kweli za muunda sheria wakati wa kufasiri sheria za ushuru. Kufikia mwisho huu, mahakama iko chini ya wajibu wa:

> kuchukua mbinu ambayo haileti ukosefu wa haki au upumbavu: kwa namna nyingine, mbinu ambayo inakuza kusudi au kiashiriwa kilicho chini ya sheria mahsusi ingawa kwamba kusudi kama hilo au kiashiriwa halijabainishwa ndani yake.[333]

Mahakama za Kenya zimetoa amri za uzuio au kufutilia mbali maamuzi ya mamlaka za utozaji ushuru pale ambapo uamuzi wa kutoza ushuru umefikiwa kwa njia isiyo sawa. Katika kesi ya **Jamhuri dhidi ya Kamishna wa Ushuru wa Ndani (Ofisi ya Mlipaushuru wa Kiwango kikubwa) kwa manufaa ya Banki ya Barclays ya Kenya Limited** [2015] eKLR, mahakama ilitoa amri ya uzuio na kutupilia mbali uamuzi wa Kamishna wa Ushuru wa Ndani kwa msingi kwamba, namna ambavyo walifikia uamuzi wao haikutimiza uwazi unaohitajika katika utozaji wa ushuru na wakakosa kuchukua hatua ya kueleza ni nini kilipaswa kuwa uwazi katika utozaji ushuru. Mnamo 2004 katika kesi ya Unilever, tokeo la ukosefu wa udhahiri kwa sheria ulipelekea Jaji kuamua kutekeleza kanuni elekezi za OECD kwa bei za uhawilishaji ambazo ni pendekezwa hata ingawa Kenya haikuwa taifa mwanachama wa OECD na hata mataifa yote ya OECD hayatekelezi mapendekezo haya.[334] Hata hivyo, kwa vile Kenya ni mwanachama wa Jumuiya ya Afrika Mashariki, kesi hii ina thamani ya kesi mfanano katika eneo lote.

Nchini Afrika Mashariki Katiba inaonekana kuunga mkono mbinu ya kukusudi kufafanua sheria ya fedha, kwa kutenda, mahakama bado zinaonekana kupendelea mbinu kamilifu/sisisi. Kesi kama ile ya **CIR dhidi ya Simpson** zinaonyesha matumizi ya mbinu sisisi,[335] huku kesi kama ile ya **Savage dhidi ya CIR** ikiwa na hitilafiana na mbinu hii na hivyo kuunga mkono mbinu ya kikusudi.[336]

---

[333] **Mangin dhidi ya Kamishna wa Mapato ya Ndani** [1971] AC 739
[334] Waris (2015)
[335] 1949 (4) SA 678 (A)
[336] 18 SATC 1, 9

## 5.6. Kanuni na sheria

Kisababishi cha uchangamano wa kupindukia wa mfumo wa ushuru ni kwamba tumetelekeza kanuni na kupendelea sheria. Kwa makusudi ya sasa, uandikaji upya unaofaa zaidi wa swali, kanuni na kusudi au kwa uwazi au kwa kina, ulitolewa na Avery Jones. Aliuliza:

> Je sheria zetu za ushuru zinaweza kuandikwa upya ziweze kufasiriwa kwa kulingana na kanuni kuliko kutokuwa na kingine isipokuwa sheria zinazojaribu bila kufanikiwa kufunika hatima yoyote ile?[337]

Dworkin anatofautisha kati ya sheria na kanuni.[338] Tofauti ni kwamba sheria zinatumika kwa mtindo wote -au- bila, na ambapo kanuni hazipo. Kanuni zinaweza kuwa na upekee, moja inaweza kuwa na mzozo na nyingine; kwa mfano, inaweza kutumika tu wakati tendo ni la busara; na zinaweza kutoa mwongozo mmoja kuhusu jinsi ya kushughulikia hoja ambazo hazijashughulikiwa kikamilifu na sheria. Sheria hazikinzani (na zikifanya hivyo, moja ni lazima iondoke na kuwa sheria saidizi). Kanuni hazikinzani. Iwapo sheria ni dhahiri, sheria inatumika bila mjadala japo sio kwa kanuni na hivyo hukinzana yenyewe. Lakini matumizi kamili ya kanuni ni kubainisha kile sheria inamaanisha kwanza (na kwa matumaini, kupunguza kiwango cha habari za kina zinazohitajika kueleza sheria), pale ambapo hakuna ukinzani.[339]

Swali linaloibuka katika sehemu hii ni iwapo sheria ya ushuru inaweza kufanikiwa kuandikwa upya kwa mujibu wa kanuni pekee badala ya kuwepo na sheria. Kwa njia yoyote ile, Avery Jones anahoji kuwa seti ya kanuni bado inahitaji kutambuliwa kama ufunguo wa kufafanua sheria. Hata hivyo, mjadala huu wa kanuni na sheria ni ukumbusho wa mjadala kati ya matumizi ya sheria za koloni za zamani na sheria ya kiraia. Sheria ya kiraia inayotumika mara nyingi nchini Ufaransa na nchi zinazozungumza Kifaransa ina uelekeo wa kutumia mbinu inayoegemea sana sheria, huku sheria ya koloni za zamani ikitumika Uingereza na nchi zinazozungumza Kiingereza zikichukua mbinu inayoegemea sana kanuni. Nyingi ya nchi

---

337 Avery Jones (1994)
338 Dworkin (1977) u. 22
339 Avery Jones (1996) u. 75-76

zinazotumia sheria ya koloni za zamani barani Afrika hutumia kanuni kama ilivyobainishwa katika katiba, jambo linaloungana na fikra za Avery Jones na huenda likawa suluhu iliyo na uwezekano kwa masuala ya ukosefu wa udhahiri kwa kuipa haki upendeleo.

Katika Katiba ya Tanzania kuna sura tofauti iliyotengewa ufadhili wa taifa. Ibara 138 inasema:

> Hakuna ushuru wa aina yoyote utatozwa isipokuwa tu kwa mujibu wa sheria iliyopitishwa na Bunge au kufuatana na mchakato ulioelezwa kwa njia ya sheria na ukiwa na nguvu za sheria kwa mujibu wa sheria iliyopitishwa na Bunge.

Kila mwaka, rais ni lazima awaamrishe watu kukadiria mapato na matumizi na kutuma makadirio hayo kwa Bunge la Taifa ili kuidhinishwa. Sheria ya ushuru imeelezwa katika sheria msingi 14 na kanuni nyingi.[340]

Nchini Guenea, taratibu za kitaasisi na kisheria za taifa zimeundwa. Hivyo, kwa hivyo kama aina ya serikali, inaweza kuchukuliwa kuwa taifa la ushuru. Kwa mfano mchakato wa ushuru huanza kwa pendekezo la sheria ya fedha ya serikali ya mradi kwa Bunge la Taifa. Ni Bunge la Taifa ambalo hupigia kura bajeti. Mahakama ya ukaguzi husimamia utekelezaji wa baada-ukaguzi kwa sheria ya fedha. Hata hivyo hoja moja inaweza kutolewa kuhusu uainishaji wa ushuru wa taifa. Rais hana nguvu nyingi kwa mchakato wa kisheria. Anaweza kuuliza bunge kujadiliana zaidi. Akifanya hivyo, sheria ya fedha inahitaji kupigiwa kura na thuluthi mbili ya walio wengi.[341] Zaidi, sheria ya fedha inaweza kuwasilishwa kwa Mahakama ya Kikatiba na Rais, moja kwa kumi ya manaibu huru, au taasisi ya kitaifa ya haki za binadamu ili udhibiti uzingatiaji wa Katiba. Ulinzi huu sio tu kutoka kwa rais, bali pia wadau wengine, unapunguza nguvu za raisi katika utungaji wa sheria. Kwa sababu ya mipaka hii, bado nasadiki kwamba jamhuri ya Guinea linaweza kuchukuliwa kama taifa la ushuru. [342] Kuhusiana na mchakato wa fedha, mamlaka ya mapato ina haki kwa mawasiliano ya mchakato huu. Mahakama inaweza kufahamisha mamlaka ya ushuru kiashirio ambacho inaweza kukusanya kama vile kuunda kanuni ya kuzuia ufidhuli wa ukwepaji

---

[340] Jamhuri ya Tanzania (2012) Cap. 2. Ibara 137
[341] Taifa la Guinea (2010) Ibara 75 and 79
[342] Taifa la Guinea (2010) Ibara 80

wa ushuru, au hila zozote zikiwa na kitu au athari ya ufisadi au kuharibu ushuru, iwe ni kiraia, kijinai au habari ya urekebishaji, hata ikiwa imetamatishwa bila kuwepo na kesi. Mamlaka ya mapato pia inaondoa haki ya uthibitishaji.[343] Nchini Somalia, data inayopatikana kutoka 2005 inaonyesha kuwa 0.9% ya GDP, au USD Bilioni 2.32 inapeanwa kwa matumizi ya jeshi. Zaidi, jeshi lina watu 50,000 (data kutoka 2000) ikilinganishwa na idadi ya watu 7,385,416 (data kutoka 2000), ambacho ni kiwango kidogo kwa taifa linaloshughulikia vita vya wenyewe kwa wenyewe na vitisho kutoka ndani na nje ya nchi vya mara kwa mara.[344]

### 5.6.1. Sheria yenye msingi wa kanuni

Kanuni zinaweza kuwa pana na zitatumika kwa hali zote: kwa ukinzani, sheria ni lazima ziwe hata kali zaidi kwa vile hali nyingi zinaendelea kutokea-au zinavunjwa--ikiwa ni zaidi ya fikira za walioziunda, Mawaziri au Bunge. Tetesi iliyowekwa dhidi ya uundaji sheria kwa msingi wa kanuni ni kwamba, haina uhakika. Lakini ukweli kwamba tetesi hii imewekwa pamoja na urudiwaji wa neno au sentensi si kumaanisha kwamba ni sahihi. Tetesi hii ni kwa msingi usio wa kweli kwamba, uundaji wa kanuni una ufafanuzi wa juu kidogo au chini kidogo kuliko uundaji wa sheria, bali na uundaji wa sheria, ambao unafasiliwa kwa kurejelea kanuni na maelezo ya memoranda ambayo nia ya sheria inaelezwa.

Lovric, anatetea uundaji ulio kwa msingi wa kanuni katika muktadha wa Australia. Kwa kueleza ni nini kinaweza kuwa rasimu ya msingi wa kanuni, Lovric anatoa vigezo viwili: rasimu iwe ina kanuni pana au tendi.[345] Kanuni pana ni ile inayoweza kubadilika na mara nyingi hushughulikia sifa nyingi katika "kiwango cha juu cha hali ya kushughulika na kuacha kuzingatia mengine." Kanuni tendi kwa namna nyingine inatokana na majukumu nguvu na haki na upendeleo.[346] Anaeleza pia mitindo miwili kimsingi ambayo inatumika kwa wingi katika uundaji wa msingi wa kanuni: uundaji wa kuanzia juu kwenda chini na uundaji wa kuanzia chini kwenda juu.

---

343 Taifa la Guinea (2012) Ibara 648, 650, 651 na 654

344 Nationmaster (2005) Idadi ya watu ya sasa: 11,341,047

345 Lovric (2010)

346 Kama ilivyo hapo juu.

Huku ya awali ikiwa inahusisha kanuni ya juu na baadaye kujenga na kujaza matumizi na habari za kina, ya hatimaye kwa kawaida huanza kwa sheria ambazo huacha wazi kwa muunda sheria kupendekeza mbinu ya msingi wa kanuni. Hii pia inajulikana kama uundaji wa kufuata mantiki. Anasema kwamba ukosefu wa uhakika wa uandishi wa sheria kwa msingi wa kanuni unaweza kusuluhishwa kwa kuwepo na vipengele zaidi vinavyotoa fafanuzi, nyongeza na udondoaji. [347] Kulingana naye, fafanuzi ambazo zimeundwa vyema zinaweza kuleta uhakika zaidi na vilevile udhahiri, kinyume na sheria za herufi nyeusi (andikwa). Hata hivyo kwa kutumia mfano wa Kenya, Mswada wa Ushuru wa Mapato wa 2018 ulipita kwa njia ya kawaida ya kabla ya mchakato wa katiba ya 2010 wa mbinu ya juu chini na matokeo yanaonyesha wazi kwamba, hati hii haiakisi Katiba ya 2010 na kanuni inazofafanua.

*5.6.1.1. Udhibiti*

Sifa moja muhimu itakuwa ni jinsi vile yale yaliyowekwa kwa uandalizi wa kanuni yataweza kurekebishwa. Uandalizi wa kanuni unategemea uundaji wa Kamati ya Bunge ambayo ingepokea ushahindi na kuweza kurekebisha na vilevile kutupilia mbali sheria zisizo za msingi. Katika hali hii, ambayo inapelekea kuwepo na hofu ya uwendawazimu wa ukuaji wa sheria na tena zaidi uchangano wa mfumo huu. Mapendekezo yanatarajia kuwepo na udhibiti fanisi wa Mahakama kuliko wa Bunge. Zinahitaji upanuzi wa mifumo ya kukata rufaa ili kuwezesha utaratibu wa kurekebisha maamuzi ya mapato ili yawe ya kupatikana kwa urahisi zaidi. Hili linaweza kutimizwa kwa kuunda mfumo wa Kamati Maalum au Mchunguzi maalumu wa malalamiko ya umma kwa masuala ya Ushuru akiwa na uwezo wa kurekebisha shughuli za mamlaka kama inavyofanyika katika nchi za Marekani ya Kilatini.[348]

Mtu hapaswi kupoteza upeo wa kiasi ambacho uamuzi wa mapato unaofanywa hii leo kuwa unategemea hatua pana sana ya marekebisho kutoka kwa aina pana ya Bunge, mahakama na halmashauri za utawala. Zaidi, katika nchi kama vile Kenya, Afrika Kusini, Tunisia na Zimbabwe, kuna ushirikishwaji wa umma ulio na

---

[347] Kama ilivyo hapo juu.

[348] IMF (2013) u. 39-40

mamlaka ya kikatiba Michakato ya Serikali Wazi inahakikisha kuwa chochote kinachofanywa kinakaguliwa na kwa hivyo kurekebishwa kupitia kwa njia nyingi zilizopo. Nchi nyingi za Afrika kama vile Kenya ni sehemu ya mradi wa Data Wazi ya Umoja wa Mataifa na huku data nyingi ikiwa inapatikana kwa mtandao, data ya fedha imebaki kutokuwa wazi kwa kiasi kikubwa.

Lovric anasema kwamba, uundaji wa sheria kwa msingi wa kanuni unaweza kuwa wa kuchokesha na waundaji wanapaswa kutilia maanani kuwa shughuli hii haiwezi kuanzishwa bila kutilia maanani wakati uliopo na utaalamu kwa sera na uundaji. Pia anaeleza kuwa, mbinu kwa msingi wa kanuni haipaswi kulazimishwa kwa sheria yoyote ile japo inaweza kufikiriwa kuwa mbinu ya hiari kwa hali nyingi.[349] Freedman pia anaeleza kuwa uandishi wa sheria kwa msingi wa kanuni unahitaji juhudi kubwa kutoka kwa wahusika wakuu wote ikiwa ni pamoja na watengeza sheria, mamlaka za mapato na hata mlipaushuru. Hata hivyo, sharti wasitumbukie kwa majaribu ya kutaka kupata kiwango cha ufafanuzi ambacho kinaweza kugeuka kuwa vipengele vya habari nyingi kupita kiasi na za kina kama ilivyo huko Uingereza.[350] Kwa mfano huku Katiba ya Kenya ya 2010 ikiweka wazi filosofia ya watu[351] na kwa sababu ya uwezo mkubwa wa ukuaji nchini Kenya, ni katika kiwango hiki ambapo hili linaweza kutekelezwa kindani kwa pamoja na maendeleo ya uelewa wa Mkenya wa kanuni hizi.[352] Hakuwezi kutokuwa na shaka kwamba taarifa ya kanuni mwanzoni mwa msururu wa sheria itakuwa mara nyingi ya manufaa kwa kufafanua sheria ambazo ni kutu nchi zote ikiwa ni pamoja na zile za Afrika zinapaswa kutilia maanani ili kusaidia kuelekeza waunda sheria, watiishaji na wafasiri na vilevile watumizi.

*5.6.1.2. Kumbukumbu ya Maelezo*

Kumbukumbu ya maelezo inapaswa kutolewa ili kueleza kila ibara ya Mswada wowote wa Fedha zikieleza zaidi ya maandiko yaliyoko na yaliyochapishwa kuhusu ibara. Yatakuwa na habari ya usuli, kusudi la ibara, jinsi itakavyofanya kazi, na habari zingine kama

---

349 Kama ilivyo hapo juu.
350 Freedman (2010)
351 Taifa la Kenya (2010) Ibara 210
352 Waris (2016)

vile mifano iliyofanyishwa kazi, ili kusaidia mtumiaji kuelewa na kufasili sheria. Cha kutiliwa maanani zaidi ni vile habari hizi za kumbukumbu zitavyotumika. Kwanza, ni kurazini msimamo ya ovyo kama ule Baraza la Malodi lilijipato ndani yake katika **Pepper dhidi Hart**.[353] Chini ya mweleko mpya wa utendaji, Mahakama zinaweza kutumia taarifa za Wizara kwa Bunge kama kivunja sare katika hali ambapo sheria ni tata. Kuwepo na seti ya kumbukumbu za maelezo pana (yaliyopanuliwa kwa mujibu wa marekebisho yaliyokubaliwa) kutahakikisha kwamba kulikuwa na seti ya maelezo ambayo Mawaziri walikuwa wameyaidhinisha kabla ya Mswada kujadiliwa ambao baadaye, kwa ufasaha, Bunge linaweza kuchukuliwa kwamba lilipitisha.

Pili, kumbukumbu za maelezo zitatoa taarifa ambayo mlipaushuru angetegemea (na ingekuwa bado taarifa zaidi ambayo kwa marejeleo yake, washauri kitaalamu wangeweza kushtakiwa kwa kuzembea). Ingekuwa mwongozo ambao ungefunga taifa lakini sio mlipaushuru. Hivyo, iwapo mlipaushuru na washauri wake wangeweza kuonyesha kuwa maneno ya sheria za bunge ambayo Bunge lilikuwa limeidhinisha katika kuunda sheria za kueleza nia yake pasi na utata na bila kujali kama kanuni zozote zilikuwa na ukinzani kwa nia yake kama ilivyoelezwa kwa kumbukumbu, basi maneno hayo yatasalia kuwa hivyo, umbo litashinda yaliyomo na ufasili sisisi kushinda akili ya kawaida. Pamoja na kanuni za kiwango cha juu, zitakuwa njia ambazo sheria ingefafanuliwa na kutoa uhakika. Ni kwa njia hizi ambapo jamii itashinda, ili kwamba wakati Mahakama zingeuliza ni nini ambacho watu kupitia kwa kanuni katika Katiba walinuia, kutakuwa na maelezo kamili tayari.

Waunda sera wamekuja kuelewa kwa ndani kanuni za uchumi kama zinavyotumika kwa ushuru (thamani ya wakati kwa fedha ikiwa ni mfano heshimika) na namna ambavyo biashara na uwekezaji zinaweza kuandaliwa ili kukwepa sheria za mapato ambazo kimsingi ni umbo. Waunda sera wamejibu kwa kuwa na tetesi kuhusu sheria za bunge kwamba, huku zikiendelea kuwa changamano, zimekuwa na nafasi ya kuimarisha zaidi upeo wa ushuru na zimekuza usawa mlazo kwa kufunga nafasi zote za upangaji zilizopo kwa baadhi ya

[353] Pepper dhidi ya Hart na Wengine [1992] S.T.C. 898

walipaushuru lakini si kwa wengine.[354] Matumizi ya kanuni za msingi wa sheria kwa hivyo ni muhimu katika kutathmini na kutilia maanani na kuhakikisha sheria za fedha zinadumisha msingi wake wa usawa na haki wakati wote.

*5.6.1.3. Kanuni kinzani na sheria kinzani*

Kinadharia, hali ambapo kanuni mbili zinakinzana ni rahisi kusuluhisha kuliko sheria mbili zinazokinzana kwa sababu kimantiki, kanuni zinazokinzana zinaweza kuendana kwa pamoja lakini iwapo sheria zinakinzana, mahakama ni sharti iamue ni ipi itakayofuatwa.[355] Hata hivyo, sheria ya ushuru haijiingizi kusuluhisha mzozo kati ya sheria zozote kuliko vile inavyojiingiza kwa suluhisho la mzozo kati ya sheria. Hata hivyo kwa hali isiyo ya kawaida, kanuni kuhusu deni mbaya huwawezesha walipaushuru kuamua wenyewe wakati hasara ya aina hii itatumika kwa makusudi ya ushuru. Ni vigumu kuona vile mahakama inaweza kufanya chaguzi ya kimantiki kati ya kanuni hizi.

*5.6.1.4. Ni wajibu upi wa kanuni uliopo?*

Wengine wamepongeza matumizi ya kanuni katika uandikaji wa sheria ya ushuru. Mojawapo ya manufaa ya uandikaji wa sheria kwa msingi wa kanuni ni kwamba, unaifanya kuwa rahisi kwa mlipaushuru kuelewa sheria ya ushuru. Inaweza pia kuzuia mapengo katika sheria na kufanya mifumo changamano ya kiudhibiti kuwa rahisi.[356]

John Avery Jones anatetea suluhu la ngazi mbili: juu kunazo kanuni za kidhahania zaidi zikiendana na zile zinazopatikana katika Mkataba wa Muungano wa Uropa na mfano wa Katiba ya Kenya ya 2010 ikitumia kwa jumla kanuni mahsusi zinazopatikana katika utangulizi wa sheria za Muungano wa Uropa. Ngazi ya pili ni sheria yenyewe inayofasiriwa kwa msaada wa kanuni za ngazi ya juu na vilevile kumbukumbu za maelezo. Hakuna ngazi ya tatu ya sheria zenye maelezo ya kina lakini, kwa hakika chini ya sheria kuna shughuli za mapato ambazo sasa zimechapishwa.[357]

---

354 Prebble (1998) u. 112-123
355 Shapiro (2007) u. 9
356 Lovric (2010)
357 Avery Jones (1996) u. 79

Jibu linalowezekana ni: peleka mzozo kwa kanuni ya juu ikiwa imetajwa kwa mujibu wa matumizi ya wazo la kiwango cha juu. Mtu anahitaji mifano ili kushawishika. Kwa wakati fulani, je sheria ya ushuru wa mapato kwa hakika ina kanuni ya juu kama hii ambayo inaweza kusemwa kwa mujibu wa utoshelevu mahsusi na kuwa na manufaa katika hali kama hii? Labda jibu ni la. Sheria ya ushuru wa mapato ni uelewano kati ya, kwa upande mmoja nia ya kutathmini mapato kwa upeo wote wa ushuru usioegemea upande wowote na wa kina, na kwa upande mwingine aina zote za nguvu za kisiasa na za kiutawala: hitaji la kuteua eneo la kijiografia la chanzo cha mapato; hitaji la kugawa mapato kwa migao isiyokuwa na mipaka ya wakati; ugumu wa kuthamini na faida za utozaji ushuru ambao walipaushuru wanafurahia kutoka kwa kazi yao au mali yao; miitiko ya kihisia na kisiasa kwa ushuru wa mapato ya uwekezaji kwenye baadhi ya mamlaka, na kadhalika.

Freedman anasema katika mjadala uliodumu kwa muda mrefu kuhusu matumizi ya sheria kwa msingi wa kanuni kama ilivyopendekezwa na Avery kwamba, kutumia mbinu hii hakutatoa suluhu kwa madhara yote. Huku akikubali kwamba mbinu hii haijafanikiwa kikamilifu haswa nchini Australia, anatoa tahadhari kwamba, jaribio hili halipaswi kuachwa kwa sababu hii. Kulingana na Freedman, kutumia kanuni kama kifaa cha uundaji kunapaswa kusaidia kuwaelekeza waunda sheria kuhusu ukosefu wa sera dhahiri za msingi katika hali ambapo kuna tatizo.[358]

### 5.6.2. Sheria zenye msingi wa Kanuni

Sheria hizi zina sheria za ushuru zenye ufafanuzi ambazo ni refu, zenye habari za kina, mahsusi na zinazoingiliana. Ziko kwa msingi wa tetesi kwamba, sheria zinahitaji udhahiri na sharti ziwe thabiti iwezekanavyo. D'Amato[359], Greenawalt,[360] Kress[361] na Schauer[362] wamejadili suala la ukosefu wa udhahiri kisheria ndani ya muktadha wa sheria ya ushuru. D'Amato anashikilia kwamba sheria kwa

---

358 Freedman (2010)
359 D'Amato (1989, 1990)
360 Greenawalt (1990, 1992)
361 Kress (1989)
362 Schauer (1991)

ukamilifu wake si thabiti.[363] Greenawalt anaamini kwamba, "maswali mengi ya kisheria yana majibu thabiti."[364] Naye Kress anaamini kuwa "ukosefu wa uthabiti wa sheria ni zaidi kuliko wastani."[365] Schauer ana tetesi kwamba, mifumo ya sheria zenye uthabiti wa juu unawezekana.[366]

Mjadala juu ya uthabiti wa sheria umekuwa na sifa za kuwa suala la kati katika usomi wa sheria wa kisasa.[367] Iwapo ndivyo hivyo au la, mjadala huu unatoa mwangaza kwa uhusiano kati ya sheria na usawa. Miongoni mwa vitu vingine, mjadala wa uthabiti unaonyesha kwamba katika busara muhimu, wajibu sahihi wa sheria katika mfumo wa ushuru ni swali la filosofia bali si nadharia ya ushuru. Ueneaji mkubwa wa sheria katika sheria ya ushuru ipo kwa imani kuwa sheria fafanuzi zinaweza kuifanya sheria ya ushuru kuwa ya haki na hakika. Dhana kimya ni kwamba, sheria zinabainisha matokeo katika mtindo wa kiufundi na kwamba, mchakato kama huo unaweza kuleta usawa. Mjadala wa ukosefu wa uthabiti unaangazia kuhusu jinsi sheria hufanya kazi ambayo inaweza kusababisha tufikirie tena maoni yetu ya kuhusu ubora wa sheria fafanuzi wa kuleta usawa.

Maoni ya Malcom ni kwamba, ukosefu wa uhakika umo ndani ya njia za uundaji sheria ya ushuru kwa msingi wa sheria na kwa msingi wa kanuni. Ukosefu wa uhakika unadhihirika zaidi katika sheria za msingi wa kanuni kwa vile kanuni hutoa tu mwongozo ambao ni lazima utumiwe kwa hali mahsusi. Hata hivyo, huku sheria zikiwa zinaweza kuonekana za kimaelezo, ukosefu wa uhakika pia hutokea kwa sheria za msingi wa kisheria kwa sababu ufasiri wa sheria ni suala la ufasiri wa maeneo na ukosefu wa uhakika ni matokeo ya hali ambapo maana zake katika muktadha mahsusi unachukuliwa kuwa na utata. Kubadili kutoka kwa sheria za msingi wa kanuni hadi kwa sheria za msingi wa kanuni kulingana ma Malcom una uwezo wa kubadili nguvu kutoka kwa mlipaushuru hadi kwa taifa.[368]

---

[363] D'Amato (1989) u. 170

[364] Maswali mengi ya sheria yana majibu thabiti ambayo 1 yanaweza kupatikana bila kupingwa na wataalamu wa sheria na 2 hayapingwi na mijadala ya nguvu.

[365] Kress (1989) u. 283

[366] Schauer (1991) u. 520-38

[367] D'Amato (1989) p. 148; D'Amato (2010)

[368] James (2010)

Kwa mujibu wa Malcom, sababu ya hili ni kwamba, itakuwa vigumu sana kwa mlipaushuru kupinga maamuzi yaliyofanywa kwa misingi kwamba kwa mfano, ukionekana kuwa wa kunyanyasa au bandia kwa sababu ya ukosefu wa kigezo dhahiri katika ufasiri wa istilahi hizi una maana kwamba, ni vigumu sana kutoa uamuzi kwamba ufasiri kutoka kwa maofisa wa ushuru au mahakama za chini ulikuwa si sahihi au usio na busara. Zote mbili, mbinu ya sheria kwa msingi wa kanuni na mbinu kwa msingi wa sheria zina faida na mapungufu yake lakini maoni ya Malcom kwamba sheria wala kanuni haziwezi kutarajiwa kuwa hazipendelei upande wowote na mfumo usio na thamani wa maamuzi ni muhimu kufikiriwa. Badala yake, muonekano wa kutopendelea upande wowote unaweza kuimarisha uhalali wa mifumo ya maamuzi, na kwa ufanisi kuziba matumizi ya nguvu za busara. Malcolm pia anaendelea kueleza jinsi nadharia za Luke za nguvu zinatoa darubini nzuri ambayo kupitia kwayo tunaona utendaji wa nguvu kama hizi (haswa nguvu za mahakama).[369]

## 5.7. Hitimisho

Sheria lazima ziwe na usawa, haki na uthabiti wa sheria unaongeza uhalali wazo. Sehemu hii inaangazia masuala ambayo mara nyingi huathiri sheria. Hata hivyo, iwapo mtu angetetea uhalali wa sheria ya fedha kupitia uimarishaji wa uhusiano kati ya taifa na jamii, basi kwa uwezekano mkubwa, mbinu ya msingi wa kanuni ni thabiti zaidi. Huku wasomi waliotajwa hapo juu wakirejelea nchi zilizoendelea na zilizo na wataalam waliowezeshwa kwa vifaa na wenye mafunzo bora zaidi nao majaji katika nchi zinazoendelea kama zile za Afrika wakiwa na tawala dhaifu na uwezo mdogo, basi hitaji la kushikilia mbinu inayoegemea zaidi msingi wa kanuni inayoangazia jamii, ni muhimu sana ili kuhakikisha ukuaji wa uhalali wa fedha wa taifa na bara. Hili linaongeza umuhimu wakati Mkataba wa Bishara Huru ya Bara ulianza kutumika.

Zaidi, katika matumizi zaidi ya maandiko fafanuzi, mwongo ni muhimu kwa kusudi la ufafanuzi haswa kwa vile mahakama bado ni dhaifu na basi sharti ikubali utegemeaji wa wataalamu mashahidi pamoja na habari zaidi kutoka kwa waundaji sheria jamii kwa ajili ya

[369] Lukes (2005)

kanuni ongozi kupitia kwa katiba na waundaji wa sheria ili kuwepo na uelewa dhahiri wa nia zao kupitia kwa maelezo ya sheria. Hata hivyo, pale ambapo mtu anaenda zaidi ya kiini cha sheria, sharti aangalie mwongozo wa mfumo wa kiuchumi uliopo nchini. Nchi mbalimbali duniani zina aina mbalimbali za chumi na mfumo wa kiuchumi na hizi nazo zinaongozwa na kanuni, sheria ya fedha, ambapo sheria ya ushuru si tofauti na itajadiliwa katika sehemu zinazofuata.

# Mapendekezo

*Mvua hainyeshi kwa paa moja pekee.*

Methali kutoka Congo

## 6.1. Mapendekezo ya eneo-ndogo na ya kiwango cha nyumbani

### 6.1.1. Kujenga mlipaushuru mlalamishi

Serikali, kupitia kwa wizara ya elimu inapaswa kutoa mwongozo wa kusaidia raia na wakazi kuelewa sio tu ushuru lakini mfumo mzima wa fedha. Mwongozo huo unapaswa kueleza mtu wa kawaida mambo yafuatayo: sababu ya ushuru; vyanzo vingine vya mapato; ni ushuru upi unaotozwa; mchakato shirikishi wa bajeti, jinsi bajeti yote inavyotumika; na ni wapi na vipi habari ya bajeti ya kitaifa inapatikana. Masomo haya yanapaswa kuwa mojawapo wa mfumo wa elimu ya nchi kuanzia kiwango cha shule ya msingi.

Raia wote na wakazi wanapaswa kuwa na namba ya usajili ya kitaifa au namba ya ushuru ambayo inatolewa sawia na wakati wanapopokea kitambulisho chao cha kitaifa wafikishapo umri wa miaka 18.

Habari kuhusu mfumo wa fedha wa taifa unapaswa kuwa unaopatikana kwa urahisi kote barani na ukiwa kwa lugha ambazo raia huzielewa.

### 6.1.2. Kuwasaidia wanaowezesha mchakato wa fedha

Kwa uelekezi wazi, mawakili na majaji wanapaswa kuzingatia yafuatayo:

a. Kiapo cha utii na kanuni za maadili ya kitaaluma kinaweka wazi kwamba Mawakili ni maofisa wa mahakama; hili linahitaji kutiishwa na kuwa kumbusho kwa Mawakili na wengine.

b. Mawakili wanapaswa kuwa na bidii ya kuhakikisha kwamba sheria zinazowaongoza zinapitishwa bila upendeleo;

c. Wajibu wa Wakili kama mshauri; sharti kwa kuhitajika utangulize ushauri kuhusu ulanguzi wa pesa na mitiririko haramu ya kifedha ambayo matendo yake huathiri usalama wa taifa;

d. Chama cha Wanasheria kinapaswa kusambaza taarifa ya utendaji au mwongozo wa wanasheria unaosukumwa na hati za Muungano wa Mawakili wa Kimataifa lakini zilizofanywa kuwa za nchini, kwa Mawakili wote walio kazini kuhusu ni ushauri upi ambao unaweza kutolewa au kutotolewa na ni nini kinaweza kuwa ni ukiukaji wa maadili;

e. Mawakili wanapaswa kuelekezwa kwa uwazi kuhusu (1) wajibu wao wa kutambua wateja wao (2) jinsi shughuli iliyo na shaka inavyokaa na wajibu wa kuiripoti (3) ni kiwango kipi ambacho ni mapato ya uhalifu, na (4) wajibu wao wa kutoficha au kufunika ukweli wa mapato ya uhalifu.

f. Kwa sababu ya ukosefu wa mafunzo yanayohusiana na fedha, kunapokuwa na tatizo na mamlaka ya mapato na tathmini inahitajika, hili hupelekwa kwa mahakama, hata hivyo, majaji wa Afrika wana uelewa finyu wa sheria ya fedha, hali ambayo inahitaji kurekebishwa.

### 6.1.3. Kusasisha mikataba, sheria na sera

Mikataba, sheria na sera sharti zisasishwe ili kuakisi shauku za kitaifa, kieneo na kibara kama ilivyoelezwa hapa chini, na matendo mema kuwekwa kulingana na vile mashirika yanaendeshwa katika nafasi za kitaifa na kieneo barani.

a. Kufanya mafunzo ya vyombo vya habari ili kuhakikisha wanahabari na raia wanaelewa na wana elimu kuhusu matendo ya mashirika;

b. Kuchukulia **kampuni kama kitu kimoja** na kuruhusu taifa kushughulikia shughuli zake duniani, kwa ushirikiano na Kamati ya Uchunguzi wa Ushuru ya Umoja wa Mataifa;

c. Kuandaa orodha ya majina ya kuaibisha mashirika na wataalam watakaokatazwa na halmashauri fulani kufanya kazi kwenye maeneo fulani;

d. Kudhibiti **upatikanaji wa masoko na mikopo**, ikiwa ni pamoja na kutoka kwa MNEs na mashirika mengine;

e. Kutumikiza **kanuni za wajibu wa amri**, kwa msukumo kutokana na jinsi sheria ya kimataifa ya jinai inavyozuia na kuadhibu matendo ya kijinai;

f. Kuna pia wajibu kwa mahakama za ndani ambao unaweza kubuniwa ndani ya halmashauri za kieneo na kimataifa. Kutaifisha mali ya ndani au kunyang'anya na **kupiga marufuku mashirika halifu** kutoendesha shughuli zake nchini au kwa eneo kwa kipindi ambacho ni adhabu, k.m. miaka 30 au 50, na kungeathiri upataji wa malighafi na au upatikanaji wa soko;

g. **'Urejeleaji wa nchi' hasara katika ushuru, viashiria vya haki ya binadamu, na maendeleo ili kufikia Malengo ya Maendeleo Endelevu** kuelewa na kudhihirisha mwingiliano kati ya utozaji ushuru, haki za binadamu na maendeleo na kulinganisha na mifano bora ya kitaifa na nchi zenye mifano bora zaidi; na

h. Kuongeza masharti kwa mikataba ya ushuru, kuongeza mikataba ya uwekezaji baina ya mataifa mawili (BITs) na mikataba (BIAs) na mikataba ya utozaji ushuru maradufu (DTAs), na **kuthibitisha uhalali wa ukusanyaji wa rasilimali na athari za kukosa utekelezaji na vilevile kubainisha wajibu na mahitaji ya masijala ya kampuni na upatikanaji wa hati za kampuni kwa mtandao.**

## 6.2. Mapendekezo ya kiwango cha bara

Kubuni jopo la wataalam wa taaluma mbalimbali za fedha ili kufafanua sera za miongozo na kusaidia sera ya maendeleo katika viwango vya nchi, kieneo na kibara, wakikubali maoni kutoka kwa bara na kushawishi mahusiano na sehemu zingine za dunia.

# 7

## Hitimisho

Kuelewa mfumo wa fedha wa nchi unahitaji kuuchambua mfumo wenyewe. Ni lazima utengenezewe ramani pamoja na sehemu zake husika na kutafakariwa. Je, inafuata mdundo, au mfuatano wa mawazo au maono? Sharti thamani iongezwe wakati wa kuiweka pamoja tena na utafakari wake kuendelea. Kwa mujibu wa habari zinazopatikana, kitabu hiki kimeweka ramani ya mwelekeo ambao bara hili linachukua. Changamoto nyingi zinaweza kushughulikiwa na ni sharti zishughulikiwe na kusuluhishwa.

Kuna ukosefu wa mwingiliano kati ya katiba, sheria, kanuni na sera. Kuna ukosefu wa upatikanaji wa habari za kutosha kuhusu juhudi nyingi za kitaifa ambazo zinapaswa kuwa zinasaidia sheria na sera. Katika hali nyingi, mielekeo ya sera haifasiriki vyema katika nafasi za kieneo, kitaifa na kitaifa-ndogo.

Mapato yote ya serikali ikiwa ni pamoja na ushuru lazima yazalishwe, lakini kwa matumizi mahsusi. Sheria lazima ziongoze mchakato huu. Kwanza, gharama ya kutumika na ya usimamizi lazima isizidi 1% ya jumla ya mapato yaliyokusanywa. Pili, makadirio ya mapato ni sharti yahesabiwe kwa pamoja na mapato halisi. Matendo haya huwa ni uelewano katika mchakato wa fedha na kisiasa na kuelekea hadi kwa maamuzi ya ushuru katika ngazi za ndani. Ibn Khaldun alihoji kuwa sheria ni mwamba imara ambao haiwezi kutiwa hatarini, naye Adam Smith aliiona tu kama nguzo au mzinga ambao una uwezekano wa uelewano. Mfumo wa ushuru ambao kifedha ni halali, kamwe haupaswi kutiwa hatarini kwa kanuni ya haki kama ilivyofafanuliwa na Ibn Khaldun.

Kuuangalia mfumo wa ushuru nje ya vitu vingine vya mapato ya umma au matumizi, ni shughuli ambayo haijakamilika na isiyowezekana. Utozaji ushuru ni sehemu moja tu ya bajeti yote ya serikali, na ndiyo sababu kitabu hiki kujadili kwa ukamilifu mfumo wote wa fedha.

Mfumo wa ushuru una mielekeo mingi ikiwa ni pamoja na ujazo, vijenzi, viwango, upeo, wakati wa ukusanyaji na namna za ukusanyaji.

Kinadharia huenda isiwezekane kuchagua mfumo bora. Serikali kwa jumla huchagua uelewano kati ya maamuzi yanayozozana na kwa hivyo mwishowe, kuchagua mfumo wa ushuru wa ubora wa wastani.

Kwa kawaida, kila mlipaushuru hutamani kuwa huru kutokana na mzigo wa ushuru na hajali iwapo mzigo huu utabebwa na wengine. Ni muhimu kwamba mfumo bora wa ushuru unapaswa kuwa wa usawa kwa kila mlipaushuru. Mitazamo kwa ushuru pia inashawishiwa na mambo kama mazingira ya kisiasa, majanga ya kiasili na hali ya uchumi. Mabadiliko katika ushuru yanaweza kuletwa polepole na kwa awamu. Utatizwaji wa ghafla huwa haufanikiwi.

Kila nchi ni sharti iwe na timu ya wataalamu kutoka sehemu zote za wadau katika jamii ili kusaidia kuunda sheria za fedha na sera kulingana na msingi wa malengo yake. Kuna safu nyingi kwa hili. Kwanza, kuna wajibu wa nyongeza kwa ushuru wa mtaa na kitaifa. Pili, kuna kushirikiana na jamii za kimataifa katika utekelezaji wa ushuru. Tatu, mikataba na nchi nyingine, kwa mfano mikataba ya kuzuia ushuru maradufu sharti itiliwe maanani. Nne, hitaji la kupanga na kuangazia mbele. Mipango ya kitaifa inatumika kuwaonya raia kuhusu mzigo wa ushuru unaotarajiwa. Tano, katika hotuba ya bajeti, serikali inaonyesha hali ya ushuru unaozungumziwa, mbinu za usimamizi wake, viwango na kilele cha ushuru. Cha kusikitisha, kufikia sasa, ni nchi chache sana barani ambazo zimetoa sera wazi, mwongozo au kuweka malengo.

Hakuna mfumo wa fedha ambao ni kamilifu, iliyopo tu ni ubora wa wastani, lakini kama vile Kossi anasema, "Iwapo mdundo wa mpigo wa ngoma utabadilika, lazima mtitimko wa dansi ubadilike."

Action Aid. 2015. *The West African giveaway: Use and abuse of corporate tax incentives in ECOWAS*. Johannesburg: Action Aid. www.globaltaxjustice.org/sites/default/files/the_west_african_giveaway_2.pdf

Banki ya Maendeleo ya Afrika (ADB). 2018a. *Mtazamo wa Kiuchumi wa Afrika* Abidjan: Banki ya Maendeleo ya Afrika.

Banki ya Maendeleo ya Afrika (ADB). 2018b. *Kitabu cha kila mwaka cha takwimu za Afrika* Abidjan: Banki ya Maendeleo ya Afrika.

Kitengo cha Takwimu cha Umoja wa Afrika 2018. Department of Economic Affairs *African Trade Statistics Dataset*

Ajayi S. I. 1991. "Macroeconomic approach to external debt: The case of Nigeria." AERC research paper 8. Nairobi: African Economic Research Consortium. www.africaportal.org/publications/macroeconomic-approach-to-external-debt-the-case-of-nigeria

Akech J. M. M. 2006. "Development partners and governance of public procurement in Kenya: Enhancing democracy in the administration of aid."W orking Paper 2006/3 Global Administrative Law Series, NYU Institute for International Law and Justice (IILJ). http://iilj.org/wp-content/uploads/2016/08/Akech-Development-Partners-and-Governance-of-Public-Procurement-in-Kenya-2006-2.pdf

Alt J. 2019. "Catholic social teaching and taxation: Guidelines towards a socially more just and ecologically more sustainable world." *Jarida kuhusu Ufadhili wa Maendeleo* 1(1): 47-69.

Armed Conflict Location and Event Data Project. 2014. G*uide to dataset use for humanitarian and development practitioners*. ACLED. : www.acleddata.com/wp-content/uploads/2014/01/ACLED_Guide-to-Dataset-Use-for-Humanitarian-and-Development-Practitioners_2014.pdf

ATAF, Waris and Magara. 2019. "Dataset mapping taxpayer data with 2017 population statistics." www.uonbi.ac.ke

AU na UNECA. 2015. *Report of the high level panel on illicit financial flows from Africa*. Addis Ababa. http://repository.uneca.org/handle/10855/22695

African Union Statistical Office (AUSO), Waris and Magara. 2019. "Dataset mapping 2018 African Union trade statistics." www.cfs.uonbi.ac.ke

Bajpai P. 2019. "How central banks control the supply of money." Investopedia. Accessed 19 July 2019. www.investopedia.com/articles/investing/053115/how-central-banks-control-supply-money.asp

Bhatia H. L. 2018. *Public finance*, 29th ed. New Delhi: Vikas.

Bird R. M. and Zolt E. M. 2003. "Introduction to tax policy design and development." Prepared for a course on practical issues of tax policy in developing countries, World Bank, Washington, DC. https://gsdrc.org/document-library/introduction-to-tax-policy-design-and-development

Blank J. D. and Osofsky L. 2017. "Simplexity: Plain language and the tax law." *Emory Law Journal* 66(2): 189-264. http://law.emory.edu/elj/content/volume-66/issue-2/articles/simplexity-plain-language-tax.html

Blum W. J. 1976. "Contemporary canons of taxation." *Taxes: The Tax Magazine* 54(5): 277-279. See first page at https://heinonline.org/HOL/Page?handle=hein.journals/taxtm54&div=53&g_sent=1&casa_token=&collection=journals

Bogenschneider B. 2016. "Factual indeterminacy in international tax law." *BRICS Law Journal* 3(3): 73-102. https://doi.org/10.21684/2412-2343-2016-3-3-73-102

Brennan, G. and Buchanan, J. M. 1980. *The power to tax: Analytical foundations of a fiscal constitution.* New York: Cambridge University Press.

Brosio G. and Outreville, J. F. 2011. "Maintaining taxes at the centre despite decentralisation: Interactions with national reforms." Working paper no. 10/2011. International Centre for Economic Research. www.bemservizi.unito.it/repec/icr/wp2011/ICERwp10-11.pdf

Burg, D. F. 2004. *A world history of tax rebellions: an encyclopedia of tax rebels, revolts, and riots from antiquity to the present.* New York: Routledge

Buttner T. 1970. "The economic and social character of pre-colonial states in tropical Africa." *Journal of the Historical Society of Nigeria* 5(2): 275-289. Read here with Jstor login and password:

www.jstor.org/stable/pdf/41856846.pdf?refreqid=excelsior%3A95d9382fa290672d75a97c6138473914

Cadesky M., Hayes, I. and Russell, D. 2016. *Towards greater fairness in taxation: A model taxpayer charter.* Amsterdam: IBFD. www.ibfd.org/IBFD-Products/Towards-Greater-Fairness-Taxation-Model-Taxpayer-Charter

CIA. 2017a. "The world factbook - country comparison - military expenditures." Accessed 15 May 2017. https://www.cia.gov/library/publications/the-world-factbook/rankorder/2034rank.html#tz

CIA. 2017b. "The world factbook - Tanzania." Accessed 15 May 2017. https://www.cia.gov/library/publications/the-world-factbook/geos/tz.html

Cornell D. L. 1988. "Institutionalization of meaning, recollective imagination and the potential for transformative legal interpretation." *University of Pennsylvania Law Review* 136(4): 1135-1229. https://scholarship.law.upenn.edu/cgi/viewcontent.cgi?article=3908&context=penn_law_review

Collier P. 2006. *Africa's economic growth: Opportunities and constraints.* Pkaratasi iliyotayarishwiwa Banki ya Maendeleo ya Afrika. www.afdb.org/fileadmin/uploads/afdb/Documents/Knowledge/09484307-EN-AFRICA-S-ECONOMIC-GROWTH-OPPORTUNITIES-AND-CONSTRAINTS.PDF

Crawford G. and Hartmann C. (Eds.). 2008. *Decentralisation in Africa: A pathway out of poverty and conflict?* Amsterdam: Amsterdam University Press.

D'Amato A. A. 1989. *How to understand the law.* Dobbs Ferry: Transnational Juris.

D'Amato A. A. 1990. "Pragmatic indeterminacy." *Northwestern University Law Review* 85: 148-189. https://scholarlycommons.law.northwestern.edu/cgi/viewcontent.cgi?article=1077&context=facultyworkingpapers

Dalton H. 2009. *Principles of public finance.* London: Routledge. First published in 1922. www.worldcat.org/title/principles-of-public-finance/oclc/540798566/viewport

Deloitte. 2015. "International tax: Namibia highlights." Accessed 30 July 2019. https://www2.deloitte.com/content/dam/Deloitte/global/Documents/Tax/dttl-tax-namibiahighlights-2015.pdf

Deloitte. 2017. "Namibia budget 2017/18 commentary: Making impact where it matters." Accessed 30 July 2019. www2.deloitte.com/na/en/pages/tax/articles/namibia-budget-2017-2018.html#

Diallo A. L. 2017. "Autopsie d'une révolte populaire à Boké : les problèmes d'eau et du courant électrique." Accessed 29 July 2019. http://*guineematin.com*/actualites/autopsie-dune-revolte-populaire-a-boke-les-problemes-deau-et-du-courant-electrique

Dworkin, R. 1977. *Taking rights seriously*. Cambridge: Harvard University Press.

Easterly W. and Rebelo S. 1993. "Fiscal policy and economic growth: An empirical investigation." *Journal of Monetary Economics* 32(3): 417-458. https://doi.org/10.1016/0304-3932(93)90025-B

Elmi, N. 2019. "The colonial aftermath in digitalising tax." *Jarida kuhusu Ufadhili wa Maendeleo* 1(1): 80-96.

Endicott T. A. O. 1996. "Linguistic indeterminacy." *Oxford Journal of Legal Studies* 16(4): 667-697. https://doi.org/10.1093/ojls/16.4.667

Ernst and Young. 2015. "Overview of government procurement procedures in sub-Saharan Africa: Angola, Botswana, Namibia and South Africa." Accessed 2 November 2018. https://assets.publishing.service.gov.uk/government/uploads/system/uploads/attachment_data/file/431557/Overview_of_government_procurement_procedures_in_sub-Saharan_Africa.pdf

Ernst and Young. 2017. "Namibia budget proposals." Accessed 29 July 2019. www.ey.com/Publication/vwLUAssets/EY-namibia-budget-proposals-2017-18/$FILE/EY-namibia-budget-proposals-2017-18.pdf

Eurodad. 2006. "World Bank and IMF conditionality: A development injustice." Accessed 24 July 2019. www.eurodad.org/files/pdf/454-world-bank-and-imf-conditionality-a-development-injustice.pdf

Eustice J. S. 1989. "Tax complexity and the tax practitioner." *Tax Law Review* 45: 7- 24.

Fabian Society. 2000. *Paying for Progress: A New Politics of Tax for Public Spending by the Commission on Taxation and Citizenship*. London: Fabian Society.

Federal Republic of Nigeria (2007). Federal Inland Revenue Service (Establishment) Act.

Fox M. 2015. "Why we need a global wealth tax: Piketty." CNBC. Accessed 22 July 2019 www.cnbc.com/2015/03/10/why-we-need-a-global-wealth-tax-piketty.html

Frank, J. 1930. *Law and the modern mind.* New York: Brentano's

Freedman, J. 2010. "Improving (not perfecting) tax legislation: Rules and principles revisited." *British Tax Review* (6): 717-739.

Fuller L. 1958. "Positivism and fidelity to law: A reply to Professor Hart." *Harvard Law Review* 71(4): 630-672.

Fuo O. 2015. "Public participation in decentralised governments in Africa: Making ambitious constitutional guarantees more responsive." *African Human Rights law Journal* 15:167–191.

GAN Business Anti-Corruption Portal. 2018. "South Africa corruption report." Accessed 2 November 2018. www.business-anti-corruption.com/country-profiles/south-africa

Greenawalt K. 1990. "How law can be determinate." *University of California Law Review* 38(1): 1-86

Greenawalt K. 1992. *Law and objectivity.* Oxford: Oxford University Press.

Hart H. 1994. *The concept of law* (2nd edition). New York: Oxford University Press.

Hasnain Z. 2008. "Devolution, accountability, and service delivery: Some insights from Pakistan." Policy research working paper no. 4610. World Bank South Asia Region Poverty Reduction Economic Management Department. http://unpan1.un.org/intradoc/groups/public/documents/apcity/unpan047337.pdf

Heald D. and McLeod, A. 2010. "The taxation and borrowing powers of the UK devolved administrations." Conference paper presented at the University of Oxford, 7-8 January.

Hoffman M. and Ramsey M. 2012. *International and foreign legal research: A coursebook* (2nd edition). Leiden: Martinus Nijhoff.

Horton M. and El-Ganainy, A. 2018. "Fiscal policy: Taking and giving away." International Monetary Fund. Accessed 19 July 2019. www.imf.org/external/pubs/ft/fandd/basics/fiscpol.htm

Hume D. 1748. *An enquiry concerning human understanding.* Oxford: Oxford University Press

ICPAK. 2016. *Kenya revenue analysis 2010-2015: A historical perspective to revenue performance in Kenya.* Nairobi: Institute of Certified Public Accountants of Kenya.

ICIJ. 2014. "Luxembourg leaks." Accessed 29 July 2019. www.icij.org/investigations/luxembourg-leaks/explore-documents-luxembourg-leaks-database

ICIJ. 2016. "Swiss leaks." Accessed 29 July 2019. https://projects.icij.org/swiss-leaks

ICIJ. 2017. "Paradise papers: Secrets of the global elite." Accessed 29 July 2019. www.icij.org/investigations/paradise-papers

ICIJ. 2018. "The Panama papers: Exposing the rogue offshore finance industry." Accessed 29 July 2019. www.icij.org/investigations/panama-papers

ICIJ. 2019. "Mauritius leaks." Accessed 30 July 2019. www.icij.org/investigations/mauritius-leaks/treasure-island-leak-reveals-how-mauritius-siphons-tax-from-poor-nations-to-benefit-elites

IMF. 2013. "How Can an Excessive Volume of Tax Disputes Be Dealt With?" accessed 20th August 2019 https://www.imf.org/external/np/leg/tlaw/2013/eng/tdisputes.pdf

IMF. 2014. *Government finance statistics manual.* Washington D.C.: International Monetary Fund. www.imf.org/external/pubs/ft/gfs/manual/gfs.htm

IMF. 2017. "Senegal: Outstanding purchases and loans as of April 30, 2017." Accessed 29 July 2019. International Monetary Fund. www.imf.org/external/np/fin/tad/extcredt1.aspx?memberKey1=840&date1key=2017-04-30&roption=Y

IMF. 2019a. "Rwanda". Country Report 19/2011 Washington D.C.: International Monetary Fund Accessed 20 August 2019 *https://www.imf.org/~/media/Files/Publications/CR/2019/1RWAEA2019001.ashx*

IMF. 2019b. "Regional capacity development centres." Accessed 24 July 2019. www.imf.org/en/About/Factsheets/Sheets/2017/06/14/imf-regional-capacity-development-initiatives

IPS. 2017. "Droogte in Oost-Afrika drijft voedselprijzen de hoogte in." Accessed 15 May 2017. www.mo.be/nieuws/droogte-oost-afrika-drijft-voedselprijzen-de-hoogte

James M. 2010. "Humpty Dumpty's guide to tax law: Rules, principles and certainty in taxation" *Critical Perspectives on Accounting* 21(7): 573-583.

Khamisi J. 2018. *Looters and grabbers: 54 years of corruption and plunder by the elite, 1963-2017.* Plano: Jodey. https://yeauganda.files.wordpress.com/2018/08/kenya-looters-and-grabbers-54-years-of-corruption-and-plunder-by-the-elite-1963-2017.pdf

Kipngetich J. 2001. "Management of public finances." 17. Accessed 20 August 2019www.katibainstitute.org/.../Kipngetich--Management%20Of%20Public%20Finances.

Kiser E. and Sacks A. 2009. "Improving tax administration in contemporary African states: Lessons from history." In M. Martin, A. Mehrotra and M. Prasad (Eds.), *The new fiscal sociology: Taxation in comparative and historical perspective* (pp. 183-200). Cambridge: Cambridge University Press. https://doi.org/10.1017/CBO9780511627071.012

KMPG. 2016a. "Senegal Fiscal Guide 2015/2016." Accessed July 30 2019. https://assets.kpmg.com/content/dam/kpmg/pdf/2016/05/Senegal-Fiscal-Guide-2015-2016.pdf

KPMG. 2016b. "Tax Card 2016/17." Accessed July 30 2019. https://home.kpmg.com/content/dam/kpmg/pdf/2016/05/tnf-namibia-may-9-2016.pdf

Kress. K. 1989. "Legal Indeterminacy." *California Law Review* 77(2): 283-337. Accessed 20 August 2019 https://scholarship.law.berkeley.edu/cgi/viewcontent.cgi?article=1873&context=californialawreview

Kvame F. 2017. "The challenge of taxation in African countries." Norwegian Institute of International Affairs. Accessed July 30 2019. https://www.nupi.no/en/News/The-challenge-of-taxation-in-African-countries

Ladepeche Diplomatique. 2013. "Autosuffisance alimentaire en Guinée : l'agriculture, un appui au développement rural" www.seneweb.com/news/Afrique/autosuffisance-alimentaire-en-guinee-l-rsquo-agriculture- un-appui-au-developpement-rural_n_101712.html

Llewellyn N. K. and Macaulay S. 1960. "The Bramble Bush: On Our Law and Its Study." New Orleans: Quid Pro Books.

Locke J. 1690. "Two Treatises of Government." Hanover College. Accessed 30 July 2019. https://history.hanover.edu/courses/excerpts/eurloc.html

Lovric, D. 2010. "Principles-based Drafting: Experiences from Tax Drafting." Accessed July 30 2019. http://www.calc.ngo/sites/default/files/loophole/dec-2010.pdf

Lukes, S. 2005. *Power—A Radical View* 2nd ed. London: Palgrave Macmillan.

Mauritius Revenue Authority. 2019. Corporate Taxation. Accessed 20 August 2019. http://www.mra.mu/index.php/business-corporation/corporate-taxation

Magesa L. 2018. *The Post-Conciliar Church in Africa: no turning back the clock*. Oregon: Pickwick Publications

Malthus T. 1814. *Observations on the Effects of the Corn Laws, and of a Rise or Fall in the Price of Corn on the Agriculture and General Wealth of the Country*. London: J Johnson and Co.

Manuel C. E. 1945. *The Sociology of the Family*. Boston: Ginn

Martinez M. and Mlachila M. 2013. "The Quality of the Recent High-Growth Episode in Sub-Saharan Africa." IMF Working Paper WP/13/53. Washington D.C.: IMF

McCaffery E. 1990. "The Holy Grail of Tax Simplification." *Wisconsin Law Review* 1990 (5): 1267-1322

McGee R. 2011. *The Philosophy of Taxation & Public Finance*. Boston: Kluwer Academic Publishers

Meltzer A. 2000. *The Report of the International Financial Institution Advisory Commission: Comments on the Critics.* International Financial Institution Advisory Commission

Mekonnen D. R. 2015. *Introductory note on the Constitution of Eritrea.* Pretoria: Institute for International and Comparative Law in Africa. Accessed 29 July 2019. www.icla.up.ac.za/images/country_reports/eritrea_country_report.pdf

Mensah E. 2015. "Ghana Country Experience" Accessed 30th July 2019 www.un.org/esa/ffd/wp-content/uploads/2015TIBP_CountryExperience-Ghana.pdf

Miller J. 1993. "Indeterminancy, Complexity, and Fairness: Justifying Rule Simplication in the Law of Taxation." *Washington Law Review* 68 (79)

Mirrlees J. Adam S., Besley T., Blundell R., Bond S., Chote R., Gammie M., Johnson P., Myles G. and Poterba J. 2011. *Tax by design: The Mirrlees review.* Oxford: Oxford University Press.

Mlachila M., Tapsoba R. and Tapsoba S. 2014. "A Quality of Growth Index for Developing Countries: A Proposal." IMF Working Paper WP/14/172. Washington D. C.: IMF

Mo Ibrahim Foundation. 2017. *Ibrahim Index of African Governance.*

Morabito V. and Barkoczy S. 1996. "What is a Tax? The Erosion of the "Latham Definition." *Revenue Law Journal* 1(6): 43- 63

Mourre G. and Reut A. "Non-tax revenue in the European Union: A source of fiscal risk?" *International Tax and Public Finance* 26 (1): 198-223

Moyi E. and Ronge E. 2006. *Taxation and Tax Modernization in Kenya.* Nairobi: Institute of Economic Affairs

Musell M. 2009. *Understanding Government Budgets: A Practical Guide*: New York: Routledge

Muthoni K. 2017. "Court Blocks Shs 3.3 Billion Extra Pay to Kenyan MPs" Standard Media 10 February 2017. www.standardmedia.co.ke/article/2001228884/court-blocks-sh3-3-billion-extra-pay-to-kenyan-mps

Mwencha P. 2019. 'Taxation of Electronic Commerce – A Commentary' *Journal on Financing for Development* 1(1):70-79

Ng'wnakilala. 2017. "Tanzania sacks 9,900 civil servants over 'fake degrees." Reuters. Accessed 15 May 2017.

https://www.reuters.com/article/us-tanzania-corruption-idUSKBN17U24T

Nooruddin I. and Simons J. 2006. "The Politics of Hard Choices: IMF Programs and Government Spending" *International Organisations* 60: 1001- 1033 Accessed 24 July 2019. <https://www.jstor.org/stable/3877854>

Nsehe, M. 2015. 'Corruption And "Tenderpreneurs" Bring Kenya's Economy To Its Knees', Forbes.

N'Yilimon N. 2014. "Taxes and Economic Growth in Developing Countries : A Dynamic Panel Approach." Accessed 23 July 2019. https://mpra.ub.uni-muenchen.de/61346/

Odhiambo O. and Olushola O. 2018. "Taxation and Economic Growth in a Resource-Rich Country: The Case of Nigeria" in *Taxes and Taxation Trends*, ed. Jolanta Iwin-Garzynska. IntechOpen

OECD. 1996. "Definition of Taxes". Paris: OECD Expert Group No. 3 on Treatment of Tax Issues in the MAI, 1996

OECD Centre for Tax Policy and Administration. 2008a. "Tax Administration in OECD and Selected Non-OECD Countries: Comparative Information Series." OECD-CIS Paper Series. Paris: OECD

OECD. 2008b. Forum on Tax Administration Report. Paris: OECD

OECD. 2014a. "Addressing the Tax Challenges of the Digital Economy." OECD/G20 Base Erosion and Profit Shifting Project. Paris: OECD

OECD. 2014b *Part 1 of a report to G20 development working group on the impact of BEPS in low income countries*. Paris: OECD Accessed 15 May 2017. www.oecd.org/tax/part-1-of-report-to-g20-dwg-on-the-impact-of-beps-in-low- income-countries.pdf

OECD. 2016a "Multilateral Convention to Implement Tax Treaty Related Measures to Prevent BEPS" Accessed 25 July 2019 www.oecd.org/tax/treaties/multilateral-convention-to-implement-tax-treaty-related-measures-to-prevent-beps.htm

OECD. 2016b *Revenue Statistics in Africa*. Paris: OECD.

OECD. 2018. *OECD Work on Taxation*. Paris: OECD. Accessed 26 July 2019. www.oecd.org/tax/centre-for-tax-policy-and-administration-brochure.pdf

Olson M. 1963. *The economics of the wartime shortage: a history of British food supplies in the Napoleonic War and in World Wars I and II.* Durham, NC: Duke University Press.

Ormrod, W. M., Bonney M., and Bonney, R. (Eds.) 1999. *Crises, revolutions and self-sustained growth: Essays in European fiscal history, 1130-1830*. Stamford: Shaun Tyas. https://books.google.co.ke/books?id=xCaaAAAAIAAJ

Omotola J. and Sailu H. 2009. "Foreign aid, debt relief and Africa's development: problems and prospects" *South African Journal of International Affairs* 16 (1): 87- 102

Ostry J. and Kim J. 2018. "Boosting Fiscal Space: The Roles of GDP-Linked Debt and Longer Maturities" Departmental Paper No. 18/04. Washington D.C.: IMF

Partlow J. 2013. "The Necessity of Complexity in the Tax System" 13 Wyoming Law Review 307.

Pfister M. 2009. *Taxation for Investment and Development: An overview of policy challenges in Africa.* Paris: OECD

Picciotto S. 2019. "The interactions of national and international tax law and the Kenya-Mauritius tax treaty." *Jarida kuhusu Ufadhili wa Maendeleo* 1(1): 1-32.

Prebble J. 1998. "Should Tax Legislation Be Written from a Principles and Purpose Point Of View Or A Precise And Detailed Point Of View." *British Tax Review* (2) 112-123

Prest A. 1979. "The Structure and Reform of Direct Taxation" 89 *The Economic Journal* 243-260

Puntland Development Research Center. 2004. "Draft report on macro-economic analysis of Puntland" Accessed 20 August 2019 www.jccp.gr.jp/_src/sc2334/2_PDRC-Socio_economic_report.pdf

PWC. 2012. "Spotlight on Africa's changing transfer pricing landscape." Accessed 2 November 2018. www.pwc.com/gx/en/tax/transfer-pricing/management-strategy/assets/pwc-transfer-pricing-africa-pdf.pdf.

Republic of Benin. 2006. Local Government Act.

Republic of France. 1789. Declaration of the Rights of Man.

Republic of France. 1793. Constitution

Republic of Guinea. 1990. Code général des impôts.

Republic of Guinea. 2010. Constitution. Accessed 25 May 2018. www.gouvernement.gov.gn/images/constitution-guineenne-de-2010.pdf

Republic of Guinea. 2017. "Guide du citoyen" http://invest.gov.gn/sites/default/files/Documents/guideducitoyen_0.pdf, 2017 accessed 25th May 2018

Republic of Guinea. 2018. "National Institute Of The Statistics" www.stat-guinee.org accessed 25th May 2018

Republic of Kenya. 1995. Kenya Revenue Authority Act

Republic of Kenya. 2010. Constitution of the Republic of Kenya. Government Printer: Nairobi

Republic of Kenya. 2012. Income Tax Act. Cap. 470. Laws of Kenya. Government Printer: Nairobi.

Republic of Kenya. 2013. Value Added Tax Act of Kenya, No. 35 of 2013.

Republic of Kenya. 2015. Tax Procedures Act

Republic of Kenya. 2017a. "SEZ/EPZ Program", http://www.epza.go.tz/invest.php?p=232, accessed 15 May 2017.

Republic of Kenya. 2017b. Export Processing Zones Act, Cap. 373. Government Printer: Nairobi

Republic of Kenya. 2017c. Special Economic Zones Act, Cap. 240. Government Printer: Nairobi

Republic of Kenya. 2017d. The Community of Kenyans of Asia Heritage Recognised as Kenya's 44th Tribe, Special Gazette Issue, Vol. CXIX-No.102, 21st July 2017

Republic of Namibia. 2016. www.mof.gov.na/legislation Accessed 25th May 2018

Republic of Namibia. 2017. "Revenue Expenditure and Budget Balancing" www.mof.gov.na/web/mof/revenue-expenditure-and-budget-balancing. Accessed 25th May 2018

Republic of Rwanda. 2005. Income Tax Act. Law No 16/2005 of 18/08/2005

Republic of Senegal. 2001. Constitution de la Republique du Senegal.

Republic of Senegal. 2010. "Plan Sénégal émergent, résumé" Accessed 20 July 2016 www.sec.gouv.sn/sites/default/files/Resume%20Plan%20Senegal%20Emergent.pdf

Republic of South Africa. 2010. "Statistics South Africa Mid-year population estimates" Government of South Africa www.statssa.gov.za/publications/P0302/P03022010.pdf accessed 25th April 2019

Republic of Tanzania. 2012. Cap. 2. Constitution of the Republic of Tanzania

Republic of Tanzania. (2016) Ministry of Finance And Planning, "Budget execution report for the first half of the fiscal year 2016 - 2017". Accessed 15 May 2017 www.mof.go.tz/mofdocs/budget/Budget%20Execution%20 Report/Budget%20Execution%20Report%20(Mid%20Year)% 20July -%20December%202016%20Final.pdf

Republic of Tanzania. 2017a. Income Tax Act, Cap. 332.

Republic of Tanzania. 2017b. Ministry of Finance and Planning, "National Five Year Development Plan 2016/17 - 2020/21" http://www.mit.go.tz/uploads/files/National%20Five%20Year %20Development%20Plan%202016-17__2020- 21%20(1).pdf, accessed 15 May 2017.

Republic of USA. 2018. US Embassy in Nigeria, "Nigeria Fact Sheet" https://photos.state.gov/libraries/nigeria/487468/pdfs/Nigeria%20overview%20Fact%20Sheet.pdf accessed 25th June 2019

Ricardo D. and Sraffa P. 1962. The works and correspondence, Cambridge U.P.

Roberts J. 2003. "Poverty Reduction Outcomes in Education and Health: Public Expenditure and Aid" Overseas Development Institute. Working Paper 210

Rotuk R. 2016. "Government should be clear on law to allow or disallow tax avoidance" Nairobi: The East African

Rousseau, J. 1754. *Discourse on the Origin and the Foundations of Inequality Among Men*. Adelaide: University of Adelaide

Royal Kingdom of Morocco, (2011) Constitution of Morocco accessed 2 November 2018. https://www.constituteproject.org/constitution/Morocco_2011.pdf

Sabine B. E. V. 1991. *A short history of taxation*. London: Butterworths

Schauer F. 1991. *Playing by the rules: a philosophical examination of rule-based decision-making in law and in life*. London: Clarendon

Schumpeter J. 1942. *Capitalism, Socialism and Democracy*. New York: Harper.

Schuyler, M. 2014. "The Impact of Piketty's Wealth Tax on the Poor, the Rich, and the Middle Class" accessed 23rd May 2016 https://taxfoundation.org/impact-piketty-s-wealth-tax-poor-rich-and-middle-class

Seabrook, L. and Wigan, D. 2017. "The Governance of Global Wealth Chains" *Review of International Political Economy* 24(1)22, https://doi.org/10.1080/09692290.2016.1268189.

Seligman, E. 1908. "Progressive Taxation in Theory and Practice" *American Economic Association Quarterly*.

Shapiro S. 2007. "The Hart-Dworkin Debate: A Short Guide For The Perplexed" Yale Law School. <https://law.yale.edu/system/files/documents/pdf/Faculty/Shapiro_Hart_Dworkin_Debate.pdf>.

Shere L. 1948. "Taxation and Inflation Control" <https://www.jstor.org/stable/1811695> accessed 23 July 2019.

Simon K. 1987. "Tax Simplification and Justice" 36 *Tax Notes* 93

Smith A. 1977. *The wealth of nations*. London: Dutton accessed 30th April 2019 http://digitalcommons.uconn.edu/cgi/viewcontent.cgi?article=1132&context=law_papers

Smith D. "Subject Guides: Secondary Materials Research: Explanatory Memorada" (Murdoch University) <https://libguides.murdoch.edu.au/c.php?g=246267&p=1640974> accessed 28 July 2019.

Solether B. and Coleman S. 1989. "Flowcharts for Section 469" 44 *Tax Notes* 12-54

Sornarajah M. *The international law on foreign investment* 2010. New York: Cambridge University Press

Steele D. 1975. "The Theory of the Dual Economy and African Entrepreneurship in Kenya in Kenya" *Journal of Development Studies*. 18-38.

Sweeny A. and Rachlin R. 1987. *Handbook of Budgeting*. London: Wiley

Tax Justice Network. 2018. "Financial Secrecy Index" London: TJN

Thiankolu, M. 2019. "Using public procurement as a tool of economic and social development policy in Kenya: Lessons from the United States and South Africa." *Jarida kuhusu Ufadhili wa Maendeleo* 1(1): 97-129.

Tickle D. 2018. "Can Tax Law Really Be Made Simpler?" *Journal of the Global Accounting Alliance.* accessed 24 July 2019. www.gaaaccounting.com/can-tax-law-really-be-made-simpler

Tiffen, M., Mortimore M. and Gichuki F. 1994. *More People, Less Erosion: Environmental Recovery in Kenya.* Chichester: John Wiley & Sons

The Namibian www.namibian.com.na/index.php?id=50519&page=archive-read accessed 2 November 2018

The Star. 2018. "NYS Hit by Fresh 10 Billion Scandal" 9th May 2018 https://www.the-star.co.ke/news/2018/05/12/nys-hit-by-fresh-sh10-billion-scandal_c1757639 accessed 2 November 2018.

TRA. 2016. "Speech by the Minister for Finance and Planning, Hon. Dr. Philip I. Mpango (MP), Introducing to the National Assembly, the Estimates of Government Revenue and Expenditure for Fiscal Year 2016/17", http://www.tra.go.tz/images/uploads/Laws/BUDGETSPEECHFINAL2016.pdf, accessed 15 May 2017

TRA. 2017a. "Tax laws", www.tra.go.tz/index.php/laws, accessed 15 May 2017.

TRA. 2017b. "VAT Relief", http://www.tra.go.tz/index.php/vat-relief, accessed 15 May 2017.

Trebilcock M. and Daniels R. 2009. *Rule of Law Reform and Development: Charting the Fragile Path of Progress.* London: Edward Elgar Publishing

Tutt N. 1985. *The History of Tax Avoidance.* London: Wisedene.

UN. 2000. *2030 Agenda for Sustainable Development.* New York: UN

UNCTAD. 2012. *Report on the Implementation of the Investment Policy Review Rwanda.* Geneva: UNCTAD

UNCTAD. 2018. *Achieving The Sustainable Development Goals In The Least Developed Countries: A compendium of policy options*. Geneva: UNCTAD

UNCTAD. 2019a. *Annual report.* Geneva: UNCTAD

UNDESA, 2015. "Financing Sustainable Development and Developing Sustainable Finance: A DESA Briefing Note On The Addis Ababa Acton Agenda" New York: UNDESA

United Nations. 1946. Statute of the International Court of Justice

United Nations. 2000. "The Millennium Development Goals" www.who.int/topics/millennium_development_goals/about/en, accessed 29 July 2019

United Nations. 2015. "The Sustainable Development Goals" www.un.org/sustainabledevelopment/financing-for-development, accessed 29 July 2019

United Nations. 2019. "Africa SDG Index and Dashboard" Accessed 30th July 2019 https://github.com/sdsna/2019AfricaIndex/blob/master/2019_africa_index_country_profiles.pdf

Wagana D., Iravo M., Nzulwa J. and Kihoro J. 2016. "Effect of Financial and Political Decentralization on Service Delivery in County Governments in Kenya" *International Journal of Academic Research in Business and Social Services* 6(6): 304-320

Wagner A. 1880. *Finanzwissenchaft* Leipzig: C F Winter.

Waris A. 2005. "An Analysis of Section 4A of the Kenyan Income Tax Act, Hedging and Foreign Exchange Losses and Gains" *East African Law Journal* 45-67

Waris A. 2007. "Taxation without Principles: A Historical Analysis of the Kenyan Taxation System"*Kenya Law Review* (1) 25-46

Waris A. 2008. "Taxation Without Principles: A Historical Analysis of The Kenyan Taxation System" *Kenya Law Review* (1) 272-304 KenyaLaw.org/Downloads_other/waris_Taxation.pdf. accessed 29th July 2019

Waris A. Kohonen M., Ranguma J. and Mosoima A. *Taxation and State Building in Kenya: Enhancing Revenue Capacity to Advance Human Welfare.* Tax Justice Network Africa. 2010.

Waris A. and Kohonen M. 2011 "Linking Taxation to the Realisation of the Millennium Development Goals in Africa", Conference Proceedings, in Development Studies Association

Waris A. 2013a. *Tax and Development: A Case Study of Kenya*. Nairobi: LawAfrica

Waris A. 2013b. "Taxing Intra-Company Transfers: The Law and Its Application in Rwanda" *Bulletin for International Taxation* 67(12) 78-79

Waris A. 2013c. "Taxation and State Legitimacy in Kenya" in Tax Justice and the *Political Economy of Global Capitalism, 1945 to the Present*, ed. Leaman J. and Waris A. 100-135.

Waris A. 2014a "Rwanda-Understanding Transfer Pricing" *International Transfer Pricing Journal* 21(1) 80-82

Waris A. 2014b. *Tax Literacy in Developing Countries: A Rwandan Case Study*. OECD Report, accessed 16 February 2014, http://www.oecd.org/ctp/49836943.pdf.

Waris A. 2014c. *Tax haven or international financial centre? The case of Kenya* U4 Policy Brief Series

Waris A. 2015. "Delineating a Rights-Based Fiscal Social Contract Using African Fiscal Constitutions", *East African Law Journal*. 68-98.

Waris A. and Latif L. 2015. "Towards Establishing Fiscal Legitimacy Through Settled Fiscal Principles in Global Health Financing' *Health Care Analysis* 36-48

Waris A. 2017a. *How Kenya Has Implemented and Adjusted to the Changes in International Transfer Pricing Regulations: 1920-2016*. International Center for Tax and Development Working Paper 69

Waris A. 2017b. "Legitimising The Tax Collection Through Participatory Budgeting" *East African Law Journal* 59-71

Waris A. 2017c "Measures Undertaken by African Countries to counter Illicit Financial Flows" Unpacking the African Report of the HLP on IFF" in Owens J et al (Ed.) *Inter-agency Cooperation and Good Tax Governance in Africa*. Pretoria: Pretoria University Law Press

Waris A. 2018a. "Developing Fiscal Legitimacy by Building State-Societal Trust in African Countries' *Journal of Tax Administration* 98-115

Waris A. 2018b. "Tax Compliance-Eine afrikanische Perspektive" *Amos International* (4) 34-38
Waris A. 2019. "Towards an African and Kenyan philosophy of fiscal legitimacy." *Jarida kuhusu Ufadhili wa Maendeleo* 1(1): 33-46.
Waris A., Maina M. and Magara W. 2019. Dataset on extractives and their tax rates. www.uonbi.ac.ke
Waris A., Muendo E. and Magara W. 2019. Budgets dataset. www.uonbi.ac.ke
Waris A., Waridah M. and Magara W. 2019. Debt, aid and state owned enterprises dataset. www.uonbi.ac.ke
Wikileaks. 2015. "The WikiLeaks Files" https://wikileaks.org/What-is-WikiLeaks.html accessed 30th July 2019
Williams D.W., Morse G. and Eden S. 2016. *Davies: Principles of Tax Law* 6th ed. London: Sweet & Maxwell.
Banki ya Dunia 2005. "Decentralization and Service Delivery" World Bank Policy Research Working Paper 3603
Banki ya Dunia 2016. *Poverty in a Rising Africa: Africa Poverty Report.* Washington: World Bank
Banki ya Dunia 2017a. Rwanda Economic Update. Washington: World Bank
Banki ya Dunia 2017b. "Pale tunafanya kazi – Tanzania" http://www.worldbank.org/en/country/tanzania/overview, accessed 15 May 2017.
Banki ya Dunia 2017c. "Data - Tanzania - Poverty headcount ratio at $1.90 a day (2011 PPP) (% of population)" http://data.worldbank.org/indicator/SI.POV.DDAY?locations=TZ, accessed 15 May 2017.
Zubeldia G. 2017. "The tax executive." Accessed 29 July 2019. www.taxexecutive.org

**Court cases**

Commissioner of Inland Revenue (CIR) v Simpson (1949) (4) SA 678 (A)
Inland Revenue Commissioners v Duke of Westminster 1 Appeal Cases (1936) 19 Tax Cases 490
Commissioner of Inland Revenue v Scottish Central Electricity Company (1931) 15 Tax Cases 761

Karen and Langata Residents Association v The City Council of Nairobi and Another (1999) eKLR

Keroche Industries Limited v Kenya Revenue Authority & 5 Others (2007) 2 KLR 240

Khambaita v Commissioner of Income Tax (1954) 21 East African Court of Appeal (EACA) 16

Matthews v Chicory Board (1938) 60 Common law Reports (CLR) 263

Pepper (Inspector of Taxes) v Hart (1992) Appeal Cases (AC) 593

Mangin v Inland Revenue Commissioner (1971) 739 A.C.

Republic v Commissioner of Domestic Taxes (Large Taxpayers Office) Ex parte Barclays Bank of Kenya Limited (2015) eKLR

Republic v Kenya Revenue Authority Exparte Bata Shoe Company (Kenya) Limited (2014) eKLR

Savage v CIR (1951)18 SATC 1

Silver Chain Limited v Commissioner Income Tax & 3 others (2016) eKLR

Singh v Commissioner for the South African Revenue Service Supreme Court of South Africa (2003) ZASCA 31 http://www.saflii.org/za/cases/ZASCA/2003/31.html

Williamson v Commissioner of Income Tax (1955) 22 EACA 227

W. T. Ramsay Limited v Inland Revenue Commissioner (1981 Mar 12) HL

**Mikataba**

# Viambatisho

**Kiambatisho A**: Uchukuaji kwa skrini seti ya data iliyohifadhiwa katika Chuo Kikuu cha Nairobi

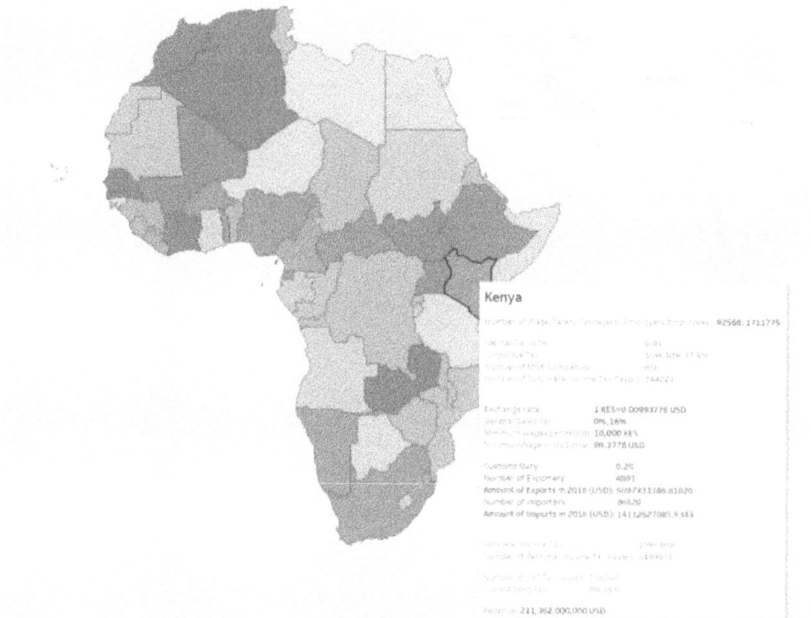


Chanzo Waris and Magara (2019)[370]

[370] Wakati unarejelea data yote iliyowekwa pamoja, itaje kama Waris na Magara (2019), hata hivyo unaporejelea vipengele binafsi vya data, marejeleo ni kama yafuatavyo: AUSO, Waris and Magara (2019) for the trade dataset; ATAF, Waris and Magara (2019) for the taxpayer dataset; Waris, Waridah and Magara (2019) for the debt, aid and state owned enterprises dataset.

**Kiambatisho B**: Muundo wa Ormrod na Bonney wa hatua za maendeleo za taifa la fedha

<table>
<tr><th>Kategoria</th><th>Sifa za Taifa lenye ushuru kwa zingine</th><th>Sifa za Taifa miliki</th><th>Sifa za Taifa la ushuru</th><th>Sifa za Taifa la Fedha</th></tr>
<tr><td>Nadharia ya kifedha</td><td>Mwanzo wa nadharia jumla</td><td>Nadhari ambazo hazijaendelezwa kwa kiwango fulani</td><td>Nadharia kongwe ya uchumi yenye kuthamini utajiri wa fedha na Nadharia ya Kameralismusi yenye imani ya usimamizi wa katikati wa uchumi haswa wa taifa</td><td>Nadharia zilizoendelea sana</td></tr>
<tr><td>Aina ya serikali</td><td>Watawala 'wanyang'anyi' wa kuzunguka (nasaba ya kifalme) au kabila</td><td>Kibinafsi, mipaka michache kwa ufanyaji wa maamuzi</td><td>Taasisi zilizoendelea sana na taratibu za sheria</td><td>Mkopo wazi na sheria ya ushuru na 'katiba ya fedha'</td></tr>
<tr><td>Utawala mkuu</td><td>Undugu, marafiki wa ndoa na wateja wa mtawala</td><td>Wafanyakazi wachache katika hali ambazo hazijaendelea</td><td>Idara zenye wafanyakazi wa kutosha na spesheli katika mamlaka iliyoboinika</td><td>Mpangilio changamano wa idara; mipango; utawala</td></tr>
<tr><td>Utawala wa mtaa</td><td colspan="2">Uhuru wa kiwango cha juu lakini ukiwa na vikwazo vya uingiliaji kati wa ufalme na/au adhabu</td><td>Unaodhibitiwa mara kwa mara na serikali kuu</td><td>Udhibiti wa kiwango cha juu kutoka kati</td></tr>
<tr><td rowspan="2">Wenye ofisi</td><td colspan="2" rowspan="2">Ndugu wa kifalme na mamlaka za familia, wakati mwingine maofisa wa Kanisa</td><td colspan="2">Wafanyakazi waliofunzwa kitaaluma</td></tr>
<tr><td>Wengi wa hawa wanaweza kuwa bado ni wenye ofisi za rushwa</td><td>Uteuzi kwa njia ya ushindani na utendaji unaodhaniwa</td></tr>
<tr><td>Wajibu wa taifa</td><td></td><td></td><td colspan="2">Ushawishi hai kwa na udhibiti wa hali zote za maisha</td></tr>
<tr><td>Kudumisha sheria amani</td><td></td><td></td><td></td><td>Mchakato wa udhibiti unaweza kuhusisha ujanja na hila kwa jamii</td></tr>
<tr><td>Njia za ufadhili</td><td colspan="2">Mchanganyiko wa malipo ya pesa na usio wa pesa</td><td>Kwa pakubwa uchumaji</td><td>Viwango vya juu vya uchumaji</td></tr>
<tr><td>Fedha za umma</td><td>Unyang'anyi, kupata kwa nguvu; ngongeza iliyozalishwa na waliotawaliwa</td><td>Ngongeza iliyozalisha na mamlaka zingine au haki zingine za kisheria; unyanyasaji</td><td>Uongezaji wa umuhimu wa utozaji ushuru</td><td>Mpangilio dhahiri wa utozaji ushuru kwa marejeleo ya uchumi na maoni ya umma</td></tr>
<tr><td>Ulinzi</td><td colspan="3">Hauna uhusiano mkubwa kwa kiwango cha juhudi za jeshi</td><td></td></tr>
</table>

| Kategoria | Sifa za **Taifa lenye ushuru kwa zingine** | Sifa za **Taifa miliki** | Sifa za **Taifa la ushuru** | Sifa za **Taifa la Fedha** |
|---|---|---|---|---|
| | Utegemeaji mali ya wizi, na mateka ili kutimiza matumizi | | Kuongeza idadi ya wanajeshi, maendeleo ya teknolojia na uongezazji wa zana za vita kwa sawia kwa jeshi la nchi kavu na jeshi la wanamaji | |
| | | Katika mifumo iliyoendelea sana, kupunguza gharama ya kifamilia na gharama ya kijeshi (isipokuwa tu kwa dharura) kulingana na mapato yanayotarajiwa | Kuongeza gharama ya jeshi ambayo haiwezi kudhibitiwa wakati wa vita endelevu; gharama la kulipa madeni makali wakati wa vita; | Hili hupelekea kuwepo na mataifa yenye 'fedha za jeshi,' baadhi yayo yakipata nguvu na uwezo mkubwa zaidi, mataifa ya 'kisasa' ambayo ni changamano yanaweza kuwa na kiwango kikubwa cha matumizi kwa afya, ruzuku ya serikali na gharama zingine za 'vita' kwa raia |
| **Mapato** | Ushuru usiolingana, uliotengwa kwa kusudi maalum; ulazimishaji na uchukuaji kwa nguvu huchukua wajibu muhimu; udhalilishji kwa mpango wa sarufi wakati wa vita | | Ushuru wa moja kwa moja na usio wa moja kwa moja na wa mara kwa mara, usio na mipaka tena ya makusudi maalum; unyang'anyi na kuchukua kwa nguvu hauna nafasi kubwa au hauna wajibu wowote; udhalilishaji wa sarafu, hata wakati wa vita unakuwa si wa kawaida; jaribio la kuunganisha mfumo wa ushuru, ukwepaji wa ushuru endelevu na kuhusisha mzigo wa ushuru kwa karibu sana na chanzo cha utajiri | Ushuru wa moja kwa moja na usio wa moja kwa moja wa aina iliyo changamano sana, ushuru wa mali na kodi zingine zinazotozwa kwa lengo la kuzidisha ufanisi wa fedha na kusaidia maendeleo ya uchumi; mfumo wa ushuru wa pamoja ukihimiza zaidi 'uendeleaji;' viwango vya ukuaji wa uchumi na mfumuko wa bei huwa na mchango unao ongezeka kwa matarajio ya mlipaushuru |
| | | Kufanya upya sarafu wakati wa amani | | |
| **Mfumo wa Mkopo** | Baadhi ya mikopo ya | Mikopo ya kujaza ya muda | Mfumo changamano wa mkopo, kukiwa na riba tofautitofauti lakini | |

| Kategoria | Sifa za **Taifa lenye ushuru kwa zingine** | Sifa za **Taifa miliki** | Sifa za **Taifa la ushuru** | Sifa za **Taifa la Fedha** |
|---|---|---|---|---|
| | muda mfupi, laki kwa kuwepo na ukosefu wa mfumo uliokubalika; ushirikiano dhaifu wa fedha kibinafsi | mfupi dhidi ya riba isiyo ya pesa au kuweka rehani ardhi ya mamlaka; baadhi ya utegemeaji wa mkopo wa masoko ya nje na mji | ya mara nyingi ya kiwango cha chini | |
| **Wajibu katika uchumi** | Mzunguko wa madini yaliyolimbikizwa na chakula | Mzalishaji huru , hai na anayepata faida | Ushuru kwa njia ya ushiriki katika faida uliyopatwa na walipaji | |
| **Sera ya kiuchumi** | Ukoloni na utumwa unaweza kuchukua umuhimu; kuwa na usalama wa usambazaji wa chakula ulio muhimu kwa mfumo | Uingiliaji kati kwa soko ili kuweka bei chini; kuwa na usalama wa usambazaji wa chakula ulio muhimu kwa mfumo | Uangalizi wa soko; ruzuku kwa biashara zilizo na uwezo wa kupata faida katika biashara na viwanda; uingiliaji kati wa kinadharia ya 'Mercantilist' katika sera za biashara kati ya mataifa; kuchukua himaya za nje ya nchi kwa ajili ya biashara na malighafi | Wakati wa mizozo ya ndani wakati wa vita, wajibu mkubwa wa uingiliaji kati kwa uchumi, wakati wa amani, mtazamo wa kutojali wa biashara na viwanda, japo kanuni husalia kuwa mtindo; wajibu muhimu wa kushawishi viwango vya riba na msambao wa pesa; uwezekano wa uingiliwaji wa mfummko wa bei kwa manufaa ya ukopaji wa serikali; mwanguko wa udhibiti na 'mfumuko wa bei uliokithiri' kwa mataifa mengine |
| **Biashara za umma** | Hakuna isipokuwa labda jeshi lenyewe | Kilimo na biashara za uchimbaji madini kwa kushirikiana na mamlaka | Ukiritimba ulio na usambazaji uliohakikishiwa na bei zisizobadilika; usimamizi wa usambazaji wa nafaka na bidhaa zingine wakati zimeadimika; | Ukuaji wa sekta ya taifa wakati taifa linachukua wajibu mkubwa; ongezeko la gharama sehemu fulani za sekta ya taifa (k.m. afya na ustawi wa |

| Kategoria | Sifa za **Taifa lenye ushuru kwa zingine** | Sifa za **Taifa miliki** | Sifa za **Taifa la ushuru** | Sifa za **Taifa la Fedha** |
|---|---|---|---|---|
| | | | makampuni ya biashara yaliyofadhiliwa na ufalme au taifa | jamii) kusaidia kuhakikisha ukuaji uliodumishwa katika kimo cha sekta ya umma |
| **Ushiriki kisiasa** | Iliyowekwa mipaka kwa idadi dogo ya familia | Shughuli ngogo na zisizo za mara kwa mara za mali ya ufalme | Mwanzoni kwa ongezeko hili; uidhinishaji na usimamizi wa ushuru; baadaye ukawekewa mipaka au kuondolewa na watawala wa'kidikteta' | Wa dhamani ya juu, mwelekeo kwa ushiriki kwa sababu ya utegemeaji wa uchangamano wa mifumo ya mkopo |
| **Athari za jamii** | Kiwango kidogo sana; uthabiti wa uchumi wa kilimo isipokuwa wakati wa vita; misamaha na na makubaliano kwa vikundi pendelewa | Kulazimishwa kuongeza uzalishaji | | |
| | | Kuweka nidhamu kwa jamii; ugawaji upya wa nguvu za ununuzi | | Misamaha na makubaliano ya vikundi pendelewa kwa pakubwa kuondolewa kwa manufaa ya ufanisi wa fedha, isipokuwa tu vikundi vinufaike na ushuru maalum au ruzuku ya serikali kwa jamii; mabadiliko ya kiwango cha chini yanaweza kuchukua umuhimu katika nchi zenye demokrasia |
| **Takwimu** | Nadra sana; tafiti tu kusaidia kukadiria mazao isipokuwa katika mifumo iliyoendelea; vigumu kubainisha aina yoyote ya ripoti ya hesabu za pesa katika mifumo ambayo | Tafiti za kila mara za uzalishaji; rejista za ushuru wa nyumba, wamiliki nyumba, wanabiashara na wasanii; hesabu za fedha changamano | | Uchangamano wa takwimu; mwelekeo kwa uzalishaji wa mara kwa mara wa takwimu na kuzitegemea; takwimu za kila mwezi na sensa ya idadi ya watu kwa kila mwongo mmoja |

| Kategoria | Sifa za **Taifa lenye ushuru kwa zingine** | Sifa za **Taifa miliki** | Sifa za **Taifa la ushuru** | Sifa za **Taifa la Fedha** |
|---|---|---|---|---|
| | haijaendelea sana | | | |
| **Visababishi vya ukosefu wa uthabiti/washi riki wa mabadiliko katika mfumo** | Vita vya kidani, kuvamiwa kutaka nchi za kigeni, mwanguko wa udhibiti wa maeneo ya karibu - yote yakipelekea kupinduliwa kwa serikali na pamoja nayo, mifumo iliyopo ya fedha | Mizozo hai ya kijeshi kukiwa na idadi kubwa ya majeshi katika enzi ya mabadiliko ya kiteknolojia na ongezeko la gharama ya jeshi inaweza kulemea wote lakini kwa zaidi, mamlaka ya taifa lililo na changamano; | Gharama kubwa za ulipaji wa madeni au mgao wa mapato ya deni ukipelekea kuwepo na ufilisi wa kiasi fulani; ukosefu wa uwezo wa kuvunja ahadi za deni la umma kwa sababu ya hali ya kimkataba; kukwama kisiasa kati ya utawala na makundi ya kisehemu yenye nguvu kuhusu hali ya 'katiba ya fedha' iliyorekebishw; uwezekano wa kupinduliwa kwa serikali | Majaribio ya kiitikadi ya kurudisha nyuma taifa bado hayajaonekana kufaulu kwa awamu ya kipindi kirefu; uelekeo halisi wa malipo ya afya na ruzuku ya serikali kwa jamii kuongezeka kwa kuongezeka kwa kipindi cha uhai wa mtu, gharama za teknolojia za vita za kupita kiasi kwa ajili ya mzozo endelevu bali na zana za kivita za kinyuklia au za kibayolojia |
| **Haki za binadamu na ustawi wa jamii** | Zilizo na mipaka kwa haki za usalama | Haki za mipakani kama vile haki kwa kesi zinaanza kutokea | Kupatikana kirai, kisiasa au kiuchumi | Upatikanaji kamili wa haki zote |
| **Elimu ya fedha** | Elimu ndogo au isiyo kuwepo ya elimu ya fedha | Kuongezeka kwa elimu lakini elimu ndogo ya fedha | Ongezeko la elimu ya fedha | Elimu kamili ya fedha |
| **Usimamizi wa ushuru** | Haipo | Ya kiwango cha chini na ya kukandamiza | Inayokua lakini kandamizi | Iliyopangiliwa vizuri na si kandamizi |

Chanzo umechukuliwa kutoka kwa Ormrod, Bonney and Bonney (1999)

**Kiambatisho C**: Data inayopatikana hadharani kuhusu biashara zinazomilikiwa na taifa kufikia Disemba 2018

| | Nchi | Biashara ya Serikali | Hisa zilizopo |
|---|---|---|---|
| 1. | Algeria | Air Algérie SpA<br>Sonatrach<br>Radio Algeria<br>Somatel-Liebherr | 100%<br>100%<br>100%<br>51% |
| 2. | Angola | TAAG Angola Airlines<br>Sonangol<br>Catoca Diamond Mine | 100%<br>100%<br>32.8% |
| 3. | Benin | Banque internationale du Bénin (BIBE) | 8.2% |
| 4. | Botswana | Air Botswana<br>Banki ya Botswana | 100%<br>100% |
| 5. | Burkina Faso | Air Burkina | 5% |
| 6. | Burundi | Air Burundi<br>Burundi National Radio and Television | 100%<br>100% |
| 7. | Cameroon | Camair-Co | 100% |
| 8. | Cape Verde | TACV Cabo Verde Airlines<br>Bank of Cape Verde | 100%<br>100% |
| 9. | Jamhuri ya Afrika ya Kati | Commercial Bank Centrafrique | 100% |
| 10. | Chad | Tchadia Airlines | 51% |
| 11. | Comoros | Central Bank of Comoros | 100% |
| 12. | Congo, Brazza | National Oil Company | 100% |
| 13. | Cote d'Ivoire | Air Côte d'Ivoire | 58% |
| 14. | Democratic Republic of Congo | Ge Camines | 100% |
| 15. | Djibouti | Doraleh Container Terminal | 100% |
| 16. | Misri | Egypt Air<br>Sono Cairo | 100%<br>100% |
| 17. | Equatorial Guinea | GEPetrol | 20% |
| 18. | Eritrea | Central Bank of Eritrea | 100% |
| 19. | Ethiopia | Ethiopian Airlines<br>Ethiopia Telecom | 100%<br>100% |
| 20. | Gabon | Société nationale pétrolière gabonaise | 100% |
| 21. | Gambia | Gambia Civil Aviation Authority | 100% |
| 22. | Ghana | Volta River Authority | 100% |
| 23. | Guinea | Compagnie des bauxites de Guinée | 49% |
| 24. | Guinea Bissau | Electricidade e Aguas da Guine-Bissau (EAGB) | 100% |
| 25. | Kenya | Kenya Airways | 29.8% |

| | | | |
|---|---|---|---|
| | | Kenya Broadcasting Corporation | 100% |
| 26. | Lesotho | Central Bank of Lesotho | 100% |
| 27. | Liberia | Central Bank of Liberia<br>Liberia Telecommunications Authority | 100%<br>100% |
| 28. | Libya | Libyan Airways<br>Libyan Jamahiriya Broadcasting Corporation | 100%<br>100% |
| 29. | Madagascar | Air Madagascar | 89.56% |
| 30. | Malawi | Malawian Airlines | 51% |
| 31. | Mali | Office de Radiodiffusion-Télévision du Mali (ORTM) | 100% |
| 32. | Mauritania | National Bank of Mauritania | 50% |
| 33. | Mauritius | Air Mauritius | 100% |
| 34. | Morocco | Royal Air Maroc | 53.94% |
| 35. | Mozambique | LAM-Linhas Aeres de Mozambique | 100% |
| 36. | Namibia | Air Namibia | 100% |
| 37. | Niger | Société des mines de l'air (SOMAIR) | 36.6% |
| 38. | Nigeria | Garden City Radio 89.9 | 100% |
| 39. | Rwanda | Rwanda Air | 99% |
| 40. | Senegal | Société nationale d'électricité du Sénégal (Senelec) | 100% |
| 41. | Seychelles | Seychelles Petroleum Company Ltd (SEYPEC) | 100% |
| 42. | Sierra Leone | Sierra Leone Commercial Bank | 100% |
| 43. | Somalia | Somalia Petroleum Corporation | 100% |
| 44. | Afrika Kusini | South African Airways<br>South African Express<br>ESKOM<br>Transnet | 100%<br>100%<br>100%<br>100% |
| 45. | Sudan Kusini | Eden Commercial Bank | 100% |
| 46. | Sudan | Sudan Airways | 51% |
| 47. | Swaziland | Sovereign Wealth Fund (SWF), Tibiyo Taka Ngwane | 100% |
| 48. | Tanzania | Air Tanzania | 100% |
| 49. | Togo | La Poste du Togo | 100% |
| 50. | Tunisia | Tunisair | 74% |
| 51. | Uganda | Banki ya Maendeleo ya Uganda | 100% |
| 52. | Zambia | Zambia Daily Mail | 100% |

| | | | |
|---|---|---|---|
| 53. | Zimbabwe | Air Zimbabwe<br>Agricultural Bank of Zimbabwe<br>Telone Zimbabwe | 100%<br>100%<br>100% |

Chanzo Waris na Waridah[371]

[371] Jewdali hili limeandaliwa na Waris na Waridah wa data inayopatikana kwa umma kuhusu msaada kutoka kote duniani unaohusu bara la Afrika. Corporate Finance Institute (2018); African Airline Association (2018); Sonatrach (2018); Press reference (2018); *L'Entreprise nationale des matériels de travaux publics* (2018); U. S. Department of State (2018); Mining Technology (2018); West African Bankers' Association (2018); Bank of Botswana (2018); Centre for aviation (2019); BBC News (2019); Macauhub (2018); Europa Publications, Africa South of the Sahara (2004); Psychology Press (2003); Reuters (2018); Revolvy (2019); Export Governance of Congo (2019); Pindula; NewsAfrica Guinee (2019); Journal of Commerce (2019); Discogs (2019); Japan Times(2018); ITU Telecom World (2018) ;World Investment News (2019); State Enterprises Commission - Ghana (2019); Business Advantage PNG (2019); KBC News - Kenya's National Broadcasting Corporation (2019); Central Bank of Lesotho (2019); Central Bank of Liberia (2019); Malawi tourism (2019); Nations encyclopaedia (2019); Mining Africa (2019); Garden city 89.9FM (2019); Africa-EU Renewable Energy Cooperation Programme (RECP) (2018); Seychelles Petroleum Company Limited (SEYPEC, 2018); Department of Public Enterprises - South Africa (2019); Gurtong Trust (2019); Export.gov - Swaziland (2019); La poste (2019); Uganda Development Bank, Ltd (2019); and Zambian Watchdog (2018).

Kiambatisho D Data inayopatika kwa umma kuhusu msaada kwa nchi za Afrika kufikia Julai 2019

| | Nchi | Kiwango cha msaada | Chanzo cha ufadhili | Mwaka |
|---|---|---|---|---|
| 1. | Algeria | €milioni 9<br>$milioni 10 | Msaada wa kibinadamu wa Umoja wa Uropa (EU)<br>USAID | 2018<br>2017 |
| 2. | Angola | $ milioni 76 | USAID | 2017 |
| 3. | Benin | $ milioni 419 | USAID | 2017 |
| 4. | Botswana | $ milioni 41 | USAID | 2017 |
| 5. | Burkina Faso | € milioni 16.1<br>$ milioni 82 | Msaada wa kibinadamu wa Umoja wa Uropa (EU)<br>USAID | 2018<br>2017 |
| 6. | Burundi | € milioni 13<br>$ milioni 68 | Msaada wa kibinadamu wa Umoja wa Uropa (EU)<br>USAID | 2018<br>2017 |
| 7. | Cameroon | € milioni 19.4<br>$ milioni121 | Msaada wa kibinadamu wa Umoja wa Uropa (EU)<br>USAID | 2018<br>2017 |
| 8. | Cape Verde | $962,000 | USAID | 2017 |
| 9. | Jamhuri ya Afrika ya Kati | € milioni 26.5<br>$milioni 118 | Msaada wa kibinadamu wa Umoja wa Uropa (EU)<br>USAID | 2018<br>2017 |
| 10. | Chad | €54.7 million<br>$116 million | Msaada wa kibinadamu wa Umoja wa Uropa (EU)<br>USAID | 2018<br>2017 |
| 11. | Comoros | $1.2 million | USAID | 2017 |
| 12. | Congo, Brazza | $36 million | USAID | 2017 |
| 13. | Cote d'Ivoire | $164 million | USAID | 2017 |
| 14. | Democratic Republic of Congo | €77 million<br>$494 million | Msaada wa kibinadamu wa Umoja wa Uropa (EU)<br>USAID | 2018<br>2017 |
| 15. | Djibouti | $31 million | USAID | 2017 |

| | Nchi | Kiwango cha msaada | Chanzo cha ufadhili | Mwaka |
|---|---|---|---|---|
| 16. | Misri | $1.3 billion<br>$1.5 billion | US foreign aid<br>USAID | 2016<br>2017 |
| 17. | Equatorial Guinea | $76,000 | USAID | 2017 |
| 18. | Eritrea | $130,000 | USAID | 2017 |
| 19. | Ethiopia | €63 million<br>$967million<br>$1.1 billion | Msaada wa kibinadamu wa Umoja wa Uropa (EU)<br>US foreign aid<br>USAID | 2018<br>2016<br>2017 |
| 20. | Gabon | $2.1 milioni | USAID | 2017 |
| 21. | Gambia | $19 milioni | USAID | 2017 |
| 22. | Ghana | $184 milioni | USAID | 2017 |
| 23. | Guinea | $65 milioni | USAID | 2017 |
| 24. | Guinea Bissau | $1.7 milioni | USAID | 2017 |
| 25. | Kenya | €11.5 milioni<br>$894 milioni<br>1.1 bilioni | Msaada wa kibinadamu wa Umoja wa Uropa (EU)<br>Msaada wa kigeni wa Marekani (US)<br>USAID | 2018<br>2016<br>2017 |
| 26. | Lesotho | $52 milioni | USAID | 2017 |
| 27. | Liberia | $212 milioni | USAID | 2017 |
| 28. | Libya | $79 milioni | USAID | 2017 |
| 29. | Madagascar | $91 milioni | USAID | 2016 |
| 30. | Malawi | $304 milioni | USAID | 2017 |
| 31. | Mali | €35.35 milioni<br>$230 milioni | Msaada wa kibinadamu wa Umoja wa Uropa (EU)<br>USAID | 2018<br>2017 |
| 32. | Mauritania | €16.4 milioni<br>$17 milioni | Msaada wa kibinadamu wa Umoja wa Uropa (EU)<br>USAID | 2018<br>2017 |
| 33. | Mauritius | $450,000 | USAID | 2017 |
| 34. | Morocco | $490 milioni | USAID | 2017 |
| 35. | Mozambique | $580 milioni | USAID | 2017 |
| 36. | Namibia | $54 milioni | USAID | 2017 |
| 37. | Niger | €32.4milioni<br>$173 milioni | Msaada wa kibinadamu wa Umoja wa Uropa (EU)<br>USAID | 2018<br>2017 |

| | Nchi | Kiwango cha msaada | Chanzo cha ufadhili | Mwaka |
|---|---|---|---|---|
| 38. | Nigeria | €48.3 milioni<br>$852milioni | Msaada wa kibinadamu wa Umoja wa Uropa (EU)<br>USAID | 2018<br>2017 |
| 39. | Rwanda | $170 milioni | USAID | 2017 |
| 40. | Senegal | €1 milioni<br>$197 milioni | Msaada wa kibinadamu wa Umoja wa Uropa (EU)<br>USAID | 2018<br>2017 |
| 41. | Seychelles | $1.3 milioni | USAID | 2017 |
| 42. | Sierra Leone | $62 milioni | USAID | 2017 |
| 43. | Somalia | €89 milioni<br>$584 milioni | Msaada wa kibinadamu wa Umoja wa Uropa (EU)<br>USAID | 2018<br>2017 |
| 44. | Afrika Kusini | $511 milioni | USAID | 2017 |
| 45. | Sudan Kusini | €45 milioni<br>$614 milioni<br>$924 milioni | Msaada wa kibinadamu wa Umoja wa Uropa (EU)<br>Msaada wa Kigeni wa Marekani (US)<br>USAID | 2018<br>2016<br>2017 |
| 46. | Sudan | €41 milioni<br>$193 milioni | Msaada wa kibinadamu wa Umoja wa Uropa (EU)<br>USAID | 2018<br>2017 |
| 47. | Swaziland | $59 milioni | USAID | 2017 |
| 48. | Tanzania | $626 milioni | USAID | 2017 |
| 49. | Togo | $7.4 milioni | USAID | 2017 |
| 50. | Tunisia | $194 milioni | USAID | 2017 |
| 51. | Uganda | €24 milioni<br>$741 milioni | Msaada wa kibinadamu wa Umoja wa Uropa (EU)<br>USAID | 2018<br>2017 |
| 52. | Zambia | $419 milioni | USAID | 2017 |
| 53. | Zimbabwe | $194 milioni | USAID | 2017 |

Chanzo Waris na Waridah[372]

[372] Jedwali hili ni uandalizi wa Waris na Waridah la data inayopatikana hadharani kuhusu msaada kote duniani unaohusu bara la Afrika. Vyanzo vilivyotumika:

Intelligent Economist (2018); New Internationalist (2018); European Commission (2013); USAID (2018); and Concern Worldwide (2018). Kiwango kilichotumika 1 EURO kwa 1.11 USD. Converterx (2019) accessed 29 July 2019, www.currencyconverterx.com.

www.ingramcontent.com/pod-product-compliance
Ingram Content Group UK Ltd.
Pitfield, Milton Keynes, MK11 3LW, UK
UKHW020724041026
15590UKWH00002B/867

9 789956 004102